नटरंग

आनंद यादव

मेहता पब्लिशिंग हाऊस

✆ +91 020-24476924 / 24460313

Email : info@mehtapublishinghouse.com
production@mehtapublishinghouse.com
sales@mehtapublishinghouse.com

Website : www.mehtapublishinghouse.com

- *या पुस्तकातील लेखकाची मते, घटना, वर्णने ही त्या लेखकाची असून त्याच्याशी प्रकाशक सहमत असतीलच असे नाही.*

NATRANG by ANAND YADAV

नटरंग : आनंद यादव / कादंबरी

© स्वाती आनंद यादव,
'भूमी', ५ कलानगर, धनकवडी, पुणे-सातारा रोड, पुणे - ४११०४३.

प्रकाशक : सुनील अनिल मेहता, मेहता पब्लिशिंग हाऊस,
१९४१ सदाशिव पेठ, माडीवाले कॉलनी, पुणे - ४११०३०.

मुखपृष्ठ : बाळ ठाकूर

प्रकाशनकाल : ऑक्टोबर, १९८० / सप्टेंबर, १९९५ / डिसेंबर, २००४ / फेब्रुवारी, २०१० / जुलै, २०१० / फेब्रुवारी, २०१३ / पुनर्मुद्रण : सप्टेंबर, २०१५

Ten Digit ISBN 8177665138

Thirteen Digit ISBN 9788177665130

ISBN for E-Book 9788184988239

श्री. पु. भागवत यांना...

तुमचे माझ्यावरील संस्कार
हिरव्या तल-सखोल प्रकाशाचे आहेत.
— आनंद यादव

श्री. पु. भागवत,
गो.म. कुलकर्णी,
सौ. सुनीताताई देशपांडे,
स. शि. भावे,
सौ. सुमित्रा भावे
यांच्याशी 'नटरंग'च्या संदर्भात झालेली चर्चा मला उपकारक झाली.

ज्ञान हे कृतीचे सुंदर फळ आहे.

भाग एक

१

मोटा सुटल्यावर त्यानं सळसळत्या झाडाकडं बघत भाकरी खाल्ली. एकटाच उसात जाऊन घुमत पाल्याची एक पात काढली. बैलांच्या पुढं चारी पेंढ्या सोडल्या. त्याच हातानं वाशावरची वाट बघणारी कापडं खाली ओढली नि बारडी घेऊन विहिरीवर गेला. ऊन मी म्हणतेलं. नको नको वाटतेलं. उसातनं पाला कापून आल्यामुळं घामानं अंग चुरचुरतेलं. जखमांत मीठ उतरलेलं. तरी कापडं धुवायला बसला. फेस येईल तसं डोळं तरतरीत होत गेलं. जत्रेचं पाळणं, दुकानं, रंगीबेरंगी गर्दी मनात फिरू लागली. कुठला तरी एक पाळणा येऊन त्याला फिरवू लागला. वरखाली नेऊ लागला. त्या उंचीवरनं दहाची थोरली नोट नि दोनाची बारकी नोट गावाकडनं येताना दिसल्या. मायलेकी त्याला भेटायला येतेल्या. दोघींना पाय फुटलेलं... तो जोरात कुडतं सुबकू लागला. पांढरा फेस उडून उघड्या अंगावर पावल्या-अधेल्या चिकटल्या...

माझ्या देशाला काय न्हाई तोटा । झाडाझुडाला लागत्यात नोटा ।
माझ्या मुलखाला ये चल नारी । तुला सोन्यानं मढीवतो सारी ।।

...तो मोठ्यानं घुणूघुणू लागला.

कापडं धुऊन झाली नि नेमका थोरला मालक आला. उघडाच मालकासमोर उभा राहिला. निगा गगार मालकानं त्याच्या हातावर ठेवला.

"नुसतं साऽच रुपय?"

"साऽ रुपय तुझ्या घरात दिलं."

"तुम्हांस्नी सांगिटलं न्हवतं मी, मला समदंच बाराच्या बारा रुपय पाहिजेत म्हणून?"

"म्हाताराबी आठवड्याचं समदं पैसं मागत हुता. 'घरात खायला काय न्हाई,' म्हणाला. मग मीच इचार केला नि साऽ रुपय त्येला दिलं नि साऽ रुपय तुला आणलं. जत्रंतच हे पैसं खर्चणार हाईस न्हवं?"

"... ..." मळलेल्या पाचाच्या नोटेकडं बघत तो गप्पच.

"मग घरात पोराबाळांनी काय खायचं रे?"

"जत्रा का रोज येत्यात मालक?"

"साऽ रुपय रग्गड झालं की एका रातीला. - तुझ्या पोराबाळांनी जत्रा कवा बघायची?"

"रग्गड जलम हाय अजून त्यांस्नी."

दोन्ही नोटा घडी करून चंचीत घातल्या. हिरमुसला. दुपारची भाकरी खाताना बायको समोरच बसली होती; पण ती पगाराचं काही बोलली नव्हती. क्षणभर त्याला राग आला. त्यानं कापडाचे पिळे झटकले. खळ्यावरची काळी माती लागेल म्हणून कापडं खोपीसमोरच्या कुपाडीवर अंतराळी वाळत घातली. वाहता वारा आत घुसेल तशी फडफडू लागली. बघत क्षणभर उभा राहिला. मन पालटलं. पांढरंधोट झालं... जाऊ दे त्येच्या आयला. तेवढं तरी मिळालं. आता दुपार. घटकाभरात दुपारच्या मोटा. मोटा दीस बुडायला खलास. मोटा सुटल्या की घटकंत रातची वैरण काढून, तोडून ठेवायची. तसाच तुकडा चावायचा ते तशीच सुळकूडची वाट धरायची. दोन अडीच तासांची वाट. घाई केली तर दीड तासातबी सरंल.

नादात अंगावर दोन बारड्या ओतून घेतल्या. कापडाचा साबण अंगाला लावून खसाखसा अंग घासलं. भरपूर फेस झाल्यावर पुन्हा दोन बारड्या शेंदल्या नि डोईवर पालथ्या केल्या. अंग धुऊन काढलं. तेलकटपणा जाऊन कुरकुरीत लागू लागलं. घामाचा वास गेला. मातीचं घामात मुरलेलं टेपण सुटलं नि जत्रेला जायायोगा जीव मोकळा मोकळा झाला.

कालच जत्रेला जायचं होतं. पण आठवडा आज भरत होता. आठवडा पुरा झाल्याशिवाय पगार मिळत नव्हता. मालकानंही त्याचा जत्राखेत्रांचा नाद बघून त्याच्या हातावर सहाच रुपये ठेवले. बाराही ठेवले असते तर बाळू मग 'पोटाला काय न्हाई' करत बसला असता. कामाच्या दिसांत त्यानंही एखादा दीस जास्तच जत्रेत काढला असता नि इकडं खाडा केला असता.

दुपारच्या इस्वाट्याला त्याला वाटलं आंब्याबुडी डुलकी काढावी. रातचं तमाशात जागायला पाहिजे म्हणून डोळे झाकून पडला. डोळे झाकलेले तरी आतल्या आत सगळं सुळकूड पसरलं. तसाच नुसता पडून राहिला. नीज येती का बघितलं, पण येईना. मग खोपीत जाऊन आपल्या पेटीतलं पुस्तक घेऊन आला नि वाचत पडला. कुठल्याशा जुन्या जगात गुंगून गेला. कल्पनेच्या दुनियेत रमताना बरं वाटतेलं.

दुपारच्या मोटा धरल्या. शिर्पत मोटंवर. बैल मुतल्यागत पाणी उगंच बारीक येऊ लागलं...अशानं पाणी पिणार कवा? बेचैन झाला. चिरंपाटाला पाणी मोडून मधनंच धावंवर आला.

"मालक, कट्टाळलेलं दिसतासा?"

"कट्टाळा कसला? किती वडायचं नि किती चालायचं?"

"हिकडं द्या कासरा. मोटंची नुसती भिंगरी करतू. सकाळी बारा चिरं पाणी प्यालंय. तेवढंच पाणी दुपारी प्यालं की मोट सोडायची; कबूल?"

"कवाबी सोड. बारा चिरं पाणी प्यालं म्हंजे झालं."

"द्या तर कासरा. मलाबी जरा लौकर जायाला मिळंल. रातचं कुठं एकटाच वाट तुडवत सुळकूडला जाऊ?"

शिर्पतनं त्याला कासरा दिला नि आपण पाण्याकडं गेला. कुणाचा तरी एक घोडा त्या दुपारी सन्नाट पांदीनं पळाला नि ह्याच्या मोटंची भिंगरी झाली. खड्या आवाजात नवतीच्या नारीच्या लावण्या घुमू लागल्या. त्याचा ताव बैलांच्या अंगात गेला नि बैलं हगतमुतत, फेसलत, तोंडानं भसाभसा धाववंरचा धुरळा उडवत मोटा वडू लागली. मनात तमासगिरणी झन्नाट नाचतेल्या.

तासभर दिसाला मोट सुटली नि दीस बुडूस्तवर धाववंरची शेणं, गोठा लोटणं, बैलांची वैरण व्हळीसनं काढून, तोडून जास्तानाला ठेवणं केलं. दीस बुडाला नि रातची भाकरी चावायला बसला.

शिर्पानं गायीची धार काढली. चुलीवर चहाला ठेवलं. तवर भाकरी चावून संपली नि चहासाठी झाकणी पुढं केली.

किनीट पडली. अंगात पांढरीधोट खळणी कापडं घातली. टोपीची कोर काढत तो माळाला लागला नि अंधारात नाहीसा झाला. जत्रेला जाताना पटक्या-धोतरापेक्षा इजार-टोपीच सुटसुटीत वाटतेली. कधी धोतर तर कधी इजार; ही त्याची तऱ्हा.

मला सुटलेल्या पायांत बळ आलं. दीसभर खूप काम ओढलं होतं, अंग आंबून गेलं होतं, तरी अधल्यामधल्या वाटेनं, ओढ्यावघळींनं जात जात दोन तास रातीला सुळकूड गाठलं. गॅसबत्त्या झाडाकांडातनं दिसू लागल्या. आभाळात नि भुईवरबी चांदण्या लुकलुकू लागलेल्या.

सरळ जत्रेत घुराला. जिकडंतिकडं कोंबड्यांच्या पंखांचं, पिसांचं ढीगच्या ढीग पडलेलं... गेल्या साली पाचशे कोंबडं पडलं हुतं. आवंदा किती पडलं कुणाला दखल? जास्तच खरं कमी न्हाई.

फिरत फिरत तमाशाच्या बाजूला जाऊन आला. अजून तिकीटविक्री चालू नव्हती. नाचणाऱ्या बायाही तोंड रंगवून, पानं खाऊन बाहेर येऊन बसल्या नव्हत्या. देवळाकडं जाऊन म्हसोबाच्या पाया पडला. 'देवा परमेसुरा, वर्सातनं अशी एखादी तरी जत्रा दे. तिच्यात दोनचार तम्माशे असू द्यात.'

एका बाजूला दगडांच्या चुलींवर कोंबड्यांची भुगोणी शिजत होती. उग्र वास दरवळत होता. एकएका चुलीजवळ माणसांचं घोळकं घोळकं बसलं होतं. कुठं कुठं थोड्या थोड्या पंगती पडल्या होत्या. त्याच्या तोंडाला पाणी सुटलं. पोटात ढकलेलं

थंड अन्नही चालून चालून जिरून गेलेलं... आयला, कोंबडं खाल्लं पाहिजे. जिभंला चमचमीत काय तरी झोंबलं पाहिजे.

इकडंतिकडं बघितलं. कोण ओळखीचं दिसेना. शेवटी एका जागी पत्रावळ्या टाकत होते तिथं विचारलं,

"काय पाव्हणं, कोणच्या गावचं?"

"लिंगनूरचं. तुम्ही कुठलं?"

"आम्ही कागलचं."

"बसणार काय पंगतीला? खावा देवाचा पर्साद."

"खाऊ की." तो तिथंच बसला.

तोंड होरपळूस्तर रस्सा पिऊन घेतला. भातातनं कालवून खाल्ला. नाकाचा घाम पुसत मग उठला.

रामराम करून जत्रेत शिरला. अजूनही तमाशा सुरू व्हायला वेळ होता. मग बंदूक घेऊन नेम धरून दोनतीन फुगे फोडले. एका फिरत्या पट्टीवर रुपयाची सुट्टी नाणी घेऊन लावली. चकचकीत चौकोनी टिकल्या दहा वेळा लावल्या तेव्हा एक वेळ मिळालं. पाळणं, दुकानं, खेळण्या, फोटोच्या दुकानावरचे फोटो बघत वेळ काढू लागला. मधेच एक आठवण झाली नि त्यानं दयासाठी मोत्यासारख्या मण्यांची एक प्लॅस्टिकची माळ घेतली. राजासाठी एक रंगीत रबरी चेंडू घेतला. पुडाभर भेंडबत्तासू, गुलाबी लिमज्या घेतल्या. खिशातनं पिशवी काढली नि तिच्यात सगळं भरलं. मनासमोर दयाचा नि राजाचा चेहरा खुललेला दिसला. चंचीत पानं नि सुपाऱ्या भरल्या. कुठं तरी बसून दगडावर दगड घालून त्या फोडून घेतल्या. पान खाल्लं.

हलगीचा नाद त्याच्या कानांवर पडला नि पावलं फडाकडं हलकीफूल होऊन वळली. कर्ण्यातून चाललेला पुकार कानावर पडताच त्याचा जीव थरारला. बाहेर येऊन बसलेल्या नाचणाऱ्या बाया मन भरून बघितल्यावर हिरवं तिकीट काढलं. एक कप चहा हाणला नि आत जाऊन अगदी पुढच्या बाजूला, सगळं विसरून, जेवायला बसल्यागत मांडी घालून बसला.

समोर मांडव टाकून तमाशासाठी जागा केलेली. गॅसबत्त्या टांगलेल्या. देसायाच्या ओसाड वाड्याच्या भिंतीचा आधार घेऊन तमाशाचा मांडव घातलेला. देवळात आल्यागत वाटलं.

बारी सुरू झाली नि तो भुईवरनं उडाला. भान हरपून गाणी ऐकू लागला. सोंगाड्याच्या नकला मनाला गुदगुल्या करू लागल्या. बाईचं गाणं सोंगाड्या बेसूर, भसाड्या आवाजात म्हणे. मधेच आपले कामुक शब्द अलगद घाली नि त्या गाण्याचं विडंबन करी. त्याच्या बारीक हावभावांवर, हजरजबाबीपणावर तो खूश होऊन जाऊ लागला. लावण्या कानांत प्राण आणून ऐकू लागला... ढोलकीबरोबर

रात चढत होती. मन एका झगमगत्या जगात जाऊन बसलं. आपण कोण हे विसरून गेलं. गवळणीतला उघडा शृंगार, मावशीच्या विनोदाचे फवारे, लावण्यांतली आशुकमाशुकता, छकडीतला स्त्रीपुरुषांचा कामुक शृंगार आणि हलगी-ढोलकींचा चढ्या आवाजातील कडकडाट- सगळं धुंद करून टाकणारं वातावरण. भुईवर अप्सरा उतरल्यागत झालं होतं.

वग सुरू झाला नि तो एका पुराण्या वातावरणात स्वत:ला हरवून बसला. रात्र कधी उलटून गेली कळलं नाही.

वग संपला नि भानावर आला. शेवटचं मागणं मागणारं गाणं चालू झालं नि माणसं उठू लागली. त्याला तेही गाणं मांडी घालून बसलेल्या अवस्थेतच ऐकावं असं वाटतेलं. पण माणसं उठल्यावर बसता येईना. उभा राहून 'शेवटची इनवणी' ऐकू लागला. रातभर चाललेल्या धुमाकुळाची सांगता होत होती. राजा, प्रधान, राणी, राजकुमारी, हवालदार, सगळे आता हात जोडून एका ओळीत उभे होते. गरीब होऊन मागणं मागत होते. काळोखात निर्माण झालेलं वेगळं विलक्षण जग उजाडत जाईल तसं विझत चाललेलं. खोड्या करणारा हवालदार, अहंकारी राणी, लाडकी राजकुमारी, दिमाखदार राजा आता गरीब सज्जन, पब्लिकच्या पायाचे दीनवाणे दास झाले होते. कडाडणारी ढोलकी थकून थकून मंद, पेंगल्या गतीत वाजत होती... निराळ्या जगात गेलेल्या पब्लिकला हे जग बघायला नको वाटत होतं. तोंडं वळवून ते आपल्या घराकडं चाललं होतं.

मोठं मोठं झालेलं त्याचं मन भरून आलं. पुन्हा राजा-प्रधानांची माणसासारखी माणसं झालेली बघवेनात. दोरा तुटलेल्या माळेसारखी चारी बाजूंनी ओघळणारी माणसं धक्के देत होती, भानावर आणू बघत होती; तरीही बसल्या जागीच आभाळात असल्यागत उभा होता. डोळे लावून तमासगिरांकडं बघत होता '...जिवाच्या करमणुकीसाठी आलेलं पब्लिक निघून चाललंय बाबांनू. सोडा आता त्येंचं पाय. किती सेवा करायची त्येंची? तेवढी जाणीक ती असती तर तुमची इनवणी सपूस्तवर मान देऊन हुबी ऱ्हायली असती. तोंड वळवून चालल्यात तरीबी सेवा चालीवलाईसाच.

तुम्ही माणसं न्हाईसा.

ह्या वसाडीत चुकून पडलाईसा.

जपा सोताला. या आता भुईवर...'

शेवटी देसायाच्या ओसाड वाड्याची पडकी भिंत नि तिच्यावरचं उगवून मेलेलं वाळं गवत त्याला बत्तीच्या उजेडात ठळकठळक दिसू लागलं. विजारीच्या बुडाला लागलेली कस्पटं नि धूळ झाडत जड पावलांनी तो बाहेर पडला.

२

ᘛ꙳ᘚ

बाहेर पडला नि पेंगळून गेलेली जत्रा किरटी दिसू लागली. शिणलेल्या पालांना समोरून आडवं मेणचट पडदं आडोसा म्हणून लावलेलं. अर्धवट हवा राहिलेल्या गॅसबत्त्या फुसऽऽऽ करत जागतेल्या. मधूनच त्यांची मेंटलं डुलकी घेतल्यागत डोळे मिटतेली नि पुन्हा सूर धरतेली. दुकानांसमोर, बाजूंच्या सांदरींत, माणसं तंगून तंगून आडवी झालेली. त्याला बघवेनासं झालं. दुनिया शिळी झाल्यागत वाटली... सारखं पॉट पॉट करणारी माणसं. रातध्याड येपार नि ह्यो धंदा. तंगली तंगली नि आडवी पडली. कोण घोरतंय तर कोण निजंतच पादतंय. दीसभर बसून कसं अन्न पचणार ह्यांस्नी? तरीबी समद्यांची पोटासाठी धडपड. जनावरं बरी... आरं, जरा हिंडत चला. तमाशे-जलशे बघत चला, जिवाला गोडधोड रस पाजत चला. का जत्रंत येऊनबी पोटाचाच नगारा बडवत बसता? जत्रा केलीया कशाला? जिवाला कसली तरी इंगळी डसवून घ्यावी. अंगावरनं साप फिरवून घ्यावंत. थोडं तरी रानमाणूस व्हावं माणसानं.

जागरणानं डोसकं भरकटल्यागत झालं होतं. चहा प्यावासा वाटू लागलं. पण नजरंला चहा कुठं पडंना. दोन्ही बाजूंना बघत तो देवळाकडं चालला. चहाशिवाय गावाकडं चालायला हुरूप वाटणार नव्हता. कनातीत बैठक मारून बसला होता ती चारपाच तासांनी मोडली होती. मधे चहा नाहीच. चहा मिळाला असता; पण मोक्याची जागा गेली असती. आता पोटात उनउनीत काहीतरी पाहिजे होतं. थंडीत चालायला बरं वाटणार होतं.

एका दुकानाच्या बाजूला एक झिंज्याळ, अंगावर जुन्या चिंध्या घातलेलं, भुतासारखं दिसणारं पोरगं शेगडीवर बंब ठेवून तिच्याभोवतीनं अंगाचा वेटाळा घालून पडलं होतं. त्याचं तोंड कुणीकडच्या बाजूला आहे, हे त्याला कळंना.

"एऽ पोरा, च्या हाय का रे?"

"हाय, या." पोरगं चटका बसल्यागत चटाकदिशी उठलं. कळकट कपबशीतनं चहा दिला.

चहा पोटात घातला नि चंचीतल्या तंबाखूच्या कप्प्यातनं पैसं काढून दिलं.

"काय मिळतंय काय रे ह्यात?" उगंचच चौकशी केली.

“कुठलं काय मिळायचं?... आठबारा आणे दिसाकाठी सुटत्यात.”

“आरं, मग तम्माशात तरी जाऊ ने हुतास का? चांगल्या झिंज्या हाईत. नाच्याबिच्या झाला असतास तर पैशाचा पाऊस पडला असता की.” गंमत म्हणून बोलला.

“नगं बाबा, हाय हेच बरं हाय.”

“का रं?”

“नाच्या कुणी बुळग्यानं व्हावं.”

“आरं, नाच्या न्हाई निदान दुसरं काय तरी...”

“शेवटाला तम्माशाच न्हवं त्यो? त्येचापेक्षा मग ह्यो धंदा काय वंगाळ हाय?” पोरानं कानातली बिडी शेगडीच्या कोळशावर धरून पेटवली. धूर बकाबका आत ओढू लागलं.

तो गप्प झाला. तिथंच बसून सुपारीचं खांड तोंडात टाकलं. पानाला चुना लावला, मुरगळून ते दाढंत सारलं. तंबाखूची चिमूट आत सोडल्यावर तोंड शिवल्यागत करून उठला.

गावाबाहेर आल्यावर अंगाला गार झुळूक लागली. ताजं ताजं वाटू लागलं. चांदण्यानं खचलेलं आभाळ संगतीला धरून कागलची वाट चालू लागला. पांद ओलांडून मोकळ्या वावरांतली पायवाट तुडवू लागला.

आसपासचा भाग सगळा निवांत, नुसती काळी वावरं. पहाटेनं मन उत्तेजित होऊ लागलं. पडणाऱ्या पावलांबरोबर डोक्यात पुन्हा तमाशा उजाडू लागला. ढोलकी कडाडू लागली. नाचणारणींच्या पायांतली घुंगरं ताल धरू लागली. राजा, प्रधान, हवालदार अधनंमधनं फिरू लागले.

“हवालदाऽर”

“कोणचं दाऽर?” त्याचं लक्ष नसतं.

“हवालदाऽर, आत्ताच्या आत्ता महाराणी रुक्मिणीला बलावून आऽण.”

“बरं म्हाराज. त्यांस्नी काय सांगू?”

“म्हणावं, असशीला तसा निघून याऽ. सत्यनगरीच्या म्हाराजांचा म्हत्त्वाचा खलिता आलेला हाये. तो तुम्हांला दावायचा हाये.”

“तुमच्या हातात हाय त्योच खलिता काय?”

“हांऽ! ताबडतोब जा.”

“हे काय चाललूच. आता त्येंची आंघुळीची येळ झालेली असंल. कापडं काढतच असतील; तवा तिकडंच जातू. आणि असशीला तशा निघून या; म्हाराज हातात धरून बसल्यात म्हणून सांगतू.”

“काऽय म्हणालाऽऽस!हरामखोराऽ!” चाबकाचा कडालदिशी आवाज “खलिता-खलिता हातात धरून बसल्यात.” या शब्दांसह त्याच्या कानांत घुमला. चालता

चालता खुदकन हासला. हवालदारावर खूश होऊन गेला... काम बेफाम केलंय त्येनं. राजाचा पार्टबी बेफाम झालाय. पोशाख तर किती झकास! दाढवाणापतोर कल्लं. काजळानं कोरलेलं डोळं. तरवार-कट मिश्या. नाकाचा शेंडा नि नाकपुड्या तर कोरून काढल्यागत. केसं मागं फिरविली की माणूस काय राजबिंडा दिसतूय. काय त्येचं ते चाबकाचं तडाखं, बोलणं, सगळंच न्यारं. वसाड रानात नुसत्या बोलण्यानं राजवाडा हुबा केला. त्या पांढरीला ना रूप ना रंग. एका बाजूला भुयांची पडकी घरं. बाजूला माशांची भिजकी जाळी पसरून पडलेली. त्येंचा मारणारा वास. त्यातच चार डांब रवून केलेला ह्यो तम्माशा. ढोलकी-घुंगरं वाजाय लागली नि बाजूची हवा निघून गेली. समदी जत्रा त्या पडक्या रानात जमा झाली. खरं म्हंजे तात्या, बापू दोघंबी काळं. अंगावरची कापडं आमच्यागतच. गणगवळणीच्या वक्ताला त्या कापडांवरच आलं. पर वग सुरू झाल्यावर तेच राजा-पर्धान झालं नि फाटक्या पडद्यांच्या आत म्हाल हुबा ऱ्हायला. शिकारीला चाललं तर गाणं गावून हत्ती, घोडं, रथ डोळ्याम्होरनं चालल्यात असं हुबं केलं. पाच मिंटाच्या आत सोन्याची दारका समिंदरात बांधल्यागत तऱ्हा.

...शामा काय नाचती! पिप्पळाचं पान थरारल्यागत पायांची थरक. अंग काय मुरडती, कमरंला लचकं काय देती. काळजाचं तुकडं ववाळून टाकावंत असं काम.

तंद्रीत वाट ओसरत होती. मन गार हवा लागेल तसं जास्तच तेज होत होतं. पावलांबरोबर घुंगरं वाजत होती. बाईची संगत होत होती. तिच्या संगतीनं पावलं पुढं पडत होती. त्या धुंदीत तो मोठ्यानं लावणी म्हणू लागला. मांडीवर ढोलकीचा ताल धरू लागला. भोवतीचं सगळं विसरून तो मनाच्या द्वारकेत पोचलेला.

दोन-अडीच तास चालल्यावर कागलच्या शिवेवर तांबडं फुटलं. गाव दिसू लागलं. पाय भुईवर आल्याची जाणीव झाली. खुरडत खुरडत गावंदरीच्या रानातनं चालू लागला. दोन पोरांसाठी घेतलेल्या बत्तासू-लिमज्या पिशवीत चपापल्या. कुपाडी ओलांडून मधनंच मांगवाड्यात घुसला.

दीस वर आला तरी अजून वाकळंतच पडला होता. भोवतीनं म्हातारा, आंधळी म्हातारी, दारकी, दोन पोरं उठून कधीची बसली होती. दोन-अडीच वावांच्या जागेत सगळा संसार. हातरुणाची सगळी कातरंबोतरं वर टाकल्याशिवाय नीटपणं चूल पेटवता येत नव्हती. दारकी अडचणून बसलेली. तो नेमका चुलीकडच्या बाजूला झोपलेला. म्हातारी चहाची वाट बघतेली.

"ऐकू आलं काय?'' दारकीनं हाक मारली.

दोन-तीनदा हाक मारली तरी ओ नाही. त्याला झोपायचं असलं म्हणजे तो ओ देत नसे.

"उठा की आता. चूल पेटवायची हाय." सवय ध्यानात घेऊन ती बोलली. तरीही हालचाल नाही.

घटकाभर तसाच गेला. म्हातारा अस्वस्थ झाला. पोरगं आज कामाचा खाडा करणार याची त्याला काळजी वाटू लागली. मांगवाड्यात बरीच मांगं कामावाचून उपाशी मरतेली. मगदुमाच्या मर्जीमुळं ह्येला एका टाकीचं काम मिळालेलं. ह्येचं असं खाडं झालं तर मगदूम ह्येला कशाला कामावर ठेवंल? लाथ घालून बांधाबाहीर काढंल. आठवडाभर सुरात राबला तरच फुडचं आठ दीस पार पडत्यात. आईबाऽची ह्येला काळजी न्हाई का पोराबाळांचा घोर न्हाई. भिकनुसं सारखं फाफलत जत्रा हुंगत हिंडतंय. चार दिसांचा पगार एका रातीत उडवून आलं.

"उठतूस का न्हाई आता माझ्या लेकाऽ?" बाळूचा तिरकस खवचट सूर. "मालक बोंबलत असंल तिकडं."

त्याला त्यानं उत्तरच दिलं नाही.

चहाची वाट बघून बाळू दुसऱ्यांदा परसाकडं जाऊन आला. तरीही चूल थंड. दया कशासाठी तरी अँऽ अँऽ करून रडत होती.

"उठतंय का न्हाई गं ह्ये बेनं? समद्यांचा खुळांबा करून बसलंय." बाळू खवळला. त्यानं त्याच्या पांघरुणाला हिसका दिला. त्याचं तोंड उघडं झालं.

"वत ग वत दारके ह्येच्या तोंडावर उसळलेलं पाणी. मग तर उठंल झवणं. ह्येचं हे कायमचं हाय." बाळूच्या मांगशिव्या सुरू झाल्या.

"मी आज कामाला जाणार न्हाई. उगंच बडबडू नगंस." त्याला शब्द फुटला.

"खायचं काय मग, हगणदारीतला गू?"

"एऽ खोकडा, तोंड बंद कर. राबतूय म्हणून तर तुकडं मिळत्यात तुला. न्हाईतर कवाच गेलं असतंस वड्याला खत होऊन."

"मायला! ह्ये मलाच उलटून बोलतंय की गं. कुठं तरी उलथू ने हुतंस बारक्यापणीच. कशाला आम्हांरनी रख द्याय ऱ्हायलंस मागं?"

तो उठला नि घोगडं घेऊन सरळ घरातनं बाहेर पडला. नानाच्या रेडा बांधायच्या खोलीत निवांतपणानं जाऊन निजला. वकूत टळल्यावर बापू रेड्याला घेऊन नदीला गेला नि सगळा सोपा त्याच्या स्वाधीन झाला.

बापू गेल्यावर घटकाभरानं दाराला कडी लावून हॉटेलात चहा प्यायला गेला. कामाला जायला नको वाटत होतं. अंगात शिणवटा भरला होता. मनात तमाशाचा घस पिकला होता. इतरांशी बोललं, काम केलं तर तो नासेल; गप पडून थोडा थोडा चाखत राहावं असं वाटतेलं...

परत येऊन पुन्हा बापूच्या खोलीत शिरला. दार पुढं करून अंगावर घोंगड्याचं पटकार गळ्याबरोबर ओढून घेतलं. उताणा पडून राहिला. एकलं एकलं वाटू

लागलं. आईबाबा, बायकोपोरं उपरी झाली... ती आपल्या जल्माची. मी माझ्या जल्माचा.

दाराच्या चिरोंडीतनं नि खापऱ्यांतल्या चांदण्यातनं जेवढी किरणं येतील तेवढाच उजेड. अंधुक अंधुक दिसतेलं...वाशांच्या अंगांत किडं पडलेलं. करकर आवाज सतत चाललेला होता. त्यांच्या भोकांतनं पीठ अधूनमधून सांडतेलं. दोन्ही भिंतींचा आधार घेऊन ते उताणं पडून वरचा सगळा भार सोसतेलं. त्यांच्या अंगांवर कोष्ट्यांनी पांढऱ्या दोऱ्याची घरं बांधलेली. वर पळकाट्यांचं नि तुरकाट्यांचं टोचणारं पांचरण. त्यांवर खापऱ्यांचं ओझं. तरीही वाशांचा तोल ढळत नव्हता. मानगुटीवरचं ओझं निभवत जन्म काढायचा नि किडून जायचं. एक दिवस जळून जाणं हेच नशिबी. सगळं घरच तोंड शिवल्यागत गप. भिंतीत मारलेल्या खुंट्या डोळं वटारून कुणाची तरी वाट बघतेल्या. नुकत्याच सारवलेल्या भिंतींच्या अंगांवर चुन्यात बोटं बुडवून पाच-पाच टिकल्या वावा-वावाला दिलेल्या. त्याही डोळं स्थिर ठेवून पुढं काय घडणार याची वाट बघणाऱ्या.

...पोरकं पोरकं वाटू लागलं. दारामागच्या खोपड्यात रेड्यासाठी आणलेल्या करडी गवताचा भारा रचलेला. त्याच्यावर दोन कोंबड्या दहा वाजून गेलं तरी डोळं मिटून एकमेकीला बिलगून निवांत बसलेल्या. त्यांच्या अशा बसण्याचं गूढ उकलत नव्हतं. एकीनं दुसरीच्या पंखाखाली आपली मान घातली होती. ती दिसतच नव्हती. दोन गोलाकार चित्र्या रंगाच्या ढिगाला एक चोच, जवळच दोन जाणवणारे डोळे, त्यांच्या वरच्या बाजूला तांबडीलाल शिरगुरी. पिसांच्या ढिगात दोन जिवंत प्राणी आहेत, हे खरंही वाटणार नाही असं त्यांचं चमत्काररूप. मधनंमधनं कर्ररर्र करून हळुवार करकरणं... न्यहाळता न्यहाळता त्याच्या चुरचुरणाऱ्या डोळ्यांत नीज उतरली.

...अंग पसरलं. तांबड्या कापडी झालरी असलेला पुन्हा एक छत आला. वाशांतनं आलेल्या किरणांच्या पिवळ्या गॅसबत्त्या झाल्या. त्यांचा अर्धवट शीळ घातल्यासारखा येणारा आवाज पुन्हा ऐकू येऊ लागला. पसरलेलं अंग घोंगड्याला घोंगडी लावून आंथरल्यागत झालं. किरणांतनं रंगीबेरंगी कापडातली साताठ माणसं त्याच्या अंगावर उघड्या तळव्यांनी उतरली नि फिरू लागली. अंगाच्या मातीत त्यांची पावलं उमटू लागली. ढोलकी, डफ-तुणतुणं सुरू झालं. अंग झिणझिणू लागलं. दोन्ही बाजूंनी सुकुमार पावलांनी नाचत सरला नि शामा आल्या. त्याच्या अंगांगात घुंगरं वाजू लागली. त्या फिरतील तशा अंगाला गुदगुल्या होऊ लागल्या. वग सुरू होऊन सगळी कथा पुढं पुढं चालली.

धुडूल धुडूल धुडूल असं एकामागोमाग एक दबकं आवाज येऊ लागलं नि त्याची नीज उद्ध्वस्त झाली. जाग आल्यावर कळलं की गावंदरीकडंला गोड्या मळ्यातल्या विहिरीचं फोडाप चाललेलं आहे. मशीननं घातलेल्या सुरुंगांचं जाळं उडवलं असणार. तासभर दगडागत झोप लागली होती. जाग आल्यावर डोळ्यांना

मोकळं मोकळं वाटू लागलं नि तो उठून बसला. किरणाकडं बघितलं. भिंतीवरची किरणं आता जमिनीवर आली होती. खिसा चाचपून चटक्यासरशी उठला नि खुंटीवरचं मळकं कुडतं अंगात घातलं. हळूच दार उघडून बाहेर पडला. मोऱ्याच्या हॉटेलकडं पुन्हा चालला... मनात अजून सरला-शामा खुर्च्या टाकून बसलेल्या. सरला-शामांना घेऊन चहा-चिवडा खायला तो हॉटेलात घुसला. त्यांच्या मागं नाचणाऱ्या दोन किरकोळ पोरींना त्यानं कधीच हाकलून दिलं होतं. नाचताना त्या नुसतेच हात हलवायच्या. एकमेकींशी अवांतर बोलायच्या. नाचण्याकडं ध्यान न्हाई का मनाला झिंग नाही... जावाकी रांडांनू कुठंतरी रोजगार करून खावा जावा. कशाला आलाईसा तम्माशात? तुम्हांस्नी च्याऽचा टिपूसबी मिळणार न्हाई.

मनातल्या मनात सरला-शामांना भरपेठ चारून, पुन्हा आपल्याबरोबर घेऊन मजा मारत, गप्पा झोडत परत आला. रस्ता, बाजारपेठ, दुकानं, हॉटेलं-त्याच्या काही ध्यानातच आलं नाही.

पुन्हा हातरुणात शिरला. अंधूक उजेडात चहा-चिवड्याची चव जिभेवर ठेवून उघड्या टकटकीत डोळ्यांनी पडून राहिला. मांगवाड्यात चाललेली मागणीची भांडणं नि शिव्या कानांवर पडू लागल्या. कुणाची तरी खताची गाडी खडखडत आली नि पलीकडच्या उकिरड्यावरचं खत भरू लागली. तिच्या बुट्ट्या भरण्याचा, धबाकदिशी गाडीत टाकण्याचा आवाज स्पष्ट ऐकायला येतेला. आत आलेल्या किरणांवरनं वाटत होतं बाहेर उनं कवकवत असावीत. गणू मांगाच्या वळचणीला पोरं काड्याच्या पेट्यांवरल्या चित्रांनी खेळत असावीत; त्यांच्या ओरडण्यावरनं नि शिव्या देण्यावरनं त्यानं अंदाज बांधला. गप पडून डोकं चालू ठेवलं होतं.

घुडघुडत दणक्यानं दार उघडलं नि दारात दारकी उभी राहिली.

“हितं येऊन निजलाईसा व्हय?” त्याच्याकडं नीट नजर करून म्हणाली.

“व्हय. का आलीस?”

“जेवायचं कवा? दीस डुईवरनं खाली ढळला की.”

“ते केत्तार काय करतंय?”

“ते गेल्यात तुकडा खाऊन चौगल्याच्या घराकडं.”

“कशाला?”

“मल्लू आण्णाच्या बायकूनं दोन शिक्की मागिटली हुती; ती घेऊन. - चला बगू घराकडं.” बरोबर आलेला राजा त्याच्याकडं टक लावून बघत होता.

घोंगडं तसंच ठेवलं नि तिच्याबरोबर जायला उठला. काखंतलं पोरगं त्याच्याकडं झेपावलं. त्यानं त्याला अलगद छातीवर घेतलं नि बाहेर पडला.

बाहेर भगभगीत ऊन. पांढऱ्या मातीत ते पांढरंफटक दिसतेलं. ओसाड, पडका, गराड्यांचा, ढासळू बघणारा मांगवाडा. उकिरड्यावरची वाऱ्यानं उडणारी

राख. वाटेच्या दोन्ही बाजूंनी हगलेली पोरं नि अधीमधी कुठंही कोंबड्यांनी केलेली घाण. वळचणींच्या आधारानं पडलेली नि काही थोडी हिंडणारी काळुंदरी डुकरं पार करत घराकडं चालला. मन आकसल्यागत झालं... कसा या घाणीत जलम काढायचा?

तासभर दिसाला बापू रेडा घेऊन घराकडं आला नि त्यानं दार ढकललं. तो तसाच पडलेला. त्याला अचीट वाटलं.

"अजून निजलाईस?"

"हांऽ!"

"जिवाला बरंबिरं न्हाई काय रं?"

"न्हाई. उगंच पडलूय."

"आणि भाकरीतुकडा?"

"खाल्ला. खाऊन आलू नि पडलूय. अंग जरा जड झाल्यागत वाटतंय गा."

"आरं, मग सांज करून कशाला पडलाईस? जरा बाजारबिजारातनं हिंडून ये जा... लईच जड वाटत असंल तर टाकभर शंकऱ्याकडची पोटात टाक जा."

"नगं." तो उठून बसला. "त्येची काय गरज न्हाई."

"जागरणानं असं हुतंय कवा कवा." रेड्याला बांधून, दोन वाळल्या गवताच्या पेंढ्या त्याच्यापुढं बापूनं सोडल्या. रेड्यानं त्या नुसत्या हुंगल्या आणि तो गुणाकडं बघत उभा राहिला. बापूनं त्याच्या पाठीवर थाप मारली. रेड्याचं पोट कुसाडीच्या वर आलं होतं. त्याला आज जाधवाच्या उसाकडनं पोट भरून चारलं होतं. हासत हासत बापू म्हणाला,

"म्हसरं फळवायचा धंदा निर्मल हाय बघ. रेड्यालाबी सुख नि मलाबी सुख. दीसभर न्हाई उद्योग केला तरी चालतं."

तो नुसता हूं हूं म्हणत होता... रेडा त्याच्याकडं उगंचच टक लावून बघतेला.

"तू पड आणि घटकाभर. भलताच आळसटलाईस."

"हांऽ!"

बापू निघून गेला. तो रेड्याकडं बघत पानाला चुना लावू लागला. त्याच्या लक्षात आलं, बापूचं शरीरही असंच रेड्यागत आहे... ठार काळा पाषाण. ह्येचं जग न्यारं. तम्माशाचं जग न्यारं. बापूला काय कळणार त्यातलं? सांगून तरी काय उपयोग? साध्या माणसातनं राजा उगवायची किमया ह्यांस्नी काय कळणार? सरला-शामा नाचू लागल्या की त्या सरला-शामा नसत्यात हे कसं काय समजायचं. दीसभर राब नको, कुणाची शेणं काढ नको का कुणाची ढोरं राखणं नको. तम्माशा करत हिंडायचं नि जगायचं. गेलं पाहिजे तम्माशात. आपूण राजा झालं पाहिजे...

३

उन्हं उतरणीला लागली. बाळूला घरात बसवेना. भांड्याकुंड्यांवर, चुलीवर अंधारी दाटू लागली. समोर बसलेली आंधळी बायनाही दिसेनाशी झाली. आठवणींसारख्या शेजारी ठेवलेल्या मळक्या पटक्याच्या चिंध्या हातात घेऊन तो हाडं वाजवत उठला. अचानक लागलेल्या आगीत जळून पडलेल्या खांबासारखा लांबडका काळा कोळसा दिसणारा त्याचा देह. न बोलताच तो खोपटातनं वाकून बाहेर आला. इकडंतिकडं उगंच बघितलं नि समोरच्या लिंबाऱ्याच्या झाडाकडं चालू लागला. पायांखालचं मुरमाचं खंड मातीवाचून निपचित पडलं होतं. गेली वीस वर्षं त्यांनी मातीची वाट पाहिली होती. बाळूनं घरासमोर चिखल फार होतो म्हणून माळासनं आणून टाकलं होतं. त्यांतलाच एक मोठा धोंडा घेऊन सारखंवारकं केलं होतं - 'बघू म्हणं फुडं कवा तर. करू सफय.' म्हणून तो विचार पुढच्यांवर सोडून दिला होता. वाट बघून बघून ते उन्हात फुटत, कोपरे झिजवत बसलं होतं.

सवयीप्रमाणं तो लिंबाऱ्याला शिवेच्या शिळेसारखा चिकटून बसला. झाडाला टेकून बसल्यावर त्याला बरं वाटायचं. त्याचे बापजादेही वठत चाललेल्या याच लिंबाला टेकून बसायचे. संसाराची मुरी उकलायचे. सावलीखाली चऱ्या सोडायचे, फडं चिरायचे. दारकी अजून घराकडं आली नव्हती. त्याची किलकिली नजर मोकळ्या काळ्या रानातनं मांगवाड्यात शिरणाऱ्या वाटेकडं गेली. कुणीच दिसलं नाही... पोराच्या वागण्यानं त्याला भकास वाटतेलं.

काय करावं त्याला सुचेना. काटकी घेऊन नखानं टोकरत बसला. नजरेसमोर सगळा मांगवाडा पेकाट मोडलेल्या कुत्र्यागत निपचित पडलेला. उजाड. गावातल्या शेतकऱ्याच्या हातापाया पडून गोळा केलेली मेढकी, पळकाट्या, उसाचा पाला, कडब्याची धाटं आणि त्यांचे उभे केलेले कूड. चुकून कुठंतरी पांढऱ्या मातीचे ढीग घालून केलेल्या कच्च्या विटांची भिंत. त्यांना शेणामातीनं सारवून त्यांच्या बंद केलेल्या सांदरी. जुनाट होऊन पडलेले भसके. जमेल तशा घातलेल्या फुटक्या खापऱ्या, तांबरलेले पत्रे. घराला घर चिकटून उभं. त्यामुळं एका बाजूचा कूड वाचलेला. करपलेल्या तव्यातलं, भांड्यांतलं, गाडग्यांतलं सांडलेलं तळचं घाण

पाणी. सडणारी गटारं. त्यात कोंबड्या पायांनी उकरून काही खाऊ बघणाऱ्या. आदिवाशांगत लंगोट्या नि विटकी जुनेरं नेसून बसलेली, वाकड्यातिकड्या, राकट, चरबट जनावरी चेहऱ्यांची माणसं,... कवा एकदा जल्माची साठसत्तर वरसं पुरी हुत्यात असं ह्यांस्नी होऊन गेलं असंल. ती पुरी झाली की डोळं मिटून त्याच मातीत खतमूत होऊन जायाचं... मीबी त्यांतलाच एक. हुतं काय नि झालं काय!

...तरुणपणात या मांगवाड्याला थोडी कळा हुती. सडकंवर शेंबडी पोरं हातात फिरक्या घेऊन उघडीवाघडी पडी सोडत हुती, आईबाऽला मदत करत हुती. हात अवघडून आलं तरी फिरकी फिरवत हुती. वाख झालेल्या अंगातनंच एक एक बट निघत हुती. सडकंच्या मातीत लोळत, तिच्यावरची कस्पाटं अंगात मुरगळून घेत पडी लांब लांब व्हायच्या. सगळी पोरं नि दांडगी माणसं कामात गुतलेली. आंब्याच्या बागंत सावलीला, वळचणीला कुणी कुणी उन्हाचं बसून फडं चिरतेलं. ऊनताण न म्हणता कुणी रानातनं फड्याचं काटंकिंजाळ भारं घेऊन गावात येतेलं, कुणी चिरलेलं जडशीळ फडं नकट्या खणीला कुजत घालाय कुचंबत कुचंबत जातेलं, घामानं निथळतेलं.

...चिंच-बुडचा बंडू बोरे साळुतं करून गावापरगावांस्नी जातेला, जानबाची शिक्की, कासरं, दावी, बैलांच्या गळ्यांतलं रंगीत वाखाचं कंठं जर बाजारी दिसतेलं.. गेलं बिचारं सगळं फुडं. त्येंच्याबरूबरच मांगधदाबी सर्गाला गेला. रतनू गुजराच्या दहाबारा मळ्यांत मांगांचं निम्मं नाडासोंदूर, काढण्याकासरं, दावी-दावणी जातेल्या. त्येची शंभरभर बैलं, चाळीसभर म्हसरं नि गायरं. गावात मोटा-औतं हुती, ढोरं-गुरं हुती, तवर धंदा भरघोस चालला. बैतं खळ्यावर, दारावर भरपूर मिळालं. ऐन हयातीत सगळ्या घाईगर्दीत कामं केली... समदं व्हगाडलं आता.

आता नव्या तऱ्हा आल्या, हिरीवर इंजनं बसली, इजंवरच्या मोटारी आल्या नि मोटा गेल्या. यस्ट्या गावात आल्या नि शेरगावच्या नकली रंगीत सामानाला माणसं चटावली. कशानं मग आमचा अडाण्याचा धंदा चालणार?... आठधा वर्सांत सगळा मांगवाडा येडबडून गेला. हातातली कामं हिसकावून घेतल्यागत चिन्नभिन्न झाला. पोरांनी नाडंआट्या उकरून काढल्या नि ढोरांस्नी खुट्टं म्हणून रवल्या. घरं दिसाकडं आऽ करून बघत बसली. येडबडलेली पोरं जास्त चोऱ्या करू लागली. पोटासाठी मारामाऱ्या. कुणी रोजगारी कामाला जातेलं; तर माझ्यागत म्हातारीकोतारी खुराड्यात मरणाची वाट बघतेली. कुणी लाजा सोडल्या नि गावातनं वटं पसरलं. आपल्याला न्हाई असं जमायचं... माझं खानदान सोडून मी भीक मागू?

आतापतोर इभ्रतीनं दीस काढलं. आता धंदाच चालत न्हाई तर मी तरी काय करू? म्हणूनच असं येडबडल्यागत झालंय. एवढा दांडगा कोल्लापूरचा राजा, त्येचं सौस्तान ते इलीन झालं. मग माझं मांगाचं काय? फिरकी, कारली, खिळा,

पाती, भोरकड्या-सगळंच सामान वाशांत खवून ठेवायची पाळी आली. तेबी आता वाट बघून बघून चुलीच्या धुरानं धुरकटून काळं-मिचकूट होऊन गेलंय. जलम ऐन सपायच्या वक्तालाच हे असं झालं. तरुणपणात झालं असतं तर काय तरी नवा धंदा तरी काढला असता. आता ह्या वयात काय करणार मी?

...माझं हे असं होऊ ने ते झालं म्हणूनच माझ्या थोरल्या पोराचा घात झाला. चार पैसं तरी मिळतील म्हणून मिलटरीत भरती झालं. चार वर्सं थोडं पैसंबी आलं. पर त्या लढाईत कुठं गेलं, कसं गेलं अजून पत्त्या न्हाई. तिकडंच कुठंतरी कैदीत असंल? असंलबी न्हाई तर नसंलबी. सरकारनं तर बेपत्त्या झाल्यावर सात म्हैन्यांनी कळीवलं, मेलं म्हणून. खरं-खोटं काय कळत न्हाई... त्येच्या मागं ह्यो माझा पुत्तूर चांगला निपजंल, असं वाटलं हुतं. पर ह्यो निघाला छप्पन गुणांचा. शाणा होऊ दे म्हणून साळंत घाटला. शिकतंय म्हणून तळहातावर झेलला. कवा चऱ्हाटाच्या धंद्यात येऊ दिला न्हाई का एक पड सोडू दिली न्हाई. किती हौस केली! जीव ववाळून टाकला नि म्हणंल ते करून दिलं. त्येचं आता चांगलं पांग फेडतूय...

शेवटचं पोरगं म्हणून त्यानं कौतुकानं गुणाला शाळेत घातलं. पण ते साताठ वर्षं कसंबसं शिकलं नि पुन्हा गावभर हिंडू लागलं. तेवढाच त्याच्यावरचा शाळेचा संस्कार. पुढं कुस्त्या करू लागलं. भाऊ लढाईत मेला नि खायला मिळेनासं झालं. गावात एक नवं वाचनालय सुरू झालेलं. तिथं ओळखीनं नोकरी दिली. पुस्तकं झाडायला, चिठ्या चिकटवायला, इकडची तिकडं करायला, नोंदी ठेवायला काम मिळालं. फावल्या वेळात काहीबाही वाचणं, चित्रं बघणं चालायचं. बरं चाललं होतं. पण दुसऱ्याच वर्षी वाचनालय चालेना म्हणून बंद पडायच्या घाईला आलं. जमलेला फंड संपला. पगार मिळेनासा झाला. कसेबसे बिनपगारी पाचसात महिने काढले नि तो मोकळा झाला. कुणी म्हणतं, त्यानं पुस्तकं चोरली म्हणून त्याला काढला. वाचनाचा नाद लागला तो लागलाच.

पुढं कुठंच नोकरीचं जमलं नाही. त्यालाही राम वाटला नाही. नोकरीत बांधल्या बांधल्यागत वाटत होतं. पण पोट चुकत नव्हतं. नशिबी रोजगार आला. रोजगारी होऊन हिंडता हिंडता मगदुमाच्या मळ्यात बसब बसलं. टाकीचं काम मिळालं. आठवड्याचा पगार आठवड्याला. बारमाही राहायचं. मनाला वाटेल तेव्हा खाडं केलं तरी चालायचं. सकाळी तासभर दीस आल्यावर यायचं ते रात्री तासरातीला घराकडं जायचं.

त्याच्या रोजगारावर घर चाललं होतं नि बाळूचं हातपाय काढून खोपड्यात टाकल्यागत झालं होतं. थोरल्या पोराच्या येणाऱ्या तुटपुंज्या पेन्शनवर थोडं तरी चाललं असतं. पण त्याच्या बायकोच्या नावावर ते मिळत होतं नि ती तीन पोरं घेऊन मांगवाड्यातच दुसऱ्या टोकाला जाऊन सवती राहिली होती.

"कुठं गेलासा ई?" आंधळी बायनी घरातनंच ओरडली. बाळूचा कान घराच्या बाजूला वळला.

"हाय हाय. बस तिथं गप."

"रात झाली अजून दारकी कशी आली न्हाई?"

"रात झाली का न्हाई ते तुला ठावं का मला? गप बस की तिथं खोपडा धरून... उगंच त्येच्या बायलं कडमड करतंय."

बायनीचा आवाज बंद झाला. घरातला अंधार आतल्या आत वळवळला. स्वत:शीच काहीतरी बडबडत ती बसली. यसवंता मिलटरीत गेल्यापासनं तिला हळूहळू कमी दिसू लागलं ते दोनचार वर्षांत डोळ्यांची भिंताडं झाली. मांगणी म्हणतात, "पोरगं गेलं तवा ती म्हैनाभर रडली. डोळ्यातलं पाणी आटून आटून मोती झालं नि डोळ्यांवर पडद्या आल्या." फुकट औषध मिळणाऱ्या सरकारी दवाखान्यात दाखवलं तर डॉक्टर म्हणालं, "कोल्हापूरला जाऊन डोळ्याचं ऑपरेशन केलं पाहिजे." "नगं रं बाबा! माझं हाईत तेबी डोळं काढून टाकतील." डॉक्टर हसले. डोळ्यांचं ऑपरेशन करून घेतलं तर कसं दिसू शकेल, हे त्यांनी पटवून दिलं. बाळूनं मुकाटपणानं मान हलवली... दोनअडीचशे रुपय आणायचं कुठनं? थोरलं पोरगं असतं तर कायबी केलं असतं. आणि दिसून तरी काय उपयोग? ती काय आता कामं करणार हाय? बसूनच खाणार. डोळं येऊन नि न येऊनबी काय फायदा न्हाई. बसू दे तिकडं उगंच खोपडा धरून. तिची येळ येईल तवा जाईल...

बसल्या बसल्या तिच्या आंधळ्या डोळ्यांसमोर आयुष्याचा वाख सुटत जायचा. मनातल्या मनात उजाडल्यागत व्हायचं. तीन पोरं नि चार पोरींचा फुललेला संसार. तीन पोरी जगल्या. एक पोरगं पाच वर्सांचं असतानाच फोड्या येऊन मेलं. थोरलं असं परमुलखात जाऊन कुठं वताडात मरून पडलं. गुणा असा गुण उधळत बसला. तिच्या आंधळ्या डोळ्यांतही शेवटची इच्छा होती, मरते वेळी सगळी पोरं आणि नातवंडं एका जागी यावीत नि डोळं भरून ती पाहायला मिळावीत... डोळ्यांसमोरच्या अंधारातच तिला हे चित्र दिसायचं. बाळूजवळ ती कधीकधी बोलून दाखवायची.

दीस डोंगराआड गेल्यावर दारकीनं माळाची उतरण उतरली नि ती म्हारकीत आली. मांगवाडा दिसू लागला. तिचा जीव भांड्यात पडला... आता म्हारकीची नि मग कुंभारकीची रानं वलांडली की मांगोडाच. ओच्यात कदमाच्या उसाच्या खांडपाटाची वटाभर वांगी. येता येता किनीट पडताना पोरीला उसाकडंला उभी करून खांडपाटाला घुसली होती. कचाकचा वांगी तोडून तशीच ओढ्यानं पांदीत घुसून मग माळाला लागलेली. माळ उतरल्यावर निर्धास्त वाटलं. आज रातच्या नि उद्या सकाळच्या भाकरीला कोरड्यास भरपूर मिळणार होतं.

सकाळची भाकरी गुणाला पोचती करून ती दुपारी पोरीला घेऊन बाहेर पडली होती. दयाचे पाय मातीत होरपळत होते. डोईवर पाटी. चालता चालता दयाच्या हाताला धरून ओढीत होती. "कवळी काटंवाळकं, चवाळ्याच्या शेंगा खायाला देती; चल लवकर" म्हणून पळवत होती. शेंबूड ओढत ती मागोमाग पळत होती. जंगमाच्या मळ्यात दुपारची सामसूम दिसली. माणसं मोटा सोडून, भाकरीतुकडा खाऊन सावलीला पडली होती. सामसूम बघून तिनं ओढ्याच्या बेटाखाली पोरीला बसवली नि चवळीच्या शेंगा चटाचटा दोन-चार मुठी तोडून घेतल्या. दयाला चघळायला त्या सांजपर्यंत पुरल्या. तशीच पुढं सरकून काशीच्या पडक्या विहिरीच्या आसपास हिंडून आंब्याच्या वाळल्या काटक्या गोळा केल्या. दोघींनी लिंगनुऱ्याच्या माळाला हिंडून शेणाची खांडं गोळा करून जळणाची बेजमी केली.

दुपारच्या मोटा धरायच्या वक्ताला सरळ गुणाच्या मळ्याकडं गेली. शिर्पा मोट मारत होता. तिथंच उघडीवाघडी घामेजलेली पोर पाटावर धुऊन काढली. दयानं गारेगार पाणी अंगावर पडताना रडून योट केला. पण तिनं हासतहासतच तिला पाटात बुचकळून काढली.

शेंबूड येईपर्यंत ती पाटाच्या डमकात बसून हातपाय आपटत होती.

तिला धुतल्यावर चोळी काढून झमाझमा बुडवून उन्हात टाकली. झाडाच्या आडाला जाऊन चुंबळीचा पांढरा, मळका, तीन-चार जागी भोकं पडलेला धडपा लुंगीसारखा आडवा लावला नि अंगावरचं जुनेरं पाण्यात बुचकळून टाकलं. अंग घासत पाटावर बसली. छातीवरून दगड फिरताना हिंदकळणाऱ्या स्तनांकडं, धडप्याच्या भसक्यातनं डोकावणाऱ्या मांड्यांकडं बघून शिर्पाचं रक्त तापू लागलं. तसाच तो मोटा मारू लागला.

तिचं त्याच्याकडं ध्यानच नाही. जुनेरं वाळल्याचं दिसल्यावर धडप्यावर आंघोळ करून तिनं जुनेरं नेसलं नि धडपा धुऊन टाकला...'झालं आता. चारपाच दीस धुणंपाणी बघाय नगं.' घटकाभर इस्वाटा घेतला नि मग घराकडं जायला निघाली. गुणानं पाण्याकडनं येऊन पोरीला खायला म्हणून शिर्पाची परवानगी घेऊन तीनचार काटंवाळकं दिली. बैलापुढच्या धाटांची एक पेंढी जळणाला म्हणून बुट्टीवर ठेवली. जळण नि पाटाकडंला मिळालेली घुळीची भाजी वट्यात घेऊन ती जायला निघाली.'आजचा दीस साजरा झाला; आता उद्याचं उद्या', असं मनात म्हणत जाता जाताच कदमाचा मळा वाटेत आला नि तिनं उसात शिरून वांग्यांनी वटा भरून घेतला.

माळासनं उतरलेली दारकी नि पाठीमागनं उघडीच पळणारी दया बाळबाच्या किलकिल्या डोळ्यांना दिसली नि त्यानं बसल्या जाग्यालाच हालचाल केली... पोरगी आली वाटतं. त्याच्या सुरकुत्या पडलेल्या चेहऱ्यावर सांजची गारगार झुळूक सांडली. तरतरी आल्यागत वाटलं.

ती मांगवाड्याजवळ आली नि त्याला तिचा वटा गच्च भरलेला दिसला.

"पोरगी आली गं." त्याने लिंबाबुडनंच म्हातारीला हाक दिली. गुडघ्यांवर हातांचा रेटा देऊन तो उठला.

वट्यातली वांगी नि भाजी कोनं गेलेल्या सुपात ओतून दारकी तिथंच बसली. दया बाजूला बसली. डेऱ्यातनं जर्मनचा चेपका तांब्या भरून तिनं पाणी काढलं नि आडकुडचा करून घटाघटा प्याली. जेवल्यागत टर्रदिशी ढेकर दिला. पदरानं मानेवरचा, कपाळावरचा घाम पुसला.

"दारके, च्या करतीस का जरा?" आंधळी म्हातारी भिंतीकडं बघत म्हणाली.

"आगं, करंल की. आत्ता आलीया, जरा इस्वाटा घेतीया, पाणी पितीया, थांब की तवर." म्हातारा.

"कर बाई, कर; सावकास कर. माझी काय गडबड न्हाई."

"आता करती नव्हं का. दूध आदूगर आणलं पाहिजे."

बाळूनं तिला चंचीतलं दहा पैसं दिलं. बारकं चेंबलं घेऊन तशीच अनवाणी बाहेर पडली. दीसभर घरात असलेला राजा रडू लागला. त्याला घेऊन दूध आणायला गेली.

कुडचाभर दूध आणून चहा उकळला. सगळ्यांची तोंडं गुळचट झाली म्हातारा पुन्ना वाकत वाकत उठून लिंबाबुडी जाऊन बसला. तिनं चुलीतली राख उकरून बाजूला सारली. रातच्या स्वैपाकाला चुलीत भराण घातलं.

दोन तास रातीला मगदूम बाळूच्या घराकडं आला. बाळू पोटात कडकडीत भूक घेऊन दारातोंडांला चुलीच्या जाळाकडं आक्रीत बघत बसला होता... गाडग्यात चिरून टाकलेली वांगी रटारटा शिजतात कशी नि खायच्या लागी चवदार होतात कशी, भाकरीचा थपथप आवाज येतो कसा, पांढरीधोट भाकरी तव्यात पडताना थाप्प करून वाजते कशी, ती फुगते कशी, खरपूस वास कसा येतो, चुलीला लावल्यावर तिला जीव आल्यागत कसा होतो, पापड फुगताना बरं कसं वाटतं नि ती वांग्याच्या आधणाबरोबर पोटात गेल्यावर कसं बेफाम पोट भरल्यागत होतं, याचं त्याला कोडं वाटत असावं. त्या कल्पनेनं तो हे सगळं आश्चर्य घडवणाऱ्या लाल, गुलाबी जाळाकडं बघत होता. मुकाटपणानं जाळ वळवळत तव्याभोवतीनं, वांग्याच्या गाडग्याभोवतीनं जिभळ्या चाटत फिरत होता. बायना जाळापुढं अंधारात सगळ्यांच्या साक्षीला बसल्यागत दिसत होती.

"बाळबाऽ" बोळाच्या तोंडासनं मगदुमाची हाक.

"जीऽ" बाळू धडपडत उठू लागला.

"हाईस काय?"

“हाय की जी.” तरातरा बोळाच्या तोंडाला आला.

“गुण्या आलाय काय?”

“हे न्हवं का आत्ताच आला हुता. च्या पिऊन कुठं गेला? थांबा खावा; इचारतू हं.” तो थोडं मालकाशी, थोडं आपल्याशी बोलल्यागत करत मागं वळला.

“नगं इचारू. काम तुझ्याकडंच हाय.”

“काय जी?”

“पोरानं काय खेळ मांडलाय ह्यो?”

“काय झालं?”

“मळ्यात मक्का आलाय काढायला. तुझ्या पोराला शिर्पा म्हणाला, ‘जेवून राखणीला ये.’ तर ‘जमायचं न्हाई,’ म्हणतोय. बरं मी काय फुकट राखणीला ये म्हणत न्हाई. ‘चार आणे रोजगार जादा देतो’ म्हटलं. रातच्याला, सकाळच्याला च्या. कवा इच्छा झाली तर कणसं व्हरपळून खाता येतील. घराकडंबी कवा चार दिली तर मी काय नको म्हणणार हाय? - तुझ्या पोराला नको झालंय हे सारं.”

“काय म्हणतूय त्यो?”

“कुठलं काय म्हणतोय? राखणीला यायला जमायचं न्हाई म्हणतोय. ‘दिसावारी हजरी, रात माझी’ अशी त्येची भाशा.”

“मी सांगतू त्येला आल्यावर वस्तीला जायला. तुम्ही जावा घराकडं.”

“सांग तू नीट समजून. तुझाच फायदा हाय म्हणावं. पोरगं हाय माझं तिथं. संगतीसंगतीनं न्हात चल म्हणावं.”

“सांगतू, सांगतू.”

मालक उघड्या गटारीवरनं उडी मारून घराकडं वळला.

जेवायच्या वक्ताला जरा उशीर करून गुणा घराकडं आला. त्या खुराड्यात येताना त्याचे पाय जड होत. पिसारा झडलेल्या म्हाताऱ्या मोरासारखा तो आत जाई. मन मिटून शिळा कोरडा तुकडा घोळून घोळून पोटात ढकली.

दारकी गुणाची वाट बघत होती. तो आल्याबरोबर तिनं सगळ्यांच्या थाटल्या काढल्या. त्यांत वांगं-भाकरी वाढलं. तिथंच बाजूला हात धुऊन तो जेवायला बसला.

“मगदूम आला हुता रं.” बाळू.

“थोरला मालक काय?”

“हां.”

“का आला हुता?”

“तुला वस्तीला जायला सांगाय.”

“सांगितलंय की त्येच्या पोराजवळ न्हाई जमायचं म्हणून.”

“का?”

“न्हाई जमायचं.” त्याचा आवाज अडेल झाला.

“चार आणं जादा देणार हाय. चार कणसं कवा पोरास्नी दातलाय मिळत्यात. जा की.”

“न्हाई जमायचं.”

“गावात वस्तीला व्हाऊन का शिंगं फुटणार हाईत तुला?” म्हाताऱ्याचा सूर चढत चालला.

“दीसभर कामं करून तिथं बूर पडतूय माझा. रातभर आणि तंगाय जाऊ व्हय तिथं?”

“आरं, नुसतं वस्तीला जायाचं. तिथं का मळणी घालायची हाय व्हय? नुसतं रानाच्या बांधाला संगं संगं पडायचं. कवा जाग आल्यावर एखादी फेरी मनात आली तर टाकावी; न्हाई तर न्हाई.”

“नगं मला ते काम. वस्तीला म्हणून कवा मी जाणार न्हाई बघ. रातध्याड कुणाची गुलामगिरी नगं.” तो कातवला.

“सुक्काळीच्या, भीक लागलीया सगळ्या मांगोड्याला नि तुला ही बूद आठवाय लागलीया? चार आणं मिळत्यात ते काय थोडं झालं? मांगं काम काम म्हणत गावभर बोंबलत हिंडत्यात, तर कुठं मिळंना झालंय नि तुला मेंडा आलाय व्हय?” बाळू तिरमिरीवर आला.

“मी जाणार न्हाई म्हणून सांगिटलं न्हवं तुला? लईच गरज असली तर तू जा.”

“अवो, चार दीस मक्का आलाय तर जावा की तिकडं. चार दिसांनी पुन्ना गावात वस्ती हायच की.” बाळूचा सूर ओळखून दारकी गुणाला म्हणाली.

“तू गप गं, कुतरे! भात घाल ह्येच्यात असला तर.” त्यानं मोकळी थाटली तिच्याकडं फेकली.

मुकाट्यानं तिनं भात घातला. कल ध्यानात घेऊन बाळू तिला सांगितल्यासारखं बोलू लागला. “संसारवाला बापय झालाय गं त्यो आता. तरुणपण उतू चाललंय सुक्काळीच्याचं. म्हणून मला ह्या पणात राखणीला जायला सांगतूय. ह्यासाठीच ह्येला एवढा नारळीच्या झाडाएवढा केला. पोटातला घास काढून ह्येच्या तोंडात कोंबला नि रांडंच्याला धोंड्या दुष्काळात जगीवला. मला कामं सांगायलाच ह्येला थोरला केला मी. मी आता कामाला जायाचं नि ह्या बाईलभाड्यानं घरात निजायचं. बारा बिंदाचा शाणा व्हावा म्हणून कामं बिनलावता साळंत घाटला, तर तिथंबी हागून आला. सोन्यासारखी नोकरी संभाळता आली न्हाई ह्या बुरशाला. कोणच्या मुळावर

जलमलं त्येच्या भणं कुणाला ठावं? वाढत जाईल तसा माझा धंदा बसवत गेलं. थोरलं सोन्यासारखं पोरगं हातातनं गेलं नि ह्यो चांदसूर्व्या मला जगवाय मागं ऱ्हायला.''

घास गिळता गिळता बाळूचं चऱ्हाट चाललं होतं.

''गप बसा की आता. तुकडा खाऊ दे का नगं ते?'' आंधळी बायनी.

''आगं, कुठला तुकडा गॉड लागतूय त्येला? जतरा बघत हिंडू दे जतरा. भाकरीपेक्षा तम्माशा गॉड लागतूय त्येला? म्हणून तर चार दिसाचा पगार घेऊन एका रातीत खर्चून आला ह्यो माझा पुत्तूर. असाच हिंड म्हणावं बोंबलत कामं सोडून. पोरंबाळं मरू द्यात हितं... दयामाया हाय काय व्हैमालीच्या तुला? कुणाचं बेनं होईस तू?''

''गप बसतूस का एऽ केत्तारा? का आता लाथ घालू नि कुडासंगं निजवू?'' तो चिडला.

''गप बसा की तुम्ही तरी आता. का मीच उठून जाऊ हितनं?'' दारकी तोंडातला घास तोंडातच धरून गुणाला बोलली.

त्यानं थाटलीत हात कसाबसा धुतला नि तोंड करत अंधारात नाहीसा झाला.

बाळूचं तोंड चालूच होतं. तो आता आंधळ्या बायनाकडं वळला होता. सगळ्या गावातल्या बागायतदारांची नावं घेऊन तिला वाट्टेल तशा शिव्या देत होता. गुणाला जणू तिनंच जन्माला घातलं होतं... तो रंगानं उजळ. उंचेला. नाक नीटघोल. डोळे मोठे आणि काळे. डोकंही किंचित मोठं नि कानही मोठे जाणवणारे... आपल्या कुणासारखाच नसलेला त्याचा रंग नि रूप बघून मनात खोल खोल कुठं तरी त्याच्या जन्मापासूनच जळमटं येत होती नि ती त्याच्या घशात कायमची अडकून बसली होती.

४

तिखटाची झोंबरी चव जिभेवर सळसळवत तो बाहेर पडला. रात पडली की त्याचं डोकं घुमू लागे. व्याकुळपण येई. अस्वस्थ होऊन काळोखात सुपारीची खांडं दाढेखाली फोडत बसे. एकटाच कुठंतरी गावाबाहेरच्या पुलावर जाई. स्टँडवरच्या रेडिओवरची ढणढणणारी गाणी ऐके. थेटराकडं जाऊन सिनेमाची चित्रं बघून येई. आणखी अस्वस्थ होई. कशाची बेचैनी आली होती कळत नव्हतं.

चांदणं अंगावर घेत तो आंब्याच्या बागेकडं वळला. बागेत तारांकडंच्या बाजूला कच्च्या पांढऱ्या विटांच्या बिनछप्परी पडक्या घरात पोरं चकाट्या पिटत होती. तंगणुकीनं तोंडाला आलेली खर घालवत होती. आपलं मनरंजन आपणच करत होती. चांदणं बघून मनातलं खरं खरं बोलत होती. मन चांदणत बसलेली. जिवाचा विरंगुळा होत चाललेला. वर चांदणं ढग स्वच्छ करत करत चाललेलं. आभाळभर भरत चाललेलं.

दोन डांबांच्या मधली तार फाकून तो वाकून आत आला. तोंडात पान-तंबाखू गच्च होतं. पोरांचं खीऽखीऽ ऐकून मन जरा उजळल्यागत झालं.

"याऽ गुणवंतराव माशामारे. काढा टोपी नि बसा त्या कावळं हगलेल्या दगडावर."

पोरं खदखदून हासली. त्यानं खरोखरच गांधी टोपी काढली. तिनं दावणीचा दगड झटकला नि त्याच्यावर बसला. शंकऱ्या, वशा, किशा, धामुड्या पाव्हणा, बापूचा नाना, इष्ण्या, बरीच पोरं दिसली.

कामाधामाचा, चोऱ्यामाऱ्यांचा, इस्पिटांच्या खेळांचा, नुकत्याच आलेल्या सिनेमाचा चावून चावून चोथा झाला नि सिनेमाकडनं तमाशाकडं बोलणं सरकलं. बोलता बोलता त्यानं सोंगाड्याच्या गमती सांगितल्या. त्याच्या नकला केल्या. राजा-प्रधानांचे संवाद म्हटले. नाचणाऱ्या बायकांचे गमतीदार हावभाव करून दाखवले. पोरं हासून हासून पडली. शेवटी तो म्हणाला,

"आपूण तम्माशा काढायचा का बोला?"

"खरंच काढू या त्येच्या आयला. एका टाकीचं काम तरी लागंल मला."

खडमा वशा.

"तुला काम लागल्यावर गावातनं उंडग्यागत हिंडणार कोण?" इष्ण्या.

"काय करतूस तर त्याच्या आयला. ह्या बारा बिंदाच्या गावात मेलं तरी काम मिळत न्हाई."

"तम्माशा काढू; पर तुला तुणतुणंवाल्याचं काम करायला पाहिजे." दुसरं कोण तरी.

"तुणतुणंवाल्याचं न्हवं, राजाच्या हंटरचं तडाखं खायाचं काम जरी दिलं तरी करतू. पर पोटाला भरपूर पाहिजे."

"कायम हंटरचं तडाखं खाल्लं पाहिजेत."

"कायम न्हवं; तम्माशा संपल्यावरबी तडाखं खायाची आपली तयारी हाय. दीस जाता जाईत न्हाई त्येच्या आयला. निदान रातभर तालमी करून दीसभर निजून तरी घालवू."

वशाला बेकारीचा कंटाळा आलेला. काही तरी काम हवं होतं. निदान मन कशात तरी रमवायला पाहिजे होतं. बाऽनंही तरुणपणी कधी तरी तीनचार वर्षं तमाशात ढोलकीवाल्यांचं काम केलेलं. त्याचीही किनया घरात अधनंमधनं कानांवर येतेली. तो हासत हासत मनातलं बोलत होता.

"आपूण तम्माशात येऊ; पर नाचणारीण सुभ्या मांगाची तारी असंल तरच. काय रूप हाय! नुसतं पिकून ढ्यान झालेलं जांभाळ न्हवं."

सगळीच पोरं तिचं नाव काढल्याबरोबर खॉक खॉक करून हासू लागली. सुभ्या मांगाची तारी काळीमिट्ट, लग्नावाचून पडलेली. तरणी पोरं तिची कळ काढत, मजा करत हिंडायची.

"खरंच गुण्या, तम्माशा काढलास तर आपूण माझ्या मामाची ढोलकी घेऊन यायला एका पायावर तयार हाय." धामुड्या पाव्हणा. त्याच्या मनात आपल्या मामाची ढोलकी वाजू लागली. कधीतरी ढोलकीवर त्यानं चार हात टाकलेले. गावाकडं घरात बसून वाजवण्याची चटक लागलेली.

"धामुड्या, ढोलकी असंल तुझ्या मामाची तर घेऊन ये." तो जरा गंभीरच झाला.

"मामा देईल काय?" मधेच कोण तर.

"म्हातारा झालाय आता. पाचसात वर्सं झाली, ढोलकी पडूनच हाय. कोण वाजवत न्हाई काय न्हाई."

"आरं, दोन्ही बाजूंची चमडी उंदरानं खाल्ली असतील; म्हणून कुणी वाजवत नसंल." इष्ण्याचा एक डोळा.

खसखस पुन्हा पिकली.

“गेली असतील चमडी तर आपूण बसवून घेऊ. उद्याच्या उद्या ये ढोलकी घेऊन.” तो.

“उद्याच्या उद्या कसं जमंल? तळंगद्याला गेलू की आणतू.”

“उद्याच जायचं. सायकलचं भाडं आपूण देऊ.”

“रुपायाभर पडलं.”

“ह्यो आत्ता घे. उद्या रातच्याला ढोलकी हितं आली पाहिजे.”

“लागलं.”

त्यानं तिथल्या तिथं रुपाया काढून दिला नि सगळीच पोरं घटकाभर गंमत विसरून गेली.

“आपूण पैल्यांदा लागणारा पैसा द्यायला तयार हाय. तुम्ही येणार असशीला तर बोला.”

“आणि वग रे?” शंकऱ्याला वाटलं, आता खरंच तम्माशा सुरू होणार... आपूण त्यात पेटी वाजवायची न्हाई तर गायाचं. बाटल्या पोचवून त्याला कंटाळा आलेला. पोलिसांचा झक्कू चुकवता चुकवता नाकाला दम येतेला. एकदोनदा तुरुंगाची हवा खाऊन यावी लागलेली... आपल्याला गाता येतं, भजनात पेटी वाजीवता येती, साद चांगला हाय. चांगला वाव मिळंल. जम बसला की मुलूख फिरता येईल नि पैशाचा पाऊस पडंल...“माणसं आली की फड हुबा ऱ्हायला किती अवकास? वगाचं मातूर कुणी तरी बघिटलं पाहिजे.”

“वग आपूणच लिवायचा. समद्यांनी मिळून डोसकी लढवायची नि वग बसवायचा.”

“आपूण तर गड्या लावशीला ते काम करू. लाकडं फोडून माझं बकुटं तुटायची पाळी आलीया. ऊन न्हाई, ताण न्हाई, दीसभर घे लाकूड की घाल दणका. नुसता फेसाटून जातूय बघ ह्या संसारानं.” संसाराला वैतागलेला म्हारुती.

“पोरं जरा थोडी काढायची हुतीस. का आपली हुत्यात बायकूला पोरं म्हणून वर्साला एक. साऽ वर्सांत पाच पोरं. अजून ईसावर पाचबी झाली नसतील की तुला. मग फुडच्या ईस-तीस वर्सांत पोरांचा आकडा दोन डझनावर जाईल की, म्हारुती.”

“ते का माज्या हातात हाय व्हय बिनलगनाच्या इसनू?”

“तर आणि कुणाच्या? जा की सरकारी दवाखान्यात नि टाक जा शीर तोडून. का नुसता नावालाच म्हाऽरुती.”

“आरं, बायकू काय म्हणंल त्येची? का आपलं तू खुशाल सांगाय लागलाईस त्येला. शीर का त्येच्या एकट्याच्या हातात हाय व्हय? बायकूच्याबी हातात असती, इसनू.” किसन्या.

“असं व्हय? मला न्हवतं ठावं.”

“गप बसा की रे. तम्माशा काढल्यावर पोरं कमी हुतील की त्येला. रात तम्माशातच गेल्यावर म्हारुत्याची बायकू तरी एकटी काय करणार हाय?” बराच वेळ तमाशाचं बोलणं एकचित्तानं ऐकणारा नाना.

भलत्याच वाटेनं बराच वेळ बोलणं पुन्हा गेल्यावर गुणा म्हणाला, “गड्यांनू, खरंच माझ्या मनात तम्माशा काढायचा इचार हाय. न्हाई तरी बारा बारा वाजूपतोर आपूण हितं बसतूया. त्याच टायमात तम्माशा बसंल.”

“ह्या पडक्या घरातच तालमी करायच्या व्हय रे?” वरच्या छपराच्या जागी दिसणाऱ्या भगाट आभाळाकडं बघत इष्ण्या टरकला.

“तालमी आपल्या घरात करू.” नानाचा बेत.

“तुझ्या घरात? तुझा बाऽ डोसक्याची केसं राखंल का आमच्या? पा-पायताणानं हाणंल न्हवं?”

“तिथं न्हाई, हिकडच्या घरात. रेडा बांधतावं तिथं. तालमी होऊस्तवर रेडा दारात बांधायचा. त्या झाल्या की रेडा आत.”

“ह्येऽ बेस्ट!” गुणाला एकदम बरं वाटलं.

“आपूण राजा न्हाई तर पर्धानाचं काम करणार.” नानाला आपल्या त्यातल्या त्यात असलेल्या देखणेपणाचा अभिमान होता.

“हांऽऽ! बघा बघा ह्यो राजा नि कोंबडीच्या लगनाला भेंडबाजा. घरात दोनदोन, तीनतीन दिस चूल पेटत न्हाई नि ह्येला म्हणं राजा करा. तलवार कशी धरायची ठावं हाय का तुला?” इष्ण्याचा डोळा.

“गप बस ए दीड डोळ्याच्या इसनू.” तो जरा गुरकला.

“आयला, बोलू दे की रे नान्या. सोंगाड्याचा पार्ट ते आतापासनंच कराय लागलंय ठावं न्हाई?”

“इसन्या, सोंगाड्याचं काम तुला बेफाम जमंल.” गुणा हासत बोलला. “सेनेमात दामूआण्णा मालवणकर म्हणून एक नट हाय. त्येचा टरका डोळा बघिटला की माणसं हासत्यात. तुलाबी तो चानस हाय.”

“खरंच इसन्या, तुझा एक डोळा फुटलाय त्येचा फायदा घे.” मधेच कोण तरी.

“आपण न्हाई गड्या असली भिकारचोट कामं करणार. आपूण लई तर पब्लिक म्हणून शिट्ट्या घालाय येऊ.” इष्ण्या वरमून बोलला. त्याचा आवाज किंचित खाली आला. मारामारीच्या वेळी काट्यांत पडून त्याचा एक डोळा फुटला होता.

सगळी क्षणभर गप्प झाली. प्रत्येकाच्या मनात आपण कसे दिसू, तमाशात कसे असू याची फडासह चित्रे उभी राहू लागली.

“मग काय, ठरलं तम्माशा काढायचं? एकमतानं ठरलं तर आपूण आत्ताच्या

आत्ता थेटराच्या हाटेलात जाऊन च्या द्यायला तयार हाय.'' गुणा.

''ठरलं ठरलं.''

इष्ण्या सोडला तर सगळ्यांनी होकार भरला.

''नुसतं च्यासाठी 'ठरलं' नको. शपता घ्यायच्या.''

''घेऊ की.''

''कोणच्याबी देवाची घेऊ.''

''कोणच्याबी देवाची नगं. कुळस्वामी खंडुबाची.''

''खंडुबाची तर खंडुबाची.''

''खंडुबा ऱ्हायला पर्तेकाच्या देवाऱ्यावर.''

''कोनतर जाऊन भंडारा आणा रे.''

क्षणभर सगळीच गप.

''मीच जाऊन आणतू भंडारा.'' नाना उठला.

''आण आण. आमच्या घरातला भंडारा सपला असणार.''

''आमच्याबी.''

सगळीच हासली

घटकेत जाऊन नाना भंडाऱ्याचा बटवा घेऊन आला.

''ह्यो भंडारा. लावा कपाळाला नि घ्या शपता.''

''खरंच, भंडारा खंडेरायाचा की आणखी कुणाचा रं?''

''एऽ कुळस्वामीच्या भंडाऱ्याची थट्टा नगं.''

पोरं गप्प झाली.

''नाना, मी पैली शप्पत घेतू. आण भंडारा.'' गुणानं त्यातला चिमूटभर भंडारा लावला. ''ह्यो भंडारा शिवून मी सांगतू की खंडेराया, मी तम्माशात येणार.''

मग नानानं शपथ घेतली नि त्याच्या मागोमाग सगळ्यांनी घेतल्या. इष्ण्यानं शेवटाला गोलांटी खाल्ली नि शपथ घेतली.

''खंडेरायाची आणभाक झाली. गावच्या गैबीचीबी आण घेटली पाहिजे. गावचा रखवालदार देव हाय त्यो.''

''ह्ये बेस्ट! गैबीत जाऊन पायरीला शिवायचं नि शप्पत घ्यायची. मग पक्कं झालं.''

''चला तर गैबीला.''

''आयला, बुरशा हो ह्या वक्ताला मुंजवारं जागी असतील. मांगाची पोरं गैबीच्या दरग्यात नाली कराय शिरली म्हणून जोडजोड्यानं मारतील.''

''चिच्चंकडच्या बाजूनं आत शिरायचं नि बाजूच्या पायऱ्या शिवून आणाभाका घ्यायच्या. समूर जायचंच न्हाई.''

“चालंल; मगच थेटराकडं च्या प्यायला जायचं. चला.”

सगळी जणं उठली. रात चढाला लागलेली. तारा फाकून प्रत्येक जण बाहेर पडला. मांगवाड्याच्या मधल्या वाटेनं सगळे जण गैबीकडं जायला निघाले. चांदण्यानं मांगवाड्याची बसकी घरं पांढरीधोट झाली होती. चंदू मांगाच्या वळचणीला दोन-तीन गाढवं चोरागत गुमान उभी होती. त्यांना इष्ण्यानं दोन-चार दगडं घातली नि ती मधल्या गल्लीनं पळवली. एक पाठीमागं अडवून ठेवलं. पळालेल्या गाढवांना बघून गल्लीची कुतरी चाळवली नि भुंकू लागली. मागं राहिलेलं गाढव हॉऽऽऽ हॉंक हॉंक करून ओरडलं नि थूऽ थूऽ थूऽ करत सगळी पोरं हासत गेली.

शंकऱ्या मनातल्या मनात ‘तू नार रूपसुंदरी, मदनाची सुरी’ लावणी गुणगुणू लागला. नानाच्या चालीत किंचित फरक पडला नि तो थोडासा रुबाबात चालू लागला.

गैबीचा दरगा आला नि सगळी पोरं काकासाबाच्या वाड्याकडच्या बाजूनं गैबीत शिरली. चिंचेच्या सावलीत काही तरी कुजबुज करून तीन-तीन जणं गुमान गैबीच्या रुंद पायऱ्यापाशी गेली नि शपथा घेऊन परत आली. हळूच लगालगा बाहेर पडली नि थेटराच्या बाजूनं अंगावर चांदणं घेत निघाली...

एकएक चहाचा कप तरी मिळेल नि तोंडाला चव येईल म्हणून सगळ्यांनी शपथा घेतलेल्या. पुढं काय होणार नि काय नाही याचा कुणीच विचार केला नव्हता. पण गुणाचं मन पांढरंधोट झालं. स्वत:ला उधळत वेगात जाऊ लागलं. थेटरापर्यंत जाऊस्तवर सांगाव, हुपरी, कोडोली, सुळकूड, निपाणी, सौंदलगं, मुरगूड, गारगोटी, कोल्हापूर एवढा पल्ला त्यानं गाठला नि आपल्या फडाबरोबर जाऊन ते परत आलं.

चांदण्यानं काठोकाठ भरलेली रात अंगावर सोन्यारुप्यागत सांडू लागली.

५

ॐ

आठ दिवस झाले. काहीच मेळ जमला नाही. भेदिक गाणी म्हणणारे जान्या आणि पब्या तेवढे फडात येण्याचं कबूल करून बसले होते. त्यामुळं नानाच्या डफाशिवाय एक जादा डफ आला. धामुड्या पाव्हणा त्याच्या दुसऱ्या दिवशी तळंगद्याला गेलाच नाही. कामावरची अडचण सांगून त्यानं चार दिसांत जाऊन ढोलकी आणण्याचं कबूल केलं होतं; त्याला आता आठ दिवस झाले. त्याला दिलेला रुपायाही तो दुसऱ्याच दिवशी हॉटेलात शेव,चिवडा, बर्फी खाऊन खर्चून बसला होता... किती सांगायचं ह्या पोरांस्नी. एकबी बन लावून वागत नाही. गमज्याच वाटती ह्यांस्नी. ह्येंच्या हातनं कुठलं काय हुयाला आलंय? आपली खाज म्हणून ही बारा घरची बाहत्तर गुणाची ढोरं एका दावणीत बांधायची झालं.

आठ दिवसांत त्याचा 'छिनाल राणी तारामती'चा वग अर्ध्यावर येऊन खोळंबला होता. तारामतीचा शेवट कसा करायचा हा त्याच्यासमोर पडलेला प्रश्न. राजाची पत्नी तारामती हिचा वध करावा तर तिची दोन्ही पोरं पोरकी होणार होती. राजाचं आपल्या पोरांवर पूर्वीपासून फार प्रेम असल्यानं त्यांना पोरकेपणाचं दुःख होऊ नये असं त्याला वाटत होतं. प्रधानाचा वध करावा तर त्यानं राजाला दोन-तीन लढाया करून मृत्यूच्या दाढेतून सोडवून आणलं होतं. राज्यकारभार उत्तम चालवत होता. प्रधानाच्या पराक्रमावर भाळूनच तारामती त्याच्यावर फिदा झाली होती. राजाला वाटत होतं, आपण आत्महत्या करावी. मग तर पोरांची वाताहत झाली असती नि राजा भ्याड म्हणून त्याची नाचक्की झाली असती... राजा पराक्रमीच दावला पाहिजे. राजा ह्यो प्रजेचा पती. त्यो भ्याड दावला तर लोकांस्नी तम्माशा काय शिकविणार?- कथानकाच्या गोंधळात त्याचा वग पुढं जाईना झाला होता. मन अस्वस्थ झालं होतं. वाकुरं भरलं तरी दार मोडून पुढच्या वाकुऱ्याला पाणी न्यायचं भान राहत नव्हतं. राजा,प्रधान, तारामती, तिची मुलं यांच्याशी एकजीव होऊन डोक्याला हात लावून बसत होता. शेवटी 'बघू दोन दिसांनी काय सुचतंय काय' म्हणून त्यानं वग बाजूला ठेवला होता.

दोन दिवस लावणी बांधायचं चाललेलं. रात्री मुख आणि पहिली तीन कडवी

चटकन सुचली होती. त्यानंतर तीही गाडी थांबलेली. सगळी गेल्यावर त्यानं तिसरं कडवं रचलेलं. मग एक-दीड वाजता कंटाळून नानाच्या खोलीतच निजलेला.

सकाळी थोडा उशिरा उठून त्याच नादात घराकडनं मळ्याकडं चालला. बायकोनं चहाला दूध नाही म्हणून चहा दिलाच नाही. तरीही तो आपल्या तंबाखूच्या गुंगीतच... सांजपतोर एखादं जरी कडवं झालं तरी लावणी रग्गड झाली. तारामती राणी छिनाल असली तरी रूपमती हाय. तिच्या रूपाचं वर्णन पर्धानजी तिच्या म्होरं करणार. पर तीन कडव्यांतच सगळं रूपाचं वर्णन झालंय. डुईच्या केसापासनं पायाच्या टाचंपतोर सगळं भाग तीनच कडव्यांत संपलं...

विचार करकरूनही चौथ्या कडव्यात काय घालावं त्याला कळेना. तंद्रीत तो मळ्यात आला...कुणासंगट एक चकार शबूदबी बोलायचा न्हाई. मनात इटंवर ईट रचल्यागत झालीया. बोललं तर सगळं कोलमडून खाली ढासळंल. मग पुन्ना रचणं जिकिरीचं हुईल.

"गुण्या, झटक्यानं गोठ्यातली शेणं भरून टाकून गोठा लोटून घे रे." आल्याबरोबर शिर्पतनं त्याला सांगितलं.

"धरा तुम्ही मोट. तवर काढतू मी शेणं."

"उशीर केलास आज? का रातचं बायकूनं लई तरास दिला?"... बायकोवरच्या या विनोदाला तो आता पुरता कंटाळला होता.

"काय मालक! जावा जावा, मोट धरा जावा आदूगर नि मला गोठा मोकळा करून द्या शेणं काढाय."

शिर्पतनं हासत हासत बैलं सोडली. मोट धरायला गेला. त्यानं कुडतं वर सारून शेणाची बुट्टी घेतली. ढाण्या बैलानं सगळा गोठा घाण करून टाकलेला. त्याच्या शेणाचा उग्र वास मारतेला. त्या शेणात हात घालायचं जिवावर आलं. नाकात शेणाचा वास घुसू लागला नि सगळं डोसकं भणभणू लागलं. '...सकाळी उठलं की तोंड धुवायला नि परसाकडनं यायलाबी ह्या कामानं सवड मिळत न्हाई. दीस उगवाय हाताला चिकटलं की तास रातीलाच मोकळं. ह्यात मिळायचं किती? त्यापेक्षा एकदा का ह्यो तमाशा बसला की पैशाची काळजी मिटंल. घरादाराला चार घास तरी समाधानानं खायाला मिळतील. माझा राजा शाळंत शिकून शाणा हुईल. आज रातचं आपली नवी लावणी बसवायची. तोपतोर चवथं कडवं हुईल. आज झालंच पाहिजे. वगाचं फुडं काय ते समद्यांस्नी इचारून ठरीवलेलं बरं. मला काय सुचंचना झालंय.'

"उसात पाणी गेलं; गुण्या, आटीप लवकर." शिर्पाची मोटंवरनं हाक.

तो धावेवर गेला.

"च्या करायचा न्हाई का?"

"च्या केला कवाच तुझी वाट बघूनबघून. अजूनपतोर च्या ऱ्हातोय? जा बघू पाण्याकडं झाटशिरी."

"म्हंजे आम्हांला सकाळचा च्या न्हाईच. बायकू म्हणाली, 'आता घरात कशाला घेतासा? मळ्यात मालकाचा मिळतूय की.' म्हणून तसाच मळ्याकडं आलू तर तुम्ही च्या पिऊन मोकळं. च्या मिळाला असता तर जरा बरं वाटलं असतं मालक."

"उशीर करून आल्यावर च्या कुठला मिळंल? - जा बघू पाण्याकडं, उशीर झाला."

खाली मान घालून, पाटातला तुंब, कातुरा काढत, पाय खेळवत तो पाण्याकडं गेला. तोंडात गुणगूण घोळतेली.

ऊस त्याची वाट बघतेला. गारेगार ताजा. सकाळच्या गार झुळका त्याच्यावर सांडत होत्या. त्याची नजर डोलणाऱ्या हिरव्यागार उसावर गेली. रान बघून बरं वाटलं... राणी तारामतीचा डरेसबी हिरवाच करायचा. हिरवा शालू, वर हिरवीच कांबरायची शाल, हिरवीच चोळी.

...हिरवं हिरवं रान, खाऊचं पाऽन... जीव की पराण...

पराण म्हंजे प्राण...

त्याच्या मनात हिरव्या रंगाभोवती शब्द पाडसागत उड्या मारू लागले. पाखरासारखे इकडंतिकडं भुरभुरू लागले...

चोळीचं हिरवंगार रान । त्यात दोन प्राण ।
रानखबुतरंऽऽ ॥
कशी जोबन दिसती तुझी । राणी तारामती ।
पर्धानाची पीर्ती, तुझ्यावर जडली ॥
अशी इपरीत गोष्ट कशी काय घडली,
कशी काय घडलीऽऽ ॥

...ओळी जुळू लागल्या. पुन:पुन्हा तो घोळवू लागला. जवळ कागद नाही, पेन्सिल नाही. कापडं काढून ठेवली तेव्हाच विजारीच्या खिशात कागद-पेन्सिल राहिलेली. तिन्ही कडवी पुन:पुन्हा चालीवर घोकू लागला...'कशी जोबन दिसती तुझी' मधी शेवटाला 'ती' कुठाय? हितं 'ती' आली पाहिजे. एवढं झालं की लावणी तयारच. त्याची 'ती'साठी ओळीबरोबर झटापट सुरू झाली. हळूहळू लावणी मोठ्यानं म्हणू लागला. मनासमोर तारामती आणि तारामतीसमोर प्रधान उभा राहिला. पाण्याची दारं मोडताना ऊस मुरका मारू लागला. पानांची थरथर नाचणारणीच्या पायाच्या चंप्यासारखी होऊ लागली. पाटातलं पाणी खुळखुळू लागलं. डफ घेऊन

वाजवावा असं वाटू लागलं.

सकाळच्या मोटा कधी सुटतील नि लावणी कागदावर कधी लिहून काढू, असं होऊन गेलं... लवकर सांज झाली पाहिजे. ह्यो दीस काय लवकर सपत न्हाई. आता तीन चिरं प्यालं. म्हंजे अजून नऊ चिरं प्यायचं. मग मोट सुटायची. मग भाकरी, मग दोऽन तीन पाती पाला काढून घालायचा, मग बाकीची वैरण, मग बैलांस्नी दुपारचं पाणी दावायचं, मग तासभर त्यांस्नी इस्वाटा, मग दुपारचा तुकडा, मग दुपारची मोट, मग पुन्ना एक... दोन...तीन असं बारा चिरं प्यायचं, मग कुठं सांजच्या मोटा सुटायच्या, मग बाकीची कामं, वैरणी, पेंड चारणं, धावंवर पाणी मारणं. आणि मऽऽऽऽऽऽऽऽऽग मला सुटी! कवा दीस सपायचा ह्यो!

रातचा तुकडा चावून चुनातंबाखू मळत तो वसंताच्या घराकडं गेला.

"वशा हाय का तानाक्का?"

"अजून आला न्हाई रं. कवा सकाळी गेलाय बघ भाकरी बांधून."

"कुठं?"

"हाटेलवाल्या टोणक्याची झाडं तोडाय."

"यील मग आता. हिशोबबिशोब करत बसलं असतील... पांडूम्मा कुठाय?"

"परसाकडला गेल्यात. येतील, बस."

तो दारातच बसला.

वसंताचा बाप टंबरेल घेऊन परत आला.

"सुरपेटीची चौकशी केली, पांडूम्मा?"

"केली की. आगनुव्या बामणाच्यात पेटी हाय. त्येच्या पोरीचं लगीन झालं नि पोरगी नांदायला गेली. पेटी मागं तशीच ऱ्हायली."

"बघिटलीस तू?"

"मी बघिटली; म्हंजे बामणाच्या पोरानं वाजवून दावली मला. पैसं द्या नि मग हात लावा म्हणतंय."

"किती रुपय मागतंय?"

"ऐंशी रुपय म्हणतंय. साठसत्तर रुपयपतोर तरी देईल."

"मग आणू या का उद्या?"

"पैशाचा मेळ काय?"

"पैशाचा मेळ अजून न्हाई; पर आता हुर्सल. चार दिसांनी पैसं देतू म्हणून आणायची."

"अंऽऽ! बात्तर शिंग्याचा बामण हाय न्हवं त्यो. त्यात आपूण मांग. आपणाला उधार देईल व्हय त्यो? पैसं आदूगर लावा नि घेऊन जावा म्हणंल. उद्या काय तरी

मेळ करा पैशांचा. पैशाबगार पेटी न्हाई मिळायची.''

घटकाभर बसून पुन्हा तोंडात चुना-तंबाखू भरून तो नानाच्या घराकडं आला. चांद अजून उगवला नव्हता. सगळा मांगवाडा काळोखात नाहीसा झालेला.

हळूच त्यानं नानाच्या खोलीच्या दाराची कडी काढली नि दिवाळीतल्या काड्याच्या पेटीनं मेणबत्ती पेटवली. दुसऱ्यातिसऱ्या दिवशीच एक चिमणी विकत आणली होती; पण घातलेलं रॉकेल दोनदा संपल्यावर कुणाजवळ तेलासाठी पैसा नव्हता.

प्रत्येकाच्या पोटात शंका की नानाची आई त्या चिमणीतलं रॉकेल नेत असावी. कुणी तरी गुमानच मेणबत्तीचं ख्याट काढलं होतं. ती पेटवून तो डफ घेऊन बसला. अजून कोणीच आलं नव्हतं. डफ छातीजवळ धरून आपली लावणी मोठ्यानं म्हणायला त्यानं सुरुवात केली. न तापवलेल्या, चमडं सैल झालेल्या डफाचा धबधबाट सुरू झाला.

डफाचा आवाज ऐकून बरीच जणं जमली, पाचसहा जणं जमल्यावर हळूच धामुड्या पाव्हणा आपली जुनाट ढोलकी काखेत घेऊन आला. तिला खांद्याला अडकवायचा पट्टा नव्हता, वडण्या नव्हत्या आणि दोन्हीही बाजूला चमडी नव्हती. आठ इंची निमुळत्या पाइपाचा हात-दीडहात तुकडा घेऊन आल्यागत पाव्हण्यानं ढोलकीचं नुसतंच कडं आपल्या काखेतनं आणलं. दोन्ही बाजूंनी ते मोकळंच बघून इष्ण्या खॉ खॉ खॉ एकटंच हसायला लागलं. गुणाची लावणी आपल्या नादात चालूच होती; ती थांबत चालली.

''ढोलकी आणलीय रेऽ. हे बघा.'' इष्ण्यानं पाव्हण्याकडनं घेऊन, कडं उभं धरून, त्यात दोन्ही बाजूंनी हात घालून दाखवलं. सगळी पोरं त्याच्याकडं बघायला लागली. ''हिला नानाच्या घरच्या अढ्यावर दुर्बीण म्हणून लावू या, नि तिच्यातनं तळंगदं दिसतंय का बघू या.''

''एऽ, गप बस बुरशा. ह्या कड्याचीच आता ईसभर रुपय किंमत हुईल.'' पाव्हणा.

''असंना का. कडं तरी मिळालं. आपूण मढवून घेऊ या तिला.'' गुणा हरखलेला.

''तवर खाकी कागूद लावू या काय? वाजंल ती''

इष्ण्यानं दुसरा आपटबार फोडला नि सगळी पोरं खदाखदा हासाय लागली.

गुणा म्हणाला, ''थट्टा नगं रे. मिळालं ते काय थोडकं न्हाई. पाचसात रुपय दिलं की ढोलकी मढवून मिळंल... पैसं आणलं का समद्यांनी? दुसऱ्या दिवशी जमवायचं ठरलं हुतं, त्येला आठ-धा दीस झालं.''

क्षणभर सगळी चूपचाप झाली. मग त्यानं एकएकाला विचारायला सुरुवात केली. प्रत्येक जण काही ना काही कारण सांगत होता. कुणाचे जमत आलेले दहा

रुपये पोटासाठी रेशन आणायला खर्च झाले होते. कुणाला 'कसं एवढं पैसं जमवायचं?' हेच कळंना झालं होतं. प्रश्न बिकट होऊन बसला होता.

वाद घालता घालता नानानं शेवटी आपल्या चंचीतनं दोन रुपय काढलं.

"गुण्या, हे तवर माझं दोन रुपय. उरलेलं आठ रुपय हळूहळू देतू. एकदम मला काय द्यायला हुणार न्हाई."

"चालंल. हे माझं तीन रुपय. उद्याच्या उद्या पर्तेकानं दोन दोन रुपय कसंबी करून आणायचं. न्हाई तर त्याला गैबीची आन." तो जरा तडकलाच. "हे असंच झालं तर तम्माशा आपल्या म्हातारपणीबी हुबा ऱ्हायाचा न्हाई. पर्तेकानं खंडेरायाचा भंडारा उचललाय. गैबीची पायरी शिवलीया."

"ते खरं गुणू. पर पैसं झटक्यासरशी आणाय आमची का वतनं हाईत?"

"मांगाच्या ब्यैन्याचं हाईसा. धा धा रुपय जमत न्हाईत? नाल्या करा, दरोडं घाला. आपूण काय चैनीसाठी पैसं आणत न्हाई. मीबी तुमच्यासारखाच रोजगाऱ्या हाय." नाना तडकला.

"नाली करून?"

"व्हय व्हय नाली करून. आपूण काय नाली करून घरात बसून घिरण्यागत खाणार न्हाई. चांगल्या कामासाठीच करणार हाय. खंडेरायाची परमानगी असती त्येला."

पोरं पुन्हा गप झाली. भजनी मंडळातली पेटी आणायला गेलेला म्हारुत्या मोकळाच परत आला.

"का रे?"

"पेटी न्हाई म्हणत्यात त्येच्या आयला. पैसं आदूगर देऊन भाड्यानं न्ह्या म्हणत्यात."

"कोणचा बार्नी म्हणतूय त्यो?"

"भागणीचा बावा."

"आत्ता रे?"

"आपलं सामान असल्याशिवाय काय खरं न्हवं बघ."

शेवटी पैशावर येऊन गाडं थांबलं.

"एऽ, उद्याच्या उद्या कायबी करून पैसं आणायचं रे. वाटलंच तर घरावर पैसं काढा. खरं आणा." शंकऱ्याचा त्रागा. गुणा लावणी म्हणताना पेटीसाठी त्याचे हात शिवशिवायचे. सूर धरावा असं वाटायचं.

"आणू आणू. त्याशिवाय हितं यायचंच न्हाई." म्हारुती.

"आईची आन?" गुणा.

"आईची नगं; देवाची." नाना.

"देवाची आन?" गुणा.

"देवाची आन..." प्रत्येक जण.

"उद्या बिनपैशाचा ज्यो येईल त्यो बाऽच्या बिंदाचा न्हवं."

"न्हवं न्हवं."

"ठरलं?"

"ठरलं."

"आता पैशाची भाशा बंद. उद्याच काढायची."

"वगाचं कुठवर आलंय गुण्या?"

"वग निम्म्यातच अडकलाय. शेवट कसा करायचा कळंना झालाय."

"जान्या नि पब्याचा नवा पार्ट घाटला काय रे?"

"अजून न्हाई. आदूगर शेवटाचं तरी बघू. मग घालू."

मग गुणानं सगळी गोष्ट सांगितली नि पुढच्या अडचणीही सांगितल्या. पोरं आपआपली डोसकी लढवू लागली. काय वाट्टेल ते सुचवू लागली. त्यांतूनच बोलणी होऊ लागली नि अडलेली गोष्ट पुढं जाऊन तयार झाली. प्रधानाच्या पोटी दोन नवी पोरं जन्माला घातली; जान्या नि पब्या. पोरांना बाऽचा छिनालपणा कळला. त्यांनीच बापाला ठार मारलं नि राजाशी एकनिष्ठा दाखवली. पुढची प्रधानकी थोरल्या मुलानं आपणाकडं घेऊन, धाकटा पोरगा सेनापती झाला. तारामतीनं चुकीची कबुली देऊन राजाचे पाय धरले. पश्चात्तापानं ती होरपळून निघाली नि संन्यासिनी होऊन देवपूजा करत वाड्यात राहिली... जान्या-पब्याला पार्ट मिळाल्यानं ते दोघे खूश झाले.

सगळे जण मग त्यानं केलेल्या लावणीकडं वळले. पब्याच्या हातात डफ धबधबू लागला. शंकर नि किसना तारस्वरात लावणी म्हणत चाल बसवू लागले. मधनं गुणा चाल चिकटवू लागला. नानाचं घर दणाणू लागलं. सगळ्या मांगवाड्यावर पोरांचं ओरडणं नि डफाची डफडफ घुमू लागली. दोनचार पोरं उगंचच तिथं येऊन बसली. "दाजी रं जी जी रं जीऽऽ" करून त्यांच्या सुरात सूर मिसळू लागली. रात निवांतपणं पुढं सरकू लागली नि पोरांचे दिवसभराचे श्रम त्या काळोखात निचरू लागले. लावणीला सूर नि ताल मिळू लागला तसा गुणा उत्साहानं आतल्या आत आंब्याच्या झाडागत मोहरू लागला.

कशाचीही फिकीर नसलेला नानाच्या दारातला रेडा थंडपणानं डोळे झाकून दिवसभर खाल्लेल्या वैरणीची रवंथ करत बसलेला... त्याचा घास कुणालाही दिसत नव्हता.

६

मिळतील तसे एकदोन, एकदोन रुपये साठवत प्रत्येकानं मन घट्ट करून पैसे दिले. त्या पंधरा दिसांत नवं घर बांधत असलेल्या चव्हाणानं नुकतीच आधार देऊन उभी केलेली एक चौकट गेली, सोना पवारणीच्या परड्यातली लाकडं गेली, सणगराच्या मळ्यातली दोनचार पोती मक्याची कणसं कुणी एका रातीत मोडून नेली, गुणानं पत्ता नाही ते कमरेचा चांदीचा कडदोरा इरुपाक्ष सोनाराच्या पोराला विकून टाकला. मळ्यातल्या व्हळीचा गवत-कडबा दोन-तीन भारं नेऊन कुणाच्या तरी घरात टाकला. वग-लावणी संपली की रातचं बाराएक वाजता हळूहळू प्रत्येक जण आपल्या पैशाच्या बेजमीसाठी काळोखात मळ्यांच्या नि माळांच्या वाटा तुडवू लागला. कोण गावातच हिंडू लागला नि पंधरावीस दिवसांत ज्यानं-त्यानं आपआपला हिशेब चुकता केला. ज्याला त्याला वाटत होतं. यातनं फड उभा राहिला तर आपल्या जन्माचं पांग फिटंल.

पांडबानं कोल्हापूरला ढोलकी मढवायला टाकली होती. ती पैसे जमल्याबरोबर आणली. दर रविवारी तो कोल्हापूरच्या बाजारला जनावरांचं हेडेपण करायला जात होता. वसंताला नीट काम कुठं मिळत नव्हतं. शेलाट्या अंगाचा वसंता बारीक सुरावर चांगला गात होता. गमती करत होता. पांडबाला वाटलं, पोरगं तमाशात नाव काढंल... चार पैसं मिळतील. आपल्यालाबी जमलं तर तम्माशा-मास्तराचं काम मिळंल. करावंसं वाटतंय ते करायला मिळंल. निदान जनावरं घेऊन गावोगाव वनवन भटकायचं तरी चुकंल. म्हणून तो पोरांना मदत करत होता. आपल्या कामातनं वेळ काढून त्यांची कामं करून देत होता. तमाशा बसवण्याची हौस भागवत होता. रातची जेवणं झाल्यावर कधी कधी तो पोरांत येऊन बसू लागला. धामुड्या पाव्हण्याला ढोलकीवरचे हात शिकवू लागला. पोरांना लावणीच्या चाली बांधून देऊ लागला.

पुन्हा पाचसात दिवस खटपटून पोरांच्या हातात एक दिवस पेटी पडली. पोरं चेकाळली. नानाच्या घरात सुरपेटी हांऽ हूंऽ हांऽ हूंऽ करू लागली.

शंकरला अर्धीकच्ची पेटी वाजवायला जमत होतं. भजनीमंडळात तो स्वत:

गात होता, पेटी वाजवत होता. एक चांगलं हुन्नरी पोरगं म्हणून त्याचं भजनात कौतुक होत होतं. पण त्याच्या हातात कायमची पेटी द्यायला भजनातली मंडळी तयार नव्हती. त्याला वाटत होतं, तमाशात पेटी कवा येईल नि आपूण गाणी कवा म्हणू. पेटी आल्यावर तो बेभान झाला नि गाणी गाऊ लागला, वाजवू लागला. लावण्यांना चाली लावू लागला. किसनची त्याला गायला साथ मिळत होती. रात्रीच्या शांत वातावरणात सूर खोली भरून बाहेर मांगवाड्यावर पसरत होते. पोरं ऐकायला झोप विसरून दाटी करू लागली. गुणा तमाशा उभा करतोय हे मांगवाड्याभर झालं. वग-लावण्यांतून त्याचा सूर अधनंमधनं मिसळू लागला नि तो ऐकून बाळू अस्वस्थ होऊ लागला. दारकाला रातभर झोप येईनाशी झाली.

पेटी आली नि मंदगतीनं चाललेल्या वगाच्या संवादांनी वेग घेतला. मिळेल त्या वेळात गुणा ते लिहू लागला. एकटा एकटा रमू लागला. माणसांत त्याला बसावंसं वाटेना. शिर्पत मोटा सुटल्यावर सिनेमातल्या नट्यांचं, इकडंतिकडचं बोलणं काढी. त्याला 'हूं' म्हणण्यापलीकडं तो काही बोलेना. उसातली एखादी पाल्याची पात काढायची असेल तर तो कुठं तरी बाजूला जाऊन एकटाच चार पेंढ्या काढून आणू लागला. दुपारच्या इस्वाट्याच्या वेळी एकटाच जाऊन आंब्याबुडी पडू लागला. कधी झाडाला टेकून बसून वही वाचू लागला. मधनंच स्वत:शी मोठमोठ्यानं बोलू लागला. यांत्रिकपणानं मोटा मारणं, पाणी पाजणं, काम करणं होऊ लागलं.

त्या दिवशी दुपारच्या इस्वाट्याला संवाद पूर्ण झाले नि त्याला गड जिंकल्याचा आनंद झाला. शिर्पत बैलं घेऊन दुपारची मोट धरायला धावेकडं गेला नि गुणानं शेणाची बुट्टी घेतली. शेण भरायचं काम त्याच्या जिवावर यायचं...आपूण भंगीकाम करतूय. हातातली शेणाची बुट्टी काय चुकत न्हाई. जातील हेबी दीस. असंल नशिबात तर ह्याच हातांत हिऱ्यामाणकांची बुट्टी येईल..."पर्धानजी, कुण्या देशाचा येपारी हिऱ्यामाणकांची वझ्झीच्या वझ्झी अलंकार घेऊन आपल्याकडं आलेला हाये."

"व्हय म्हाराज, मीच त्येला आपल्याकडं लावून दिलं."

"म्हाराणीसायबांसाठी आणि इंद्रजित-चंद्रजित यांच्यासाठी त्यातले काही अलंकार खरेदी करा."

"चांगली शेणाची बुट्टी भरंल इतकं अलंकार खरीदी कराय सांगा." हवालदाराचं मधेच बोलणं...

शेणाची बुट्टी उचलून लगालगा उकिरड्याकडं जाताना त्याच्या पायाला ठेच लागली नि तो भानावर आला. थूऽ थूऽ थूऽ करत उकिरड्याकडं गेला.

शेणं भरली नि शिर्पतच्या सांगण्यावरनं मोटेवर गेला. वाजणाऱ्या चाकाच्या संगतीत वग, लावण्या यांना बहर आला. मधनंच तो राजाची भाषणं आठवतील

तशी घडाघडा म्हणू लागला. बैलांना त्यानं हवालदार-शिपाई केलं. मधनंच त्यांना तमाशातल्यासारखा चाबकाचा तडाखा बसू लागला. तापट असलेल्या दोन्हीही बैलांना कळत नव्हतं की आज असं का होतंय. बैलांचा कासरा ओढताना आपल्यातला राजा छिनाल राणी तारामतीलाच प्रधानजीच्या महालातून ओढून नेत आहे असं वाटू लागलं. नाड्यावर बसताना सिंहासनावर बसू लागला. धावेचा राजमहाल झाला नि भोवतीची पिकं पब्लिक होऊन त्याचा खेळ बघू लागली.

त्या दिवशी रात्रभर तालमी झाल्या. तावातावानं संवाद ऐकायला येऊ लागले. पांडबाला पूर्वीचं तरुणपण आलं नि त्याचे हातवारे भराभर होऊ लागले. पोरं भारून गेली. दारू चढल्यागत ती पांडबा सांगेल तसं बोलू लागली. गुणाचं अंग एका जागी स्थिर राहीना. राणीचे नि दासीचे संवाद पांडबाच स्वत: म्हणून वेळ मारून नेत होता. कुठल्या तरी दोन पोरी मिळवण्याचं त्याच रात्री सर्वांनी ठरवलं. चार वेळा चहा झाला. पोरांचं डोळं तांबारून चुरचुरू लागलं. आपणाला आत कधी बांधतात याची वाट रेड्यानं रात्रभर पाहिली नि निराश होऊन तो शेणातच बसला. पहिल्या दिवशीची रात्र साजरी होत होती. उगवतीला तांबडं फुटलं नि सकाळचा चहा पिऊन रात्रभर राजा, प्रधान, हवालदार, शिपाई, सेवक झालेली पोरं आपआपल्या घराकडं अंगावरच्या मळक्या चिंध्या सावरत, पायांखालची घाण-कचरा चुकवत, बोळाबोळानं निघाली.

भुईला पाठ न लावता गुणा तसाच मळ्याकडं चालला. डोळं चुरचुरत होतं तरी मन तरतरीत झालं होतं. रातभरचा राजाचा डौल अजून मनातनं जायला तयार नव्हता. मळ्याकडं जाताना राजासारखी ताठ मान करून, काखा फुगवून तो चालू लागला. गावाबाहेर पडतानाच कदमाचा जयशा चाललेला दिसला. त्याला त्यानं सहज वरच्या पट्टीच्या सुरात हाक मारली, ''काय जयसिंगराव, सकाळीच उठून तुम्ही कुठं चाललात?''

''परसाकडला.'' जयशा हसून नेहमीच्या खालच्या पट्टीत बोलला.

''या या. जाऊन या.'' गुणा झटक्यासरशी बोलून गेला नि पुढं चालू लागला. त्याच्या ध्यानात आलं की आपण हे विनाकारण बोललो. तम्माशा मगाशीच बंद झालाय. आता जग सुरू झालंय. जाऊन आता मालकाच्या ढोरांचं शेणाचं पू हातांनी भरलं पाहिजेत, लांब न्हेऊन टाकलं पाहिजेत.

७

∽

बाळूला लिंबाबुडी दुपारची झोप लागली नाही. रात्रीही तो रात उलटली तरी ताठा भरल्यासारखा जागाच राहिला. रातभर येणारा गुणाचा लावणी-वगांतला नि राजाच्या पार्टबधला आवाज त्याच्या कानांत शिरत होता नि कानांचं पडदं तोडत होता. सकाळी गुणा तांबारलेल्या डोळ्यांनी आला नि चहा पिऊन लगेच मळ्याकडं गेला. असंच होत होतं. बाळूला त्याच्यासंगं निवांतपणानं बोलायला सांदा मिळत नव्हता. परवा पुन्हा गुणा जत्रेला जाऊन दोनचार दिसांचा रोजगार खर्चून तमाशा बघून आलेला. त्यामुळं तो जास्तच बेचैन झालेला.

उन्हं उतरणीला लागताना तो उठून बसला. लिंबाबुडची सावली हळूहळू सरकून पुढं गेलेली. तरीही लिंबाच्या बुडक्याला पाठ लावली नि वाढलेली दाढी खाजवत तो मळ्याच्या वाटेकडं बघत बसला. इथं बसलं की मळ्याच्या वाटेवरचं लांबवर दिसायचं. पण आता तिच्यावर काही दिसत नव्हतं. सगळी पायवाट मोकळी. गेलेल्या सर्पिणीसारखी माळावर, शेतावर, ओढ्यावर ओघळून पडलेली. न हलणारी. वाऱ्यानं वरचा लिंब तेवढा हिरव्या चकाकत्या मोरागत झळमळणारा. पूर्वी याची सावली दिवसभर गजबजलेली.

बाळू ती लांब जाणारी सावली बघत बघत मागे गेला. आठवणींचं गठळं सोडून न्याहाळत बसणं एवढाच त्याच्या मनाचा चाळा उरलेला. त्या आठवणींतच तो चार भावांबरोबर चुलत्यांच्या, बापाच्या पुढं उभा राहून पडी सोडू लागला.

बाप नि चुलते लिंबाच्या सावलीत. तो नि चार पोरं पडी सुटतील तशी हात अवघडले तरी फिरक्या फिरवत नि उन्हात करपत अनवाणी पायांनी तंगणारी. पाय उन्हांनी होरपळून जात. तरीही ती पोरं पोरं शिकारीच्या गोष्टी काढून त्या उन्हातही मनं रमवत मागं मागं सरत.

महाराज शिकारीला आले की बापासह दोघेही चुलते हाक्यांचं काम करायला आठ-आठ, दहा-दहा दिवस जायचे. चांदीचे रुपये घेऊन यायचे. कोल्हापूरला काही कामासाठी कधीमधी वाड्यावर, पार्कात जायचे. धोतरं, फेटे आहेर घेऊन यायचे. बरीच कामं करावी लागायची. मांगवाड्यात बाळूचा बाप दरबारचा माणूस. त्यामुळं

सगळा मांगवाडा त्याच्या अंकित. तो मान बाळूकडं आलेला. मांगवाड्यातल्या मारामाऱ्या त्यानं सोडवलेल्या. चोऱ्यादरोड्यांत अडकलेली माणसं तरुणपणात हातापाया पडून सरकारातनं सोडवून आणलेली. खाल्ल्या अन्नाशी इमानगिरी, धाडशी वृत्ती, चिवट अंगकाठी दरबार मोडेपर्यंत त्यानं राखली होती. शिकारीत धाडसाबद्दल बक्षिसं मिळवली होती. घराण्याचा अभिमान ठेवून पोराला तालमीत घातलेलं. पोरगं घराण्याचं नाव राखणार म्हणून त्याच्या दरबारी मनाला अभिमान वाटतेला. थोरलं पोरगं लढाईवर जाताना म्हणूनच त्याला आतनं बरं वाटलं होतं नि गुणा तमाशात जातेला बघून त्याच्या आतड्याला आत आत नाडंआटीवर पीळ पडत चालला होता...'पोरगं हातातनं चाललंय. घरादाराचा इस्कोट व्हायला घाटलाय. निदान घराण्याच्या अब्रूला तरी जपलं पाहिजे जल्माला येऊन. तिच्याबी नाबाट्या आता निघाय लागल्यात. फडं कुजाय लागलंय. वास माराय लागलाय. वाखाचं किंजाळ जल्माला लागलंय ह्येच्या करणीनं. आता गाढवाचा नांगूर ह्या मांगोड्यावरनं फिराय उशीर न्हाई. मान गेला, मांगकी गेली, मांगोड्याचा धंदा पाण्यात गेला. समदी भिकनुशी झाल्यात. इजारी घालून, टाळूवर केसं राखून फिराय लागल्यात. कडू बेनी घेऊन चंद्यानं तम्माशा हुबा केला हुता तर त्येला समद्या मांगोड्यानं वाळीत टाकल्यागत केलं. तम्माशा मोडला तवा माणसात आला. आता समदा मांगोडाच तम्माशामागं!... खंडेराया, समदी बाजारात बसली रंऽ बाबा.'

तो कण्हला. कमरेला कढ आला म्हणून हळूच आडवा झाला. दीस बुडायला गेलेला. मांगवाड्यातल्या घरांच्या सावल्या उपाशी असल्यागत भुईसपाट लांब लांब आडव्या झाल्या होत्या.

अचानक ठो ठो बोंब त्याच्या कानांवर आली. गुडघ्यावर हात ठेवून, पटका घेऊन, चटक्यासरशी तो उठला. घरात गेला.

"दारके, बोंब कसली आली बघ गं."

"पांडबाच्या घरातली दिसती."

"म्हातारी गेली वाटतं त्येची."

"असं वाटतंय. ठकून पांजार झाली हुती."

"बघ बघ बघ."

दारकी चटक्यासरशी थिटं जुनेर गुडघ्यावर ओढायला गेली नि फसाकदिशी ते तिथं फाटलं. तशीच राजाला मागं टाकून ती बाहेर पडली. पोरगं रडू लागलं.

बाळूनं पोराला समजावलं. उतरंडीचा गुळाचा बारका खडा त्याच्या हातावर ठेवला. ते थंड झालं. म्हाताऱ्याच्या सुरकुतलेल्या चेहऱ्याला मोठ्या जिज्ञासेनं निरखू लागलं. बघता बघता बाळू त्याच्याकडं आशाळभूतपणानं पाहू लागला. '...तूच बाबा आता ह्या घराचा राखणदार. आमचा आता काय भरवसा न्हाई. आज हाय तर

उद्या न्हाई. अशीच कवा तरी बोंब ह्या घरात उठंल नि समदं थंडगार हुईल...'

रातचं नानाच्या घरात पोरं आली. आज काही करायचं नाही असं ठरलं. आतापर्यंत रोज तालमी घेऊन त्यांना शिणवटा आल्यागतही झालं होतं. त्याला पांडबाच्या म्हातारीच्या निमित्तानं सुटी मिळाली. गुणाचं मनही आळसल्यागत झालेलं. तो जेवून घटकाभर नानाच्या घरात बसला नि परत आला.

बायना मोडकं सामान टाकलेल्या खोपड्यात बसली होती. म्हातारा मेढीला टेकून आढ्याकडं बघत बसलेला. पोरं मिळेल तो तुकडा खाऊन तिथंच भुईवर आडवी झालेली. दारकी उरलासुरला तुकडा खाऊन गाडगी नि खरकटी भांडी बोळाच्या तोंडाला धूत बसली होती. गुणा तिला ओलांडून घरात जाऊन कुडाला टेकून बसला. त्याच्या डोक्यात काही चाललेलं. तमाशातील पोरींविषयी तो चिंता करत होता... कुठं मिळायच्या ह्या आता? आखिरीला दोन मिळाल्या तरी रग्गड. न्हाईतर काय खरं न्हाई. पोरं तालमी करून करून कट्टाळल्यात. त्येंच्याबी पोटात हेच भ्या हाय. पोरीच न्हाई मिळाल्या तर तम्माशा कुठला हुबा ऱ्हातूय? समदं पाण्यात जाणार. पांडबा कुठल्या तरी पोरी मिळवू म्हणतूय. कवा मिळीवतूय काय कळत न्हाई. एखाद्या वक्ती नाना म्हणतूय तसंच व्हायचं...

"गुणा, पांडूम्माचं काय खरं न्हवं; पोरींचा दूम आपूणच कुठं तरी काढला पाहिजे."

"काढू या हळूहळू. कागलच्या मांगोड्यात काय त्या मिळणार न्हाईत. कुठं तरी बाहीरच बघिटल्या पाहिजेत."

"कवा बघायच्या?"

"बघू की आता. घालू एक-एक मांगोडा पालथा."

त्यानं सगळ्यांना धीर दिला होता. पण आता कुठं नि कसं जायचं नि कसं विचारायचं या पंचाइतीत तो पडलेला.

गुळणी तोंडात धरून गुमान बसलेला बघून बाळू खाकरला. गुणाचं तिकडं ध्यानच नाही. बाळू टक लावून त्याच्याकडं बघू लागला. त्याची दाढी बरीच वाढलेली. महिनाभरात हजामतही केली नव्हती. केस वाढून मानेखाली आले होते. डोक्याला एक दिवस तेल मिळायचं नि आठ दीस ते कोरडे पडायचे. जागरणानं नि कामाच्या ताणानं रूप उग्र दिसत होतं. दरोडेखोरासारखं. किती तरी दीसांनी तो बाळूपुढं निवांतपणानं बसलेला दिसत होता. बायना खोपड्यात असून नसल्यासारखी झाली होती.

"गुण्याऽ"

"आंऽ"

"तम्माशा काढलाईस म्हणं."

"हांऽ."

"वग कुणी लिवला?"

"मीच."

"पट्टीबी काय थोडी भरलीस म्हणं."

"सगळ्यांबरोबर पट्टी घालाय नगं?"

"कमरंचा कडदुरा हाय न्हवं कमरंला?"

"हाय की." अचानक त्याच्या तोंडून होकार गेला नि त्याला गुतफळल्यागत झालं.

"बघू कुठं हाय त्यो?"

"हाय कमरंला."

"दाव की मग त्यो."

"न्हाई दावायचा. मी त्यो इकला नी पट्टी भरली."

बाळूनं त्याला आडवंतिडवं बोलून तोंडाला येतील त्या शिव्या हासडल्या.

"थोरल्या पोराचा कडदुरा त्यो. भरती झालं तवा अंगावर काय घालू देत न्हाईत म्हणून ठेवून गेलं. त्येची खूण म्हणून तुझ्या कमरंला बांधला. त्येचं असं पांग फेडलंस. आई-बा, बायकू-पोरं मागं हाईत का न्हाईत? असं समदं मोडून इकू लागलास तर संसार ऱ्हाईल का थाऱ्यावर?"

"संसारातलं काय मोडलं न्हाई मी. मी राबतूय नि माझा मी खरचतूय."

"पैसा असा कशाबशात घालाय लागलास तर पोराबाळांनी काय खायाचं?"

"असंल ते खायाचं. मी काय झुगारात घालत न्हाई पैसा. आज घाटला तर उद्या ढीगभर येईल."

"तम्माशाचा पैसा?"

"हां!"

"तम्माशाचा पैसा खायाला काय कडूची अवलाद हाय माझी?"

"त्येला काय हुतंय?"

"त्येला काऽय हुतंय? तुला सांगू तरी कसं? तम्माशात जायाला का तू बाराबिंदाचा हाईस? तुला बाऽ एकच हा न्हवं?"

"तो का बारा बिंदाच्यांनीच तम्माशा करावा असं हाय? ती कला हाय. ज्येच्या अंगात हुन्नर हाय त्येनं खुशाल करावी." मनाला अटकाव करत समजुतीनं तो बोलला.

"कळवातनीच्या पोरांनी तम्माशाची कला करावी. सत्पनशील मांग कुणी तम्माशात जाईत न्हाई. ज्येला अवलाद न्हाई, ज्येला एका बाऽचं नाव न्हाई, त्येनं

तम्माशात जावं. हे घर काय त्यापैकी न्हाई. साबाजी मांगाचं घर सत्पनशील म्हणून म्हाराजांच्या मर्जीत जलमभर हुतं.''

''आत गेलं समदं राजंम्हाराजं आणि तम्माशा आता कुणीबी करतंय.''

''तेच तेच. कुणीबी करतंय. जोगतिणीच्या न्हाई तर मुरळीच्या पोटची असतील ती करत्यात.''

''माऽप माझ्यापरास चांगल्याचांगल्यांची पोरं होईत. पांडबाचा वशा तर वतनदार मांगाच्या पोटचा हाय.''

''या पांडबाच्या वशाचं मला नगं सांगू. ते घर चांगलं ठाव हाय मला. पांडबाच्या आईचं लगीन झालं हुतं का तशीच पांडबाच्या बाऽनं ठेवली हुती इचार.''

तो गप्पच बसला. दारकी भांडी धुऊन आत आली होती. चुलीच्या निवण्याला गाडग्यावर गाडगी लावत ती दोघांचं बोलणं ऐकत होती. सगळेच गप्प बसल्यावर सहज बोलावं तशी ती बोलली,

''आता टाकीचं काम हाय तर कशाला जायाचं त्या तम्माशात?''

''तू गप बस गतकाळे.'' गुणा एकदम कडाडला.

''गप का बसंल? गेला म्हैना दीड म्हैना घरात ध्यान हाय का तुमचं? एक एक वाजता घरात येता. तांबडं फुटाय उठून लोकाच्यात कामाला जाता. कवा कवा पाऽटंचंच येऊन तसंच जाता. जिवाला इस्वाटा हाय का त्या? तासभर सुदीक नीज मिळत न्हाई ती.''

''न्हाई मिळू दे. तुला का जड हुईत न्हाई ती.''

''डोळं बघा त्या जागरणानं कामिन्या रोग झाल्यागत कसं झाल्यात.''

''होऊ द्यात.''

''होऊ द्यात काय? काय तरी झालं म्हंजे कुणी निस्तरायचं? घरात कोण हाय का दुसरं कर्तं माणूस?''

''नसू दे. माझं मी निस्तरतू. पोराबाळांस्नी काय कमी पडलं तर इचार. न्हाई तर गप कुतरीगत बस.''

''कमी पडंना तर. उगंच बोलाय मला काय खूळ लागलंय? उन्हाळभर कशीबी उघडीवाघडी हिंडत हुती. आता मिरग निघंल. गार वारं झाडाय लागलंय. काय हाय का त्या पोरांच्या अंगावर? मीबी ह्या एका जुन्यारावर साल काढतीय. इरघळून भिजक्या कागदागत झालंय. तरीबी नेसती. आता ते पावसुळ्यात धुयाचं कवा नि वाळायचं कवा नि नेसायचं कवा? म्हैनाभर तरी टिकंल का आता हे? का बसू अशीच?''

''गप बस एऽ भोंगाळे. का घालू दगूड डोसक्यात?''

बाळू खवळला. ''घाल घाल नि उंडगा होऊन हिंड. नागडीउघडी बसून अर्ध्या

पोटावर गाडगी सांभाळती तिचा जीव घे नि जोगता होऊन कर तम्माशा.''

''आता गऽप बसा; न्हाई तर घराला आग लावून मोकळा हुईन. उगंच मला उगळून खाऊ नका.''

''कोण, आम्ही उगळतूय? का तुमचं तुम्हीच तुमच्या जिवाला उगळताईसा? तम्माशाचा नाद का चांगला व्हय त्यो?''

''बरंच बोलती की रे हिच्या आयला.'' गुणा झटक्यानं उठला नि त्यानं तिला तिथंच लाथलली. उतरंडीची तीन-चार गाडगी पडून फुटली. तरीही त्यानं लाथलायचं बंद केलं नाही.

बाळू जास्तच वैतागला. नको नको त्या गोष्टी काढू लागला. ''हे माझं न्हवं. हे मांगाच्या ब्याचं न्हवं. रांड कुणाचं बिंद पोटात घेऊन बसली हुती कुणाला ठावं? कडूचं हुतं तर नख तरी लावू ने हुतीस का त्येला?'' तो बायनाला शिव्या देऊ लागला.

दाराजवळचा खोपडा हलला नि तोंडावरचं पदराचं पांघरूण काढून बायना उठून बसली. ''बाबा गुणा, काय म्हणून तू आता मला हे ऐकायला लावत असशील? का म्हणून माझ्या जल्माचा वाख आता ह्या वयात तिकटीवर उन्हात घालाय लागलाईस? काय हाय त्या तम्माशात एवढं? घरादाराच्या अब्रूचं चिरमुरं काय म्हणून तरी आमच्या म्हातारपणी उधळाय लागलाईस? आम्ही मेल्यामागं तुला काय वाट्टलं ते कर बाबा. पर आता ह्यो तम्माशा सोड नि गऽप रोजगार करून पोटाला खा. हात जोडून तुला मी सांगती बघ.'' म्हणून तिनं दोन्ही हात जोडले नि गुणा बसला होता त्या बाजूला डोकं टेकलं.

''बसा तुमच्या आयला अशीच बोंबलत.'' म्हणून तो उठला नि बोळातनं बाहेर पडला.

सगळा मांगवाडा अंधारात बुडून गेलेला. त्यातच तो चाचपडत एकटा चालला. डोकं फुटून चाललेला बाळू कपाळाला हात लावून बसला. बायना 'माझ्या जल्माला काऽयबी इरं व्हायलं न्हाई गंऽ बाईऽ' म्हणून रडू लागली नि आंधळ्या डोळ्यांतनं पाणी सांडू लागली. फुटलेल्या गाडग्याची भकलं वेचून एका जागी करत दारकी तिथल्या अडचणीत चुलीपुढं चिकटल्यागत बसली.

८

पेरण्या सुरू झाल्या नि तालमींचा उत्साह मावळला. सगळी दीसभर पावसापाण्यात, राडी-चिखलात तंगून येत होती. टोकणून टोकणून सगळ्यांची पेकटं जात होती. सारख्या पावसानं मांगवाड्यातनं गू-घाण झालेली. शेळ्यामेंढ्यांचं लेंड्या-मूत, पोरा-म्हाताऱ्यांची घाण, सांडपाणी, साठलेली डबकं, कुजलेलं उकिरडं नि रस्त्यावरच्या चिखलात हे सर्व कालवलेलं. एकदा घरात पाय धुऊन घुसलं की रातचं बाहेर पडायला नको वाटायचं. जेवण झाल्यावर पोरांना बसलेला उबीचा जागा उठवायचा नाही. खालवर घोंगडी पटकारं टाकून निजावं असं वाटतेलं. तेच तेच रोज रोज रात्री म्हणून त्यांना कंटाळाही आला होता.

तरी गुणा रात्री जाऊन नानाच्या घरात बसत होता. नानाला नाईलाजानं बसावं लागत होतं. पावसाळ्यामुळं रेडा आत आला होता. एका खोपड्यात उभा राहून तो मुतायचा, हगायचा. तिथंच वैरण खाऊन तिथंच बसायचा. त्याच्या घाणीची दरवळ खोलीभर पसरत होती. कोंबड्या एका खोपड्याला डाललेल्या असायच्या. एक एक दिवस गुणानाना मांगवाड्यातली घाण अंधारात तुडवत सगळ्यांना जमा करत होते. कधी कुणी यायचं, कुणी यायचं नाही. कुणी "आलू, चला" म्हणून झोपून जायचं.

गुणाचं मन उदास होत चाललं. काय करावं त्याला सुचेना.

"एवढ्या पेरण्या हुईस्तवर थांबू या." पांडबा.

"आणि मग?"

"मग काय? पावसुळ्यात कुणाला काय काम नसतंय. आपूआप सगळी जमाय लागतील. कामानं तंगून जात्यात. रातचं यायला कुणाला बळ ऱ्हाणार मग?- एवढं पंधरा दीस गेलं की पुन्ना जमू."

त्याचे ते दिवस पाच महिन्यांगत गेले. गुणाशी भांडल्यावर बाळू आभाळाला ठिगळ लावण्याचा प्रयत्न करू लागला. ज्या त्या पोराच्या घराकडं जाऊन भांडला. प्रत्येकाची कुळी-मुळी काढून आला. घरात कुणी पन्नाशीपुढची, म्हातारीकोतारी माणसं असतील तर त्यांना सुधरून सांगायला सांगत होता. तरणी पोरं कुणाचं ऐकत नव्हती. पांडबानं तर त्याला उडवूनच लावलं. म्हातारं बडबडतंय तर बडबडू

दे तिकडं म्हणून दुर्लक्ष केलं.

गुडघं गळ्याजवळ घेऊन, हातांची मिठी मारून गुणा दारातनं बाहेर काळोखाकडं नाही तर टपटपणाऱ्या पावसाकडं बघत बसत होता. बाळूला वाटायचं, तमाशा मोडला वाटतं. त्यामुळं मनातून त्याला बरं वाटत होतं. पूर्वीसारखं डफढोलकीही आता ऐकायला येत नव्हती. म्हणून घर थंड होतं. दारकीही काही बोलत नव्हती. गप बसून राहत होती. तो अबोल झालेला.

पावसानं घरात जास्त गळलं की, घोंगडं घेऊन नानाच्या घरात झोपायला जायचा. पडून राहायचा... सगळं घर त्याच्याकडं डोळे टवकारून बघायचं. खुंटीवरचा डफ नि ढोलकी अंतराळात टांगलेली. त्यांच्यावर धूळ बसत चाललेली. सूरपेटी आपल्या खोक्यात आहे का नाही झालेली. मधूनच तो उठायचा. ढोलकीला टोपीच्या आतल्या चांदव्यानं पुसायचा. पुसता पुसता उभ्या उभ्या दोन थापा मारायचा. टाङ् टाङ् टाङ् ढिङ्... अजून हिच्यात जीव हाय. ही पोरं जिती नसती, भावल्यागत असती, निदान माझ्या मनात जसं हाय तशी वागली असती, तर मनातला दरबार ह्या छपराखाली हुबा केला असता. हळूच मग तो बाज्याची पेटी खोक्यातनं वर काढी. एखादा सूर धरून तीही त्याच्याजवळ घटकाभर बसून राही.

दोनतीन आठवडे गेले नि गावातल्या पेरण्या झाल्या. कामं हुलागली. पाऊस दम धरून पडू लागला. शेतात जायलाही कुणाला फुरसद देईना. गावातली माणसं घरात बसून राहिली नि रानातली जनावरांना वैरणी घालत, त्यांची शेणंघाणं काढत, वेसणी-दोऱ्या वळत खोपीत बसून राहिली. गुणाला दुसरं कामच नाही.

"गुणा." थोरला मालक.

"काय?"

"आता आठपंधरा दीस खाडा कर."

"का?"

"काम कुठं हाय हितं? पाऊस बाहीर तोंड काढू देईना झालाय. मग फुडं आणि बघूच की."

"बऽरं." तो ढेकळागत विरघळला. त्याला टाकीचं काम होतं. मांगवाड्यात असं काम फारच थोड्यांना मिळत होतं. वर्षभरातलं एवढं खाडं म्हणजे काहीच नव्हतं. तरीही त्याच्या हातापायातलं बळ गेलं. आता किती दीस ह्या पावसुळ्यात घरात बसाय लागतंय कुणाला दखल? भिजलेल्या गरीब बैलागत तो गारठला.

तोंडाला कुलूप लावल्यागत तासरातीला घराकडं आला. गुमानच जेवला नि घोंगडं खाली-वर घालून पडला.

तासभर दीस आला तरी त्याला उठायचा उत्साह राहिला नाही.

“उठा की आता. कामाला कवा जायाचं? तासभर दीस आला. च्या शिजून बसलाय चुलीवर.” दारकी.

“खाडा कराय सांगिटलाय मालकानं पंधरा दीस.”

“आरंऽदेवा! खरं म्हणतासा का काय?”

“गमज्या करायला ह्यो काय तम्माशा हाय?”

“न्हवं; अचानकच का खाडा केला ह्यो?”

“पाऊस उघडीप देतूय कुठं? सारखा आभाळ फाटल्यागत सांडाय लागलाय. मळ्यात जाऊन मग करायचं काय?”

“काय करायचं ह्या भोगाला तरी! पावसुळ्याचं दीस. बसून आता खायाचं तरी काय?”

तो गप्पच बसला. म्हाताराम्हातारी पावसानं आकसून गेली होती. त्याचं बोलणं ऐकून ती अधिकच आकसली. भदं झालेल्या गाडग्यागत काळं तोंड करून दारकी चुलीत जाळ घालू लागली. चहाचं चेंबलं उतरलंय, चुलीवर काहीच नाही, याची तिला कधी आठवण झाली कुणास ठाऊक? चारसहा रुपय आणखी साठवून पेरणीच्या आलेल्या रोजगारातनं एक धडसं लुगडं घेऊन त्याची फाडून दोन धट्टीकट्टी एका पायावरची दारकांडं करायची हा तिचा विचार. तो आता पावसात पडलेल्या गारेसारखा विरघळून चालला.

मध्ये दोन दिवस पाऊस उघडला नि पुन्हा सुरू झाला. गुणाला काम कुठंच नाही...बसून तरी काय करायचं? कुठं तरी काय तरी हातपाय हलीवलं पाहिजेत. पेरणीत दारकीला नि त्याला रोजगार लागला होता, ते पुरवून पुरवून खाऊन संपलं. आता बसलं तर उपाशी मरायची पाळी.

सकाळी उठल्या उठल्या तो सगळ्यांच्या घरांकडं जाऊन आला. धामुड्या पाव्हणा सोडला तर सगळी घरात होती. ढोळकणी चहा करून पीत होती. बिड्या ओढत होती. तंबाखू दाढेत धरत होती नि भूक मारत होती. त्यानं प्रत्येकाला नानाच्या घराला चलायला सांगितलं... कुठल्या तरी पोरी आणायचा मेळ केला पाहिजे. पावसुळ्याचं दीस. आताच कुणी अडल्यानडलेल्या पोरी मिळाल्या तर मिळतील.

पोरींचा विषय निघाल्याबरोबर सगळी जणं वाढलेल्या केसांची डोसकी खाजवत नानाच्या घरात जमा झाली.

“तालमी बंद होऊन आता म्हैना होऊन गेला. पुन्ना तालमी सुरू करायचं कुणी काढतच न्हाई.”

“काय उपयोग त्या तालमींचा? पोरी न्हाईत. नुसतं आपूणच रातध्याड तालमी

करकरून मरायचं. शेवटाला न्हाईच पोरी मिळाल्या तर समद्या कष्टावर नि खर्चावर पाणीच की.''

''तसं न्हाई हुयाचं.''

''न्हाई कसं हुयाचं? फुडचं कुणाला ठावं हाय?''

''बरं; एखाद्या वक्ती पोरी आदूगर ठरल्यात आणि फुडं त्या आपल्या सवडीनं येणार हाईत, असंबी काय न्हाई.''

सगळी घटकाभर गप्प बसली.

''पोरी काय मी एकटा आणणार हाय? पर्तेकानं पोरी मिळवायसाठी धडपडलं पाहिजे.''

''आता आम्ही कुठल्या मिळवायच्या? आणि त्यांस्नी द्यायचं काय?''

''आसपासच्या गावचं सगळं मांगोडं धुंडाळायचं. पर्तेकानं एकएक गाव घ्यायचं. तिथली माहिती काढून तशीच कुणी मिळाली तर पेगम लावायचा.'' गुणाचा विचार.

''चालंल. तसं करू या. आपआपलं पाव्हणं असतील ती गावं घेऊ या.'' नाना.

''गुण्या, तूच समदं हे बघिटलं पाहिजेस. तू म्होरक्या. तुला जे जमंल ते आम्हांस्नी जमणार न्हाई.'' शंकऱ्या.

''मीच एकटा किती गावं हिंडायचा रे? गरज का मलाच नुसती एकट्याला हाय?''

''तसं न्हवं; तू असल्याबिगार हे काम नीट हुणार न्हाई.''

''न्हाई तर असं करू या. ज्येचा ज्या गावात पाव्हणा हाय, त्येनं त्या गावाला तुझ्यासंगं यायचं. म्हंजे समदा पेगम नीट लागंल नि कामबी हुईल.''

''चालंल. मी येतू तुमच्यासंगं.''

''कुणाचं पाव्हणं कुठं हाईत सांगा.'' नाना.

प्रत्येकानं आपआपल्या पाव्हण्यांची गावं सांगितली. प्रत्येकाला चालत जावं लागणार होतं. पैसे कुणाजवळच नव्हते. पावसाळ्यात रानामाळातनं सायकलीही चालणार नव्हत्या.

नव्या कामाला उत्साहानं सुरुवात म्हणून पुन्हा तालमी सुरू करायचा विषय निघाला. पोरी ठरेपर्यंत निदान चार दिवसांतनं एकदा तरी तालीम घ्यायची ठरलं. तिचा आज पहिला दिवस नव्यानं ठरवला.

जेवणं करून पुन्हा रातचं पोरं जमली. धामुड्या पाव्हणा कुठं आपल्या गावाकडं गेला होता. तो कदी येणार त्याचा दूम नव्हता. ढोलकी थंडच होती. सगळं काम डफावर भागवून न्यावं लागणार होतं.

गणगवळण सगळ्यांनी म्हटली. कशाबशा लावण्या सगळ्यांनी बिड्या ओढत, तंबाखू चोळत म्हटल्या. वगाच्या वेळी नुसते गुणा नि नानाच उभे राहिलेले. कुणी बसलेलं, कुणी आडवं झालेलं.

"म्हारुत्या, ऊठ की रे."

"मी बसून म्हणतू. तुमचं चालू द्या."

"उठून म्हणाय पाहिजे गा. तालीम कशाला करायची ही?"

"दीसभर पोटात काय न्हाई गा. हुबं ऱ्हायाचीबी ताकद अंगात न्हाई. मी आलूय हेच रग्गड झालं. बसतू नि म्हणतू की. बसल्याबसल्या समदं हावभाव करतू मी."

तालीम तशीच चालली. वशा लघवीला म्हणून गेलं ते आलंच नाही. त्याचा पार्ट आल्यावर सगळंच खुळांबलं वाट बघून त्याला बोलवायला किसना गेला.

डुलत डुलत वशा आला. "आयला, पोटात लई गारठा शिरला हुता. जरा च्या पिऊन आलू. - हं! काय म्हणायचं मी?"

त्याचं सगळं विसरून गेलं होतं. गुणा म्हणून दाखवत होता नि कोरड्या थंडपणानं वशा हसत हसत संवाद म्हणू लागला.

"वशा, तुझं समदं इसरून गेलंय. तुझी रोज तालीम घेटली पाहिजे आता."

"बघू म्हणं फुडं. दोन्ही पोरी तरी येऊ द्यात."

त्यातलं गांभीर्य तो काहीच लक्षात घेईना. किसन्या एका खोपड्यात घोंगडं पांघरून उबीला बसला होता. बिडी ओढत तो तिथनंच आपले संवाद म्हणू लागला. खरं म्हणजे त्याला पेंग येत होती. आता संवाद म्हणायला कुणी उठायचं, असं त्याला होऊन गेलं होतं. त्याला उठून पुन्हा घोंगडं पांघरायलाही वेळ द्यायला पेंग तयार नव्हती. तो तसाच पेंगत झोपेत जाबडल्यागत संवाद म्हणू लागला. शेवटी पार्ट येणारा पब्या तर खुशाल घोरत होता. इष्ण्या इकडंतिकडं फिरत कसेही संवाद म्हणून वेळ मारून नेत होता. शंकऱ्या कंटाळून कंटाळून गवताला टेकून पडला होता. तिथनंच संवाद फेकत होता. प्रत्येक वेळी गुणाला आणि नानाला ज्याचा संवाद असेल त्याला आठवण करून द्यावी लागत होती. हे दोघेच उभे. गुणा आपला पार्ट झाला की लगेच दुसऱ्यांना वहीवरील त्यांचे संवाद म्हणून दाखवण्याचं काम करत होता.

शेवटी वगाचं हसं झालं. तारामती आणि तिची दासी यांचा पत्ता नव्हता. इष्ण्याला खोड्या करायची हुक्की उठली... राजा 'हवालदाऽर, म्हाराणीला बोलाऽव. म्हणाला की इष्ण्या "म्हाराज, तारामतीचं कंत्राट अजून ठरायचं हाय. आता कुठल्या गावाला ढोरं राखंत हिंडाय लागलीया कुणाला ठावं. ठरली की लगेच बलवू."

"हवालदाऽर, राजपुत्र इंद्रजिताला बलवा."

"त्यो बघा, दुपारधरनं काका बामनाची लाकडं फोडून फोडून तंगला हुता; ते

आता खालवर घोंगडं घालून पेंगत बसलाय. बसलंय बसू दे तिकडं. कशाला आता उठवायचं?''

''आत्ताच्या आत्ता नगराची वार्ता काय हाये ते आणा.''

''बाहीर पाऊस चिक्कार हाय. नगरात जिकडंतिकडं घाणेघाण झालेली हाय. मांगा-म्हाराच्या पोटाला म्हैना झाला काय सुदीक खायाला मिळंना. तरी आपल्या किर्पनं समदी सुखातच हाईत म्हणायचं.'' - असे काहीतरी चमत्कारिक संवाद इष्ण्या म्हणू लागला. शेवटाशेवटाला गुणा नि नाना या दोघांनाही हसू येऊ लागलं. शेवटपर्यंत आलेला वग सगळीच कंटाळली म्हणून तिथंच थांबवावा लागला.

वग थांबवला नि सगळी पोरं आपआपल्या घराकडं पळाली. नाना आणि गुणा मागं राहिले. आजच्या तालमीची दशा बघून गुणा अधिकच खचून गेला. आपल्या मनातलं स्वप्न कोलमडणार की काय अशी काळजी वाटू लागली. त्याला घरी जावंसं वाटेना.

''मी आता हितंच निजतू.''

''नीज की. एकच घोंगडं हाय.''

''असू दे.''

दोघेही एका घोंगड्यात खाली थोडं गवत अंथरून पडले. नानानं दीर्घ नि:श्वास सोडला. काय करावं त्यालाही कळेना. सगळ्या फडाचा तमाशा व्हायच्या आधीच बोऱ्या वाजत चालला होता. मुका होऊन तो उताणा पडला.

''काय करायचं रे नाना? एकाबी कडूला तालीम घ्यावीशी वाटंना.''

''कट्टाळल्यात समदी... तम्माशात बाई न्हाई तर बरं कुणाला वाटणार?''

''आता कुठल्या बाया आणायच्या नि कशा आणायच्या?''

''का? बघू या की कुठं मिळाल्या तर.''

''समज, परगावच्या कुठल्या तरी दोन पोरी यायला तयार झाल्या; तर त्यांस्नी आणून ठेवायचं कुठं?''

''त्येंचं कुणी हितं पाव्हणंबिवणं असतील तर बघायचं.''

''आणि नसलंच तर? - आणि असलं तरी पाव्हणं बरं त्यांस्नी फुकटात खायाला घालतील?''

''मग पुन्ना पट्टी जमती?आठ-आठ दीस एकएकाची चूल पेटंना झालीया नि पट्टी काय देत्यात?''

''न्हाई तर मग पाळीपर्माणं पर्तेकाच्या घरात एकएक दीस जेवाय घाटलं पाहिजे.''

''पुन्ना तेच. जेवाय घालाय मांगोड्यात हाय काय ह्या पावसुळ्यात?''

''व्हय की.'' गुणाच्याही ध्यानात वस्तुस्थिती आली.

दोघांच्याही लक्षात आलं की तमाशात येणाऱ्या पोरी नुसत्या बघून उपयोगाचं नाही. त्या तर बघितल्याच पाहिजेत. पण नुसत्या तालमी करत बसण्यातही काही अर्थ नाही. अशा किती दिवस त्या करणार? त्यासाठी तमाशा बाहेर कधी काढायचा हे नक्की ठरलं पाहिजे. त्यांना काही तरी वाट सापडल्यागत झाली की दोघेही झोपी गेले.

सकाळी उठून दोघेही पांडबाकडं गेले. म्हातारी मेल्यापासनं आणि तालमी बंद झाल्यापासनं पांडबाचा उत्साहही मावळला होता. शेणकुटाच्या खेंडावर पाणी ओतून तो त्याची ओली राखुंडी लावत दाराच्या आतल्या बाजूला बसला होता. वसंताकडनं त्याला फडाची माहिती अधनंमधनं थोडी थोडी मिळत होती.

"पांडूम्मा, तम्माशातलं पोरींचं काय बघिटलंस का न्हाई?" गुणानं आठवण करून दिली.

"तुम्ही जाणार हाईसा न्हवं पोरी बघाय?"

"आम्हा पोरांस्नी कोण वटणार?"

"नुसत्या बघून तर या. आणि एखाद्या गावात हाईत असं कळलं की मग आपूण जाऊ. मग फुडं काय करायचं ते बघू."

"त्या पोरींस्नी आणून ठेवायचं कुठं?"

"ते बघू की मग."

"न्हाई पांडूम्मा, तेच आदूगर बघिटलं पाहिजे. मग पोरी हुडकाय जाऊ. पोरी गावल्या की लगीच फुडच्या तजविजीला लागायला बरं." गुणा.

"तसं करू."

"मी म्हणतू, ह्या तालमी किती दीस अशा करायच्या? तम्माशा बाहीर काढायचा कवा?"

"तेबी ठरवाय पाहिजे." पांडबा दात घासत क्षणभर गप्पच बसला. "बसा, तवर तोंड धुतू." म्हणून उठला नि डेचक्यात पाणी घेऊन तोंड धुऊन आला.

त्याच्या बायकोनं चहा केला होता. अर्धाअर्धा कप दोघांना मिळाला. पांडबानं कप भरून घेतला. वसंता पटकारातनं उठून तसाच येऊन बसला. चूळ भरून त्यानंही चहा घेतला.

पांडबा आठवण करत करत बोलू लागला. "आमचा पैला फड आम्ही असाच उरूस फुडं दोन-तीन म्हैनं हाय म्हणताना हुबा केला हुता. सांगावच्या दोन पोरी आल्या हुत्या. गाव जवळच हुतं. त्या तालमीला सकाळी यायच्या. सांज करून तासभर दिसाला आम्ही त्यांस्नी पोचवून यायचं. पैला खेळ गावच्या उरुसातच केला. दुसऱ्या खेळालाच पब्लिक काय वाट्टंल ते बोलतंय म्हणून पोरी फड सोडून गेल्या."

गुणा एकदम उजळला. ''आपूणबी उरुसालाच तम्माशा बाहीर काढू. अजून तीन-साडेतीन म्हैनं तरी गावचा उरूस हाय. दिवाळी झाल्यावर तीनचार दिसांनी उरूस.''

''तवर मग नुसत्या तालमीच करायच्या?'' डोळं चोळत बसलेला वसंता.

''तवर सारख्या तालमी घ्यायचं काय कारण न्हाई. आता न्हाई म्हटलं तरी तुमच्या सगळ्यांच्या हाताखालनं एकदा वग गेलाय. फुडं म्हैनाभर उरूस ऱ्हायला की मग आणि तालमी सुरू करू. तवर कुठं पोरी गावत्यात का बघू या.'' पांडबाचा विचार.

''चालंल. पोरीबिगार तालमींस्नी सुरुवातच करायची न्हाई.'' नाना

''उद्यापास्नं तुम्ही कुठं पोरींचा दूम लागतूय का बघा. मुरळ्याजोगतिणींच्या, कोलाटणींच्या पोरी गावल्या तर काम सोला आणं हुईल. तसल्या पोरींचा आदूगर दूम काढा.''

''आणि तसल्या न्हाईच गावल्या तर?''

''तर मग बा नसलेल्या, ठिवलेल्या बाईच्या पोटच्या, न्हाईतर लईच कुणी गरीब-सरीब असला तर पैशाच्या जोरावर आणायच्या. मांगोडं हुडकाय पाहिजेत बघा गावोगावचं.''

''उद्याच आम्ही लागतू कामाला.''

''लागा. पोरी हाईत एवढं कळलं की मी समदं फुडचं बघतू.''

''बरं!''

गुणाचा उत्साह वाढला. जोमानं तो कामाला लागला. म्हातारा पुन्हा ओरडू लागला. दारकी शिव्याशाप देऊ लागली. तरीही त्याचं ध्यान आता घरातनं उडालं. गावोगाव शरीर हलकं होऊन पाखरागत भिरभिरू लागलं. झडलेल्या मनाला पुन्हा पालवी फुटली नि तो कल्पनेत तारामतीचे निरनिराळे चेहरे रंगवू लागला.

९

꧋

कागलच्या आसपास बारकीसारकी खेडी बरीच होती. तिथं मांगवाडंही बरंच होतं. एक-एक जणाला बरोबर घेऊन गुणा ते हिंडला. एक-एक मांगवाडा म्हणजे दहाबारा अनवाणी घरांचा पुंजका. तिथं जोगतिणी, मुरळ्याही भेटल्या. त्यांना पोरीही होत्या. माणसं तशी गरीब. परंपरा धरून जगतेली. पण त्यांची उत्सुकता दांडगी. पुढं पुढं येऊन चौकशी करायची. रानोमाळ वानरासारखी भटकून शेण-जळणं जमवत, बारीकसारीक रोजगार-धंदं करत, कधी भुरट्या चोऱ्या करत जगायची. तशीच नागडीउघडी राहतेली. ना रंग ना रूप. उन्हानं अंगं जळलेली, चरबट घोरपडीगत झालेली. दुःख न करता अर्धपोटी राहायची सवय. गुणानं तमाशाचे खूप फायदे नि सुखं सांगितली. पण त्यांना पटत नव्हतं... तम्माशा म्हंजे गावावरनं ववाळून टाकलेली कला. त्यातली माणसंबी तसलीच. कुणी जावं त्यात? न्हाई मिळाली भीक तर तम्माशा शीक. गरीब असलू म्हणून काय झालं? उपाशी मरू, पर नटरंगीगत घरातलं माणूस नाचायला सोडणार न्हाई.

खरं म्हणजे तमाशात नाचेल अशी एकही पोरगी त्याला कुठं दिसली नाही. आतून या माणसांची गंमत वाटत होती. 'खेडदाळं' म्हणून तो त्यांचा विचार करत होता.

"राणी तारामतीला सोभंल अशी एकबी पोरगी रूपानं न्हाई. सगळ्या ह्येच्या भणं काळ्या ढम. डांबराच्या भावल्या. दात नि बुबुळं तेवढी पांढरीधोट. एकीचं म्हणशील तर नाक जाग्याला न्हाई, तर दुसरीचं तोंड पत्र्याच्या चाळणीगत."

"त्या तरी काय करणार? आईबागतच त्याबी. भटाबामनागत त्यांस्नी कुठलं आलंय रंगरूप?"

"काय करायचं मग? आपली राणी तारामती तर रूपसुंदर."

"तशी बाई मांगोड्यात जल्माला यायला युग पालटलं पाहिजे."

"आणि आली जल्माला तर मांगोड्यात कशाला ऱ्हाईल ती?"

"जाऊ द्या झालं. आपल्याला तरी कुठं नाटक करायचं हाय? तम्माशाच! बतावणीपुरती बाई असली म्हंजे झालं. रंग लावून गोरी करू म्हणं."

“ती तरी कुठं गावतीया? कुणी यायलाच तयार न्हाई नि.”

“खेडदाळ माणसं. सांगून न्हाई पटायचं. जरा दांडगं मांगोडं पालथं घालाय पाहिजेत. कुणी ना कुणी गावंल.”

तग धरून त्यांनी दोनचार तालुक्यांतले मोठमोठे मांगवाडे पालथे घातले. एक-एका मांगवाड्यानं एक-एक अनुभव घेत तो बाहेर पडत होता. मोठ्या मांगवाड्यातली माणसं लौकर एकत्र जमत होती. त्यांच्याविषयी गैरसमज होत होते...

“न्हाई रं बाबा. गावोगाव भटकायचं कुणी? घर सोडून वनवासी हुयाची लक्षणं ही.”

... ...

“माझ्या पोरी काय वाटंवर पडल्या न्हाईत; जावा. बायका नाचवा जावा की तुमच्या.”

... ...

“मुरळी असलू म्हणून काय झालं? देवाम्होरं नाचणं येगळं नि तम्माशात नाचणं येगळं. देवाची घाटी नि बाजारबसवीची घुंगरं एकाच तागडीत घालतूस व्हय?”

... ...

“बसला धंदा सोडून भिकनुशा धंद्यात कुणी पडावं?”

... ...

“सुगीत चार खळी हिंडलावं, कुणाचा लिंब उतरला तरी चारपाच म्हैन्यांची बेजमी हुती. गाव गरीब असलं तरी अगदीच काय उपाशी पडून मरत न्हाई मी. जीव जगवायापुरतं मिळतं ह्या गावात.”

... ...

“जग घेऊन माझ्या पोरी हिंडल्या तरी दीसभराचं आमच्या पोटाला मिळतं. जोगतीण असली तरी देवाची; नटरंगी गावाची.”

... ...

“हां! आता तम्माशातला कुणी सत्पनशील लगनच करून न्हेत असला तर माझी पोरगी देतू. तसंच पोरीला लावून देऊन फुडचं निस्तारायचं कुणी? गरीब असलू तरी पोरगी काय वळचणीला काढली न्हाई.”

... ...

“माझा मालक वतनदार हाय बाबांनू. त्येच्या पोटच्या ह्या दोन्ही पोरी. त्येला कळलं तर माझ्या नि पोरींच्याबी झिंज्या त्यो झाडाला बांधंल. पुन्ना हिकडं येऊ नगासा.”

... ...

''सरळपणानं मांगोड्याच्या बाहीर व्हा; न्हाई तर पायताणानं डोसकीची केसं काढीन.''

... ...

''आरं, पळा पळा पळा! म्हंबयचं सोदं पोरी पळवून न्हायला आल्यात. खोटी सोंगं करत्यात बघा; हाणा ह्यांस्नी.''

...गुणा-किसनावर पायताणांचा, बुक्क्यांचा, लाथांचा पाऊस एका मांगवाड्यात पडला. टोप्या तिथंच टाकून, रक्त थुंकत त्यांना भन्नाट पळ काढावा लागला.

तमाशा म्हणजे लोकांना काय वाटतं याची कल्पना आली. म्हाताऱ्याचा आणि बायकोचाही का विरोध होतो, हे उलगडत जाऊ लागलं. गुणाच्या मनाचा उत्साह धुऊन गेला. मांगवाडं, गावोगावचं माळ पाय तुडवत होते. त्यांचं बळ नाहीसं झालं. जड पावलांनी दीसभराच्या चालण्यानं आंबलेलं अंग घेऊन, खर आलेल्या तोंडानं तो घराकडं येऊ लागला. काय करावं कळेना. अनुभव येत जातील तसं जड जड पावलांनी घराबाहेर पडून नव्या गावी जाऊ लागला. पोरी शोधण्यातलं अंतर एक एक दिवसानी वाढू लागलं.

टोपी घालवून अंगावरचं विजार-कुडतं फाडून घेऊन आला, त्या दिवशी म्हातारा कडाकडा बोलला. रक्तचंदनाचा लेप लावता लावता दारकी 'वाटूळं केलंस माझ्या जल्माचं' म्हणून दाढवणापर्यंत हात नेऊन बोलली. त्याला काहीच बोलता येईना. महिना झाला गावं भटकत होता. तरीही मगदुमानं त्याला खाडाच करायला सांगितलं होतं. दुसरी कामं पावसानं कुठं मिळत नव्हती. काहीतरी गोळा करून सांजचं पोटापाण्याला आणायला त्याला वेळ नव्हता. उलट बोलायला तोंड नव्हतं. दारकी आंधळीजवळ नि अकडून बसलेल्या म्हाताऱ्याजवळ पोरं टाकून आपलं पोट घेऊन रानोमाळ भाजीपाला वेचत हिंडू लागली होती. कुणी नसलेलं बघून पडलेला लाकूडफाटा, कुपाचं काटं उचलून जळणाला आणत होती. ती पोट कशी भरतीय त्याला कळेचना. गावात असला म्हणजे नानाच्या घरात त्याचा मुक्काम पडू लागला. आधी आधी दारकी त्याला जेवायला बोलावण्यासाठी येत होती. पण त्याचं सततचं नानाच्या घरातलं पडणं बघून तीही बोलावण्याचा कंटाळा करू लागली. 'आयतं कुठलं त्येला घालू?' म्हणून वैतागून न बोलवताच घरात बसून पोराबाळांच्या तोंडात घासतुकडा घालू लागली.

त्याचं जेवण एक वक्तावर आलं होतं...पोटाला घाटलं तर बायकू नि पोरं. आईबाऽबी लेकानं मिळवून आणलं तरच चांगलं. त्येंच्यापायी मी मेलं पाहिजे. माझ्यापायी कुणी मरणार न्हाई. माझं मलाबी माझ्यापायी मरू देत न्हाईत. तम्माशात जायाचं न्हाई, पट्टी द्यायची न्हाई, घरातलं काय इकायचं न्हाई, पोरी बघत हिंडायचं न्हाई. नुसतं आमच्यासाठी राबायचं, आमच्या पोटाला घालायचं. कुतऱ्यासारखं

कुणाचा तरी मळा धरून पडायचं नि ह्यांस्नी आणून द्यायचं. माझा इचार कुणालाबी न्हाई...दारके, तुला तरी माझी काळजी पाहिजे हुती. घरात खायाला नसलं तरी निदान बलवायला तरी यायची हुतीस. कट्टाळीस मला. कट्टाळलीस.

तू तरी काय करशील म्हणा. बाईमाणूस. तशात अवघडलेली. कुठं म्हणून ह्या असल्या पावसुळ्यात जाणार नि काय मिळवून आणणार? मी बापयासारखा बापय; मी ते असा भयाभया करत हिंडाय लागलूय.

मी घराच्या पोटाला घालायचं, का बाईमाणसानं? माझ्यात मी रमलू तर पोराबाळांचं, घरादाराचं काय? त्या दोन म्हाताऱ्याकोताऱ्यांचं काय? अंगात बळ हुतं, हातापायांत रग हुती तवर त्येंनी पोटाला मिळवून खाल्लं. कसं का असंना मला ल्हानाचं थोर केलं. पोटाला घाटलं. आता हातपाय ठकल्यावर मी नगं त्येंच्या पोटाला बघाय?

मग माझं काय? माझा वग मी कवा हुबा करायचा? माझ्यातला राजा कवा बाहीर काढायचा? का मी असाच भुईत पुरलेल्या हुब्या मढ्यासारखा जगायचा?...

मनाला मरगळ आली. दुपारी चार वाजले तरी पोटात काही नव्हतं. खाल्लेल्या मारानं अजून पाठवण दुखत होतं. उठू नये, काही खाऊ नये असं वाटतेलं. पोटात नुसता सकाळचा चहा. सुन्न डोक्यानं तो नानाच्या घरात एकटा पडून राहिला होता. बकरं खाली मुंडी घालून टांगल्यागत खुंटीवर ढोलकी लोंबकळतेली.

दीस उतरणीला लागल्यावर उठला नि डोकं खाजवत एकटाच कुणी न बोलवता घराकडं गेला. गुमान जाऊन विळा शोधू लागला.

"काय हुडीकता?" दारकीला संशय आला. आतापर्यंत पत्ता नाही ते चारपाच वस्तू त्यानं विकल्या होत्या.

"इळा."

"इळा न्हाई मिळायचा, घर म्हणून तेवढं तरी ऱ्हाऊ दे आता."

"न्हाई, जरा रानात जाऊन येतू."

क्षणभर तिनं त्याच्या डोळ्याकडं बघितलं. मवाळ सूर ऐकून तिच्या मनातला संशय विझत गेला. पाकाड्यातला विळा काढून तिनं दिला. खोपड्यातल्या दोरीची गुंडाळी करून तो मुकाटपणानं दारातनं वाकून बाहेर पडू लागला.

"च्या घेता का थोडा? थोडासा हाय बघा. सकाळधरनं कुणाच्याच पोटात काय न्हाई."

"नगं. आल्यावर पीन म्हणं. न्हाई तर तुम्ही घ्या. मला मळ्यात मिळतूय का बघतू." पाट्यापाशी बसलेल्या राजाचं हातपाय काटकुटीगत झालेलं दिसत होतं.

गरीब डोळ्यांनी तो त्याच्याकडं बघत होता. "ऊन करून राजाला पाज च्या."

सुरात पडेलपणा आला होता. तसाच बाहेर पडला. दारकीलाही काही बोलता

येईना. त्याच्या बकाल, ढकलत ढकलत जाणाऱ्या, उंच शेलाट्या कायेकडं बघत दारकी दारात उभी राहिली. घटकाभरानं खाली मान घालून आत आली.

पावसाचा चिटका थोडा तुटला होता. त्याची अनवाणी पावलं पांदीचा चिखल तुडवत मगदुमाच्या मळ्याच्या वाटेला लागली. खाली बघत चालला. डोईवर फाटक्या पोत्याची खोळ. पायांच्या आसपास हात-हातभर आलेली कोवळी पिकं. त्यांवर पावसाचे पांढरट घुंगराएवढे थेंब. ते घेऊन ती वाऱ्यात हलतेली... हिरव्या लुगड्याचा रंग. त्यातली नाचणारी पावलं. बांधलेली पिवळी चकचकीत घुंगरं...पिकांना धक्का न लावता चालला. त्या उदास मनानंही लावणी गुणगुणू लागला. विळा हातातल्या हातात फिरवत जाऊ लागला.

शिर्पा ढोरं पाणी पितात काय बघत होता.

"ये गुणबा. लई दिसानं फेरी मारलीस?"

"रोज फेरी मारायचं मनात हाय. पर तुम्ही कराय लावलाईसा खाडं. मग येणार कसा?" उपाशी पोटावर हासत बोलला.

"तशीच फेरी मारायची."

"पाऊस पाय टाकू देतूय व्हय बाहीर?"

ढोरांना पाणी दावलं नि शिर्पा व्हळीची वैरण काढायला सरकला. "ईळभर सारखी वल्लीच वैरण खात्यात. जरा वाळली वैरण घालून बघू या. म्हंजे सांजचं दीस बुडतानं तरी पाणी पितील. न्हाई तर पोटात खडा व्हायचा अन्नाचा."

"मी काढून घालतू व्हळीची वैरण. तुम्ही काय तरी करा तवर."

"काय करणार आता? - शेळीची धार काढून च्या करू या?"

"करा की." त्याचा नेम बरोबर लागला.

शिर्पा खोलीत गेला. चहासाठी चुलीत जाळ कराच्या नादाला लागला. त्यानं व्हळीची वाळली वैरण काढून कडबागवत मिसळून ढोरांना थोडी थोडी टाकली. विळा-दोरी वळचणीला तशीच ठेवून खोपीत गेला. आतल्या दावणीच्या दगडावर बसत वैरणीच्या खोपड्याकडं बघून म्हणाला, "अजून सांजची वैरण केलेली दिसत न्हाई."

"आता करायची. रग्गड वकूत हाय अजून."

त्याला हायसं वाटलं. उकळत्या चहाचा वास नि सळऽऽ आवाज येईल तसं मन तरतरीत होऊ लागलं.

"काय म्हणतोय तुझा तम्माशा?"

"काय खरं न्हवं. सगळ्या गावाच्या शिव्या खाव्या लागत्यात. कोण सरळपणानं बघत न्हाई तम्माशाकडं."

"तम्माशा म्हटलाय कशाला?"

"ते खरं हो. पर जत्रंखेत्रंत त्येच्यावरच माणसांची मारामिठ्ठी पडत असती की.

एकएका गावच्या वतनदारांनी आपल्या जिवाचं चिरमुरं करून तम्माशावर उधळलेलं हाईत.''

''खूळ असतंय झालं एकएकाचं.''

''एवढं जरी माणसांस्नी कळलं तरी रग्गड झालं. पर माणसं करणाऱ्याला करू देत न्हाईत नि तम्माशा बघाय मातूर येत्यात.''

''कवा कवा डफ-ढोलकी मांगोड्यात ऐकायला येती की रे.''

''येती की. तसं काय तरी चाललंय. पर मेळ न्हाई हो.''

''का बरं? पट्टी तर समद्यांनी काढलीया नि मेळ का न्हाई?''

''त्येचं काय झालंय मालक, पर्तेकाला आदूगर तम्माशात नाचणाऱ्या बाया पाहिजेत. मग बाकीचं काय नसलं तरी चालंल.''

शिर्पाच्या डोक्यात कसला तरी उजेड पडला. ''व्हय की रे. तुमच्या तम्माशात बायका न्हाईतच की. बायकाशिवाय कसला रे तम्माशा? आणि बघणार कोण त्यो?''

''बायका आणायच्या हाईत हो.''

''कुठल्या?''

''कुठल्या तरी बघायच्या चालल्यातच की. गेला म्हैना मी त्येंच्यापायी गावं हिंडाय लागलूय.''

''मग कोण गावल्या का न्हाई?'' शिर्पाची उत्सुकता शिगंला.

''कोण गावणार? मांगोड्यातली माणसं? तम्माशाचं नाव जरी घेटलं तरी कोण तर पादल्यागत नाकं धराय लागत्यात.''

शिर्पा हसू लागला.

''मग कोण बाई गावलीच न्हाई म्हण तुला?''

''तसंच म्हणायचं.''

''म्हंजे मनासारखी न्हाई?''

''मनासारखी तर न्हाईच. पर नुसती बाई असलेली बाईबी न्हाई. तम्माशात कुणी न्हाई म्हणतंय बघा. खेडंची माणसं तर हातात पायताणंच घेऊन उठत्यात.''

''मग आता कसं रे तम्माशाचं?''

''आता एकच वाट हाय.'' दारातनं दिसणाऱ्या काळ्याकुट्ट आभाळाकडं बघत तो कसनुसा हसत बोलला, ''मनातल्या मनातच तम्माशा करायचा.''

''हाऽहाऽहाऽ! पर बघायचा कुणी त्यो?''

''आपूणच.''

''त्यो रोजच आपूण बघतोय हातरुणात पडल्यावर. दुसरं काय तरी केलं पाहिजे.''

"न्हाई तर मग असं करावं; राजाबी आपूणच, पर्धानबी आपूणच, राणीबी आपूणच नि दासीबी आपूणच होऊन वग करायचा."

दोघे खॉ खॉ खॉ करून हसू लागले.

चहा पिऊन दोघेही रातची वैरण करायला म्हणून उठले. ओढ्याकडच्या बांधाला पहिली कापणी धरली होती. दोघे बांधाबांधानं चालले. पिकं ठेल लागलेली.

"मालक, पिकं ठेल लागल्यात."

"खत का थोडं घाटलंय व्हय? तसल्यात पाऊस हाय मनाजोगा."

"वसबबी लई झालीया. तण माईना झालंय. कोळपण, भांगलण लौकर करून घ्यायला पाहिजे."

"आता घ्यायच्या की. दोन दीस जरा पावसाचं थेंब तुटल्यागत झाल्यात. वाळीप पडली की पुन्ना तुला यावं लागंल."

"मी काय कवा सांगतासा त्येची वाटच बघत बसलूय."

"अशी उघडीप पडली तर दोनचार दिसांत यावं लागंल तुला."

"तवर काय खायाचं? म्हैना दीड म्हैना झालं, कवा चूल पेटती, कवा पेटत न्हाई."

"जरा रोज ह्या वक्ताला येत जा. बाबाबी मळ्यात नसतोय. मलाबी जरा गवताला मदत हुईल नि एखादा भारा तुलाबी मिळंल. तेवढंच मूठभर तांदूळ येतील."

त्याला फार मोठा धीर आला. चहानं पोटात ऊब आलेली. गवतात विळा घसघसू लागला.

तासाभरात ढोरांची वैरण झाली नि चारपाच पाचुंद घेऊन तो घराकडं जायला निघाला.

दीस बुडतीला लागला असावा. ढग नसलेल्या मावळतीच्या एका भसक्यात खालनं वर किरणं चमकत होती. लगालगा तो मांगवाड्याकडं गेला नि आंब्याच्या बागंतल्या पडक्या घरात बसून सोडपेंढ्या केल्या. तेच गवत साताठ पाचुंदं केलं, उंच धरधरून भारा चौरीसारखा फुलवून बांधला. बसलेल्या पोरांकडनं उचलून तसाच बाजारपेठेत गेला.

भारा विक्रीला ठेवून शेजारीच चौगुल्याच्या वर्कशॉपमधलं निखळलेलं इंजन बघत बसला. इंजनाचे पार्टस् निखळून अस्ताव्यस्त पडले होते. हेच इंजन एकत्र जोडलं की जितं होऊन चालायला कसं लागतंय, याचं त्याला आश्चर्य वाटत होतं.

"एऽऽ, भारा केवढ्याला देणार?" कुणी तरी हाक मारली. त्याच्या मनात पैशाचा पाऊस पडल्यागत झाला नि तो चटक्यासरशी भाऱ्याजवळ आला. गिऱ्हाईकाबरोबर खूप झटापट केली. किमतीचा कल बघून भारा गिऱ्हाईकाच्या गळ्यात बांधला.

दीड रुपया हातात आला होता. येता येता हॉटेलातली दोन आण्यांची शेव घेतली. तास रात झाली होती. घरात कोणी चिमणी लावली नव्हती. सगळी जणं अंधारात गपगार बसली होती. पोरं पेंगळून भुईवर निपचित पालथी पडली होती. चुलीवर ठेवायला घरात काही नव्हतं.

"दारके-"

"आऽ!"

"जरा अशी हिकडं येतीस काय?"

दारकी पुढं सरकली.

"हे बघ, हे एक रुपय सा आणं हाईत." दहादहा, पाचपाच पैशांची नाणी त्यानं दारकीच्या हातावर ठेवली. तिचा हात जडशीळ झाला. "ह्येचं काय तरी बाजारात जाऊन आण."

ती तशीच अवघड पोटानं उठली. अंधारातच घमेलं नि जुनेराचा एक धडपा घेतला. बाजारपेठेत चालली.

म्हातारा नि म्हातारी चाळवली. त्यानं पडलेल्या पोरांवरनं हळूच हात फिरवला. दयेला उठवलं. ती उठून बसली. राजाचे हातपाय सुकलेल्या पडवळासारखे मऊसूत लागत होते. त्याचा हात फिरत होता तरी त्यानं हूं का चू केलं नाही. तो जागा होता की झोपला होता, हेही त्याला कळलं नाही. त्याला त्यानं उठवलं. उठवून पुढ्यात घेतलं नि शेवेचा कागद सोडून दयेच्या ओट्यात थोडी घातली. राजाला चार चार दाणे चारवू लागला. शेंबूड ओढत ते पोरगं मुटूमुटू मेवा खाल्ल्यागत खाऊ लागला. शेव संपल्यावर गुमान बसून त्यानं डबीतली तंबाखूची उरलेली ऱ्हाळ काढली नि नखानं चुना नखलून दोन्ही एका जागी चोळलं. तोंडात धरून तो दारकी येण्याची वाट बघू लागला.

तंबाखू डोईकडं रिवरिवत चालली... इंजनागत माणसाचंबी पार्ट निखळून ठेवाय आलं पाहिजे हुतं. अन्न आलं की जुळवायचं नि पोटाला खायाचं. न्हाईतर बंद...

१०

रानं निपचित पडलेली बघून पाऊसही कंटाळला. उघडीप पडू लागली. हळुवारपणानं उन्हं सांडू लागली. पिकांचा हिरवा रंग उजळून निघू लागला नि सगळ्या रानाला पुन्हा माणसांची जाग आली. कोळपी तुरतरू लागली. हळ्याआरोळ्या ऐकू येऊ लागल्या. धरतीच्या मनात होतं ते बाहेर आलेलं बघून माणसांच्या मनातलंही गाण्याबतावण्यातनं बाहेर येऊ लागलं.

त्याला पुन्हा कामावर यायला हाक आली. दारकी दोन्ही पोरं घरात टाकून नि एक पोटात घेऊन मिळेल तिथं जोंधळा भांगलायला जाऊ लागली. हळूहळू पुढं सरकत जोंधळा भांगलणं जमत होतं. सांजचं बांधावर, रानात उगवलेली घुळीची, चिरघुळीची, तांदळीची भाजी वटाभरून घराकडं आणू लागली. भरल्या पोटानं मांगवाड्यातली पोरं खेळू लागली.

पांडबाला कोल्हापूर-निपाणीला हेडेपण मिळू लागलं. पावसात ढोरांचा बाजार अगदीच मंद होता. कधी चार पैसे मिळायचे तर कधी जाण्यायेण्याच्या तिकिटाचे पैसेही अंगावर पडायचे. कधी मग तो चालत यायचा, कधी कुणाच्या खेपा करायला गेलेल्या बैलगाडीतनं यायचा. म्हणून मग पाऊस असला की बाजार चुकवून घरातच बसायचा. पण आता हिरव्या चाऱ्यानं ढोरांच्या अंगावर मूठभर मांस आलं. हाडं अंगात मुजली. चार पैसे चढ येतील म्हणून माणसं उघडीप पडल्यावर जनावरं बाजाराला आणू लागली.

कामाच्या घाईत महिना कसा गेला ते गुणाला कळलं नाही. सांजचं जाऊन तो नानाच्या घरात बसत होता. रोजगार मिळू लागल्यावर, पोटात कण्या-आमटी पडू लागल्यावर गप्पा मारायला पोरं एका जागी जमू लागली होती. वगाच्या तालमी थंडच होत्या. पांडबा आपल्यासाठी काहीच करत नाही, म्हणून गुणा मनातल्या मनात खट्टू होऊन बसला होता. पण योगायोगानं एक गोष्ट घडली. गणपतीच्या आरासी नि देखावं बघायला पांडबा कोल्हापुरात थांबला होता. हिंडता हिंडता त्याला जुन्या ओळखीची यमुनाबाई दिसली. गावचा तमाशा मोडल्यावर कुपवाडच्या तमाशात त्यानं दोन-अडीच वर्षं काढली होती; तिथली ओळख. मनाशी काही हिशेब घालून

त्यानं विचारलं. "गणपती बघाय चाललाईसा वाटतं?"

"ते कुठलं? पोरींचा डान्स-मेळा हाय."

"इ्याक इ्याक. आणि कोण कोण हाय घरात?" पांडबाला आणखी काहीतरी विचारायचं होतं.

"कुठलं कोण? दादासाहेब शिंत्रे म्हणून मालक हुतं. सडकंवर खडी टाकायचं कंत्राटदार."

"बरं बरं."

"साताठ वर्सं झाली हार्टफेलनं एकाएकी मेलं."

"आराऽराऽ! मग आता हो?"

"शाहू मिलमधी जाती आता. भोग आलाय तसा भोगाय पाहिजेच की."

"ह्या मेळ्यावर काय मिळतं काय?"

"कुठलं हो? का मिळायचं? मेळं काय सालभर असत्यात व्हय? गणपती-पुरतंच की. एकदोन म्हैन्याची परापत."

"पोरी आणखी काय करत्यात?"

"आणखी काय करणार त्या? माझ्या जल्माचं धिंडवडं झालं; निदान त्येंच्या जल्माचं तरी होऊ नेत म्हणून काळजी घेती झालं."

पांडबा काहीच बोलला नाही. तिच्या चेहऱ्यावरच्या जुन्या रेषांची ओळख लागते का बघत तिच्या डोळ्यांत उतरू लागला. ती किंचित बावचळली.

"तुमचं कसं काय चाललंय?"

"इ्याक चाललंय. तम्माशातनं बाहीर पडलू नि हेडंपण कराय लागलू."

"काय मिळतंय का?"

"मिळतं की पोटापुरतं. कवा तेजी तर कवा मंदी. आणखी काय तरी करतूय... तुम्ही ऱ्हातासा कुठं?"

"शाहू मिलजवळच की. तुम्ही या की एकदा."

"येऊ की. किती दिसांनी गाठ पडली तुमची. आता आलंच पाहिजे. माझीबी पोरं काय तरी, काय तरी खटपट कराय लागल्यात."

यमुनाबाईला तिच्या पोरींनी हाक मारली. ती चळवळू लागली.

"येऊन सवडीनं सांगतू तुम्हांस्नी. घर नेमकं कुठं आलं?"

तिनं खाणाखुणा सांगितल्या. पोरींची तयारी करण्यासाठी ती स्टेजमागच्या घरात घुसली.

तो तिच्या पाठमोऱ्या अंगाकडं अस्वस्थ मनानं बघत राहिला. अंगावरचं पातळ जुनं ठेवणीतलं होतं. इस्त्री करायलाही तिला सवड झाली नसावी. ताणाचं अंग ढिलं पडून अंगावर, चेहऱ्यावर उतरतीच्या रेषांची हजेरी लागू लागली होती. हरवलेल्या

दिसांची रुखरुख खाली कोन करून पडलेल्या जिवणीवर जाणवत होती. त्याला जुने दिवस आठवले. दोनतीन वर्षं वाजवलेली ढोलकी कानात घुमू लागली. गावातल्या पोरांच्या तालमींची तीव्रतेने आठवण झाली. डोक्यात दंगा सुरू झाला. डोईचा पटका काढून डोकं खाजवत खाजवत तो शेजारी कुठं हॉटेलात उनउनीत स्पेशेल चहा मिळतो का बघायला चालला. तोंड गोड करावं असं वाटलं.

गणपती बघायचं सोडून, डोईचा पटका तसाच काखेत मारून पोरींचा मेळा बघत त्यानं तिथंच रस्त्यावर रातभर बैठक घातली. इस्वाट्याच्या वेळेत मध्येच जाऊन पोरींचं कौतुक करून आला. कौतुक करता करता यमुनाबाईचंही झालं.

पहाटेचे उठून चालत कागलला आला. मनात काहीतरी सळसळ चाललीच होती.

सकाळी त्यानं आंघोळ केली. स्वत: देव पुजला. दोन नव्या पैशाच्या दोन उदकाड्या आणायला सुमत्याला सांगितलं. त्या लावल्या. हयातीत कधी नव्हता एवढा सुगंध घरात दरवळून राहिला.

धुतलेली कापडं अंगावर घातली. जुनी लोखंडी ट्रंक उघडून तळात कागदाच्या घडीत ठेवलेला छापील डिझाईनचा फेटा मनातनं बाहेर काढल्यागत काढला, तरुणपणातल्यासारखी कोर काढून बांधला. त्याची बायको नव्या कळीगत फुलून आली नि चुलीपुढं बसून खुदकन हसली.

“का गं? का हासलीस?”

“का न्हाई.”

“असलं पटकं लई दीस असंच ठेवलं म्हंजे त्यांस्नी कसार लागती. अधनंमधनं ते बाहीर काढलं पाहिजेत. बरं असतं. आपल्यालाबी जरा बरं वाटतं.”

“हांऽ” ती गालातल्या गालात हसत होती.

“च्या कर च्या. आयला! नुसती खुळ्यागत हासतीयाच की रं ही? - वशा कुठं गेला?”

“दूध आणाय.”

“कर कर. तवर च्या कर दूध येऊस्तवर.”

रातचं पोरं जमली होती. पोटाला खाऊन पांडबा कुणी न बोलावताच नानाच्या घराकडं आला. पोरांत जाऊन बसला. गुणा डफ हातात घेऊन दबक्या आवाजात हात मारत होता. त्याच्यापुरता त्याचा आवाज येत होता. त्याच्यापुरती लावणी त्याच्या मनात झडत होती. बाकीची पोरं काही तरी इकडतिकडच्या गप्पा मारत होती.

“ये पांडूम्मा.”

अचानक पांडबा आलेला पाहून त्यानं डफ थांबवला.

"कुठवर आलं पोरींचं?" पांडबा.

"कुठलं कुठंवर येतंय? पोरी गेल्या आता ढगात." नाना.

"कुठं कुठं बघिटलासा?"

इचार की ह्या पोरांस्नी. सरळ गाडीनं परत आलू हेच लई झालं." गुणा.

पोरं पिशीपिशी हसली.

"दोन पोरी हाईत." पांडबा बोलून गेला.

कुठं?" चार पोरं जवळजवळ एकदमच बोलली. त्यांच्या पोटात आपटबार उडल्यागत झाला.

"कोल्लापुरात."

"रूपानं कशा काय हाईत? का एक काळूबाई नि दुसरी इठूबाई?" इष्ण्या.

"ते का? पोरी जाईजुईची फुलं हाईत."

"मग आण की. उशीर कशाला? दिवाळी-उरूस तर दोन म्हैन्यावर आल्यात."

"झटक्यासर लागणारा मासा न्हाई त्यो. ढोकरीची जात हाय. गळ नीटशी पोटात गेला तरच दावणीला लागंल. नि घास्सदिशी वडला तर दावण कातरून निघून जाईल."

"बया गंऽऽऽ! खरं म्हणतूस काय! कवा कळायचं मग हे?"

" फुडच्या सोमवारी नीट चाचपून बघतू. तवर तालमी सुरू करायच्या. त्यांस्नी तम्माशा चाललेला दिसला पाहिजे. नुसतं बायकाइदमान ऱ्हायलंय असं वाटलं पाहिजे. तसं झालं तरच त्यांस्नी यावंसं वाटंल. न्हाई तर कशात काय मेळ न्हाई, हे तम्माशा बशीवणार कवा नि पैसा मिळणार कवा. असं वाटाय नगं. उद्यापासनं तालमींस्नी सुरवात करू या."

विझल्यासारख्या झालेल्या गुणाच्या मनात गुलजार औट उडाला. उंच गेला नि आभाळात रंगीत कागदं फुलं उधळल्यागत पसरली. तेज झाला.

"पांडूम्मा, तुझं पाय धरतू, पर ह्या पोरी सोडायच्या न्हाईत."

"न्हाईत. माझ्याबी मनानं आता घेटलंय,"

"आगा, मग सांग तरी पोरी कुठल्या, कुणाच्या?"

"ते आता न्हाई. ते फुडच्या सोमवारीच. तवर तालमींस्नी सुरवात करा. जमंल तसं मी येतूच तालमीला."

"त्येला किती उशीर लागतूय? आजच्या आज सुरू करू." नाना.

"काढा रे ढोलकी. पेटी काढा, कडी काढा."

पोरांनी चटाचटा वाजपं काढली. दीडदोन महिने खुंटीवर पडलेल्या ढोलकीची चमडी सैल झाली होती. नीट वाजत नव्हती. तरी धामुड्या पाव्हणा तिच्यावर

कटाकटा हात टाकू लागला. कडी किनकिनू लागली. पेटीचा सूर पुन्हा सुरू झाला नि शंकऱ्याला कंठ फुटला. प्रधान तारामतीला उद्देशून लावणी म्हणू लागला, ''अशी इपरीत गोष्ट कशी काय घडली, कशी काय घडली, पर्धानाची पिर्ती तुझ्यावर जडली, तुझ्यावर जडली...''

पोरांचा जल्लोश सुरू झाला नि मांगवाडा खडबडून जागा झाला.

बाळूच्या कानांत रस ओतल्यागत झालं. ''बोंडसाळ्यांनी पुन्ना तमाशा सुरू केला वाटतं.''

११

पांडबा यमुनाबाईकडं दोन वेळा जाऊन आला. पोरं तमाशा बसवत असल्याचंही सांगितलं. पहिल्यांदा पुन्हा आपल्या मुली तमाशात घालायच्या म्हणजे तिच्या जिवावर आलं; पण तिच्यापुढं पांडबानं गाजणाऱ्या तमाशाचं फड ठेवलं. तमाशाला चांगले दिवस आल्याचं पटवलं. मेळ्यातही मुली नाचणारच आणि तमाशातही नाचणारच होत्या. फारसा फरक पडणार नव्हता. मुलींनाही नाचायची हौस होती. तमाशात तिची वर्षभर कमीअधिक प्राप्ती होणार होती. मिलमधील रोजगार सुटून पुन्हा चांगले दिवस आले तर तिला हवे होते.

तिसऱ्यांदा पांडबा घरी आल्यावर ती एक दिवस मुलींसह त्याच्या घरी येऊन पाहुणचार घेऊन परत जाण्यास कबूल झाली. पोरांचा उत्साह ओसंडू लागला. रात्र-रात्रभर जागून ती तालमी करू लागली. लावण्या चढ्या आवाजात सुरू झाल्या नि मांगवाड्यात जत्रा उतरल्यागत झालं. रातभर कुणाला नीज लागेना. हौशी असतील ते वग ऐकायला येऊन बसू लागले. पोरांना वाटू लागलं पब्लिकच आपल्यासमोर आहे. कुणालाही न दिसणाऱ्या, कुणीही न पाहिलेल्या नयना-शोभना त्यांच्या मनासमोर तारामती आणि दासी म्हणून उभ्या राहिल्या. त्यांना उद्देशून ती बोलू लागली. नान्या-पब्याला तमाशात का होईनात चांगल्या दिसणाऱ्या, सहावारी पातळातल्या, केसांच्या बटा सोडलेल्या, डोळ्यांत काजळ घातलेल्या, तोंडाला पावडर लावलेल्या बाया आपल्या आया म्हणून उभ्या राहणार याचं समाधान वाटलं. इष्ण्या आपल्या एका डोळ्यानं घात केलाय म्हणून त्यांच्या वाटेवर डोळा लावून बसला. सगळ्यांनाच आनंद झाला. यमुनाबाई ही तमाशात काम केलेली बाई. कुणाच्या कामात चुकारपणा होता कामा नये. झाला तर ती खूश होणार नाही. आपल्या पोरी तमाशात लावून देणार नाही; याची जाणीव पांडबानं प्रत्येकाला करून दिली.

रातची जेवणं करून, धुतलेली कापडं घालून पोरं लौकरच जमा झाली. गुणा, नाना ह्यांनी न्हाव्याकडं जाऊन आपल्या दाढ्या गुळगुळीत घोटल्या होत्या. डोईला तेलं चोपली होती. कधी नव्हे ते भांग पाडले होते.

पांडबाबरोबर यमुनाबाई आपल्या मुलींना घेऊन आल्या. घटकाभर पोरांनी आपल्या नजरा त्या पोरींवरच खिळवल्या. मग त्यांच्या ध्यानात आलं की आपण सारखं त्या पोरींकडं पाहतोय. ती हिरमुसली नि त्यांनी तिच्यावरच्या नजरा काढून घेतल्या.

घटकाभर इकडतिकडची बोलणी झाली नि गणगवळणी, लावण्या यांना सुरुवात झाली. पोरं कंठ फोडून गाऊ लागली. वग सुरू करायच्या अगोदर चहा करून पाहुण्यांना दिला. पांडबानं वगाची वही हातात घेतली नि वग सुरू झाला. पोरं रंगून गेली. गुणा-नानानं मनोमन त्या दोन्ही पोरींना तमाशात कधीच ओढून घेतलं होतं. ते राजा-प्रधान होऊन गेले होते. त्यांचे पाय कधीच राजमहालात जाऊन टेकले होते. बेफाम होऊन ती आपली कामं करत होती.

यमुनाबाई डोळ्याचं पातं न हलवता नाना-गुणांकडं पाहत होती. पोरी एकमेकींकडं बघून हसत होत्या. पुन्हा ऐकण्यात गुंगत होत्या. स्वप्ननगरीच्या एका राजाला त्यांनी कधीच आपल्या वरमाला घातल्या होत्या. डोळ्यांवर येणाऱ्या, मुद्दाम सोडलेल्या बटा फॅशन म्हणून मागे सारता सारता त्यांच्या भुजा स्फुरण पावू लागल्या. जुनाट कच्च्या विटांच्या, पाखाड्यात, कोळ्यांच्या जळमटांचा घरोसा साचलेल्या घरात राजवाडा असल्यागत त्या रमून गेल्या.

दोन तास पहाट राहिली नि तालीम संपली. गुणाचं एक जग बघता बघता काळोखात होत्याचं नव्हतं झालं.

सकाळी चहा पिऊन पाहुणे कोल्हापूरला जायला निघाले. सगळी स्टँडपर्यंत गेली. मोटार सुरू झाल्यावर जाता जाता यमुनाबाईनं पांडबाला सांगितलं, ‘‘कोल्लापूरला चारपाच दिसांनी सवडीनं या, म्हंजे मग बोलणी करू.’’

पांडबानं उमलत्या चेहऱ्यानं मान हलवली नि लालचुटूक तांबडी एस.टी. कोल्हापूरच्या नीटघोल रस्त्यावर हळुवारपणे पुढे सरकली.

दोन-तीन दिवस विचार करून यमुनाबाईनं पोरींचा सल्ला घेतला नि मनाशी काही निर्णय घेऊन ठेवले. आपण होऊन पांडबा कधी येईल याची व्यवहारी वाट पाहू लागली. मिलमधल्या कामाला दीसभर जाऊ लागली. नाकातोंडात कापसाची धसं जाऊस्तवर घाम गाळून परत येऊ लागली.

रविवारचा जनावरांचा बाजार करून पांडबा मोकळा झाला. गुणा त्या दिवशीचा दुपारचा खाडा करून कोल्हापूरला तासभर दिसालाच येऊन पांडबाला मिळाला. तासरातीला खानावळीतलं काहीतरी पोटात ढकलून दोघेजणं यमुनाबाईच्या घराकडं आले.

‘‘या पांडबा.’’

टाकलेल्या घोंगड्यावर सोप्यात बसले.

रात्री जेवणं झाल्यावर बैठक बसली. गुणाचं मन नारळीच्या झाडाला टांगल्यागत झालं होतं. भिंतीवर खिळे मारून एका ओळीत बसवलेल्या तसबिरींकडं तो अविश्वासानं बघत बसला होता. नेहरू-गांधीजी हसत होते; शिवाजी महाराज गंभीर होते. कुठलीशी नटी चिंताक्रांत होऊन हाताच्या गोफणीवर हनुवट टेकून पुढं काय होईल, या विचारात बसली होती.

"मग काय काय ठरलं?" आतलं आवरून ओले हात पुसत यमुनाबाई येऊन बसल्यावर पांडबानं मूळ मुद्याला हळूच तोंड फोडलं.

"तेच आता ठरवू. येव्हार हाय ह्यो. पटला एकमेकाला तर करू; न्हाईतर आपल्या वाटा आपल्याला."

गुणा बसल्या बसल्या उसासला.

"व्हय की." पांडबा थंडपणानं बोलला.

"पोरींचा मी इचार घेटला. तर त्येंचं म्हणणं न्यारं पडतंय." चतुराईनं यमुनाबाई बोलू लागली.

"काय पडतंय बोला की. तुम्ही बोला, वाटलंच तर त्यांस्नी बलवा. तुमच्या आमच्या दोघांच्याबी फायद्याची गोष्ट हुईल असं करू."

"तेच म्हणती मी. त्यात माझाबी थोडा इचार आला पाहिजे."

"म्हंजे कसं म्हणता?"

"जरा च्या घेऊ पैल्यांदा. मग बोलू."

ती आत गेली. पोरगा नि दोन्ही पोरी तयारी करून बाहेर जायला निघाली.

"बाहीर चाललासा?" गुणानं किंचित येडबडून विचारलं. त्याची नजर नयनाकडं लागली. मनातली राणी बाहेर येऊन उभी राहिल्यागत वाटलं. फार सुंदर नसली तरी पोरगी देखणी होती. त्यानं आतापर्यंत पाहिलेल्या अनेक पोरींपेक्षा तिचं रूप उजवं होतं. क्षणभर वाटलं की हीच आता आपली तारामती.

"न्हाई. लगीच येतावं. जरा घरगुती कामासाठी जाऊन यायचं हाय."

"या या."

तिघेही बाहेर पडले. यमुनाबाई चहा घेऊन आली. बोलण्याला सुरुवात झाली.

"पांडबा, पोरं बाहेर गेल्यात तवर तुम्हांला आता खुल्यापणानं सांगती."

"सांगा की. अगदी मन उघडं करून सांगा."

"माझा जलम कसा गेला हे तुम्हांला ठावंच हाय."

"व्हय की."

"जलमभर या पोरींस्नी मी सांभाळलं. देवाच्या दयेनं हे पोटाला आलं. अजून पोराचं शिक्षण पुरं होऊन कवा तो नोकरीला लागंल तवा माझ्या पोटाची खरी काळजी मिटंल."

''व्हय की.''

''तवर माझी सगळी भिस्त ह्या पोरींवरनी हाय. ह्यांस्नी मी पोटं आवळून वाढीवली.''

''अगदी खरं हाय.''

''तवा कुठं ह्या ह्या थराला येऊन पोचल्या. तीनचार वर्सं नाच शिकल्या. आत्ताशा कुठं मेळं करू लागल्या.''

''व्हय.''

''ह्यातनं मला अजून म्हणावी तशी परापत न्हाई. माझी जल्माची कमाई ह्या पोरींतनी घाटली ती अजून हजार वाट्यानंबी माझ्या हातात आली न्हाई.''

''बरं.''

''माझ्या नशिबात ह्यापणात आता ह्यो रोजगार आला. मला सुख मिळायचं कवा?''

''ह्या पोरी मिळवित्या झाल्यावर मिळंल की.'' त्यानं सहजावारी घेण्याचा प्रयत्न केला.

''पोरींचं काय खरं न्हवं बघा. त्येंचं वय हे असं. एखाद्या वक्ती भडकल्या म्हंजे भडकून जायाच्या नि मी अशी खडकावरच पडायची.''

''मग त्या घरात ठेवल्या तरी काय बिनभडकता ऱ्हाणार हाईत? भडकायच्या असतील तर भडकणारच.'' त्यानं मुद्यातली गुंतागुंत सांगितली.

''तेच म्हणती मीबी. तवा मग ह्या पोरी तम्माशात गेल्या तर माझी काय वाट?''

''समजा, ह्या पोरी तम्माशात गेल्या तर तुमची येवस्था कशी करावी असं वाटतं तुम्हांस्नी?'' पांडबानं यमुनाबाईच्या मनातलं ओळखलं.

''खरं सांगू तुम्हांला?''

''खरं सांगा. आडपडदा ठिवायचं कायबी कारण न्हाई. येव्हार हाय ह्यो.''

''मी म्हणती पर्तेक खेळातला धाव्वा हिस्सा तरी तुम्ही मला तीन सालं दिल्या पाहिजे. तिथनं फुडं मग पोरी माझ्यासंगं सरळ ऱ्हायल्या तर मग माजं काय म्हणणं न्हाई. व्हय, माझा त्येंच्यासाठी घाटलेला खर्च तरी निघाय पाहिजे. म्हातारपणी मला बघणार कोण?''

''बरं, फुडं बोला.''

''पोरींचं म्हणणं असं हाय की उरलेल्या परापतीच्या दोन वाटण्या करायच्या नि निम्मी त्या दोघींस्नी नि निम्मी तुम्हांस्नी.''

''म्हंजे आम्हा सगळ्यांस्नी निम्मी, नि निम्मीत ह्या दोघी?''

''हां, शिवाय फडाला नयना-सोभनाचं नाव द्यायचं. त्येच्या खाली तुमच्या म्होरक्याचं.''

घटकाभर बोलणं थांबल्यागत झालं. कुणाला काही बोलता येईना. गुणाला आपल्या पोटातली आतडी बाहेर ओढून काढल्यागत झालं.

''बोला; फुडं बोला की.'' पांडबा बोलण्याला पुन्हा नसत्या नेटानं पट्टा चढवू लागला.

''फुडं आता तुम्हीच बोलायचं. तुम्हांला हे पटतंय का बघा म्हंजे झालं.''

यमुनाबाई असं बोलल्यावर दोघेजण क्षणभर एकमेकांच्या तोंडाकडं बघत बसले. दोघांनाही काय करावं कळेना. हवा गेलेल्या चेहऱ्यानं गुणा बसला. बोलणं ऐकता ऐकताच त्याच्या पोटात खड्डा पडला होता. जागच्या जाग्याला तो चळवळत होता. काय करावं सुचत नव्हतं... सगळ्यांनी कष्ट करायचं आणि या दोघींनी त्यातला निम्मा वाटा उचलायचा. काय ही माणसं! नुसत्या पैशाचा नि नावाचाच इचार. कसं जमायचं?''

''आणखी काय काय अटी असतील तर सांगा. म्हंजे एकदम इचार कराय बरं.''

पांडबानं पुन्हा बोलण्याला तोंड फोडलं.

यमुनाबाई पुन्हा चहा करायला आत गेली. तवर पांडबानं नि गुणानं दारा-तोंडाला जाऊन बोलणं करून घेतलं. मग वादावादी झाली नि शेवटाला तिजाई वाटा दोन मुलींना द्यायचा ठरला. यमुनाबाईला वरखर्चाला म्हणून प्रत्येक दिवशी सात रुपयं द्यायचं ठरलं. सरळ सरळ नयना-शोभनाची तिजाई भागी. तिच्या विचाराशिवाय कोणचा निर्णय घ्यायचा नाही असं ठरलं. नाव देताना त्या दोघींचंच नाव फडाला द्यायचं; खाली गुणाचं.''

या घासाघिशीत गुणाचा जीव गुदमरून गेला. तो बोलण्यात भाग घेत नव्हता. या व्यवहारातलं त्याला काही कळत नव्हतं. फक्त एवढं कळत होतं की आपण उभं करीत असलेलं एक जग विद्रूप होत आहे. - पण तो धीर धरून होता. त्यातल्या त्यात एक आनंद होता की फड उभा राहणार. बाहेरून आलेल्या नयनानं आपली शेवटची एक अट सांगितली.

''एक झालं पाहिजे.''

''काय?''

''तम्माशात सोंगाड्याबरोबर एक नाच्याबी पाहिजे.'' पांडबानं ते हासण्यावारी नेलं. ''नाच्या आता काय करायचा? नाच्याचं दीस गेलं आता. पैलं पैलं तम्माशात नाचणाऱ्या बायका मिळायच्या न्हाईत. तवा त्येंच्याबदली चोळी-लुगडं नेसवून पोरं नाचवावी लागायची. आता त्येंची काय गरज? बायकासारख्या बायका नाचणार असल्यावर हिजडेनाच कोण हो बघणार?''

''तसला नाच्या नव्हं. गणपत पाटलाचा सिनेमा तुम्ही बघिटलाईसा?''

''कोण गणपत पाटील?'' पांडबाला काहीच कळेना.

'' 'वाघ्या मुरळी' सेनेमा बघिटला न्हाईसा?''

''न्हाई बा.'' पांडबा खालच्या सुरात म्हणाला.

“मी बघिटलाय. फुडं सांगा.” गुणाला शब्द फुटले.

“तर त्यातल्या तम्माशात जरीची टोपी घालून बायकी हावभाव करत नाचणारा एक नट असतो बघा. त्यो गणपत पाटील.”

“बरं”

“तर तसला नाच्या पाहिजे विनोद करायला.”

“अहो, मग इनोदासाठी सोंगाड्या हाय की. नाच्या नि कशाला पाहिजे?” पांडबा.

“एखाद्या येळंला सोंगाड्या नसला तरी चालंल पर तसला नाच्या पाहिजे. तसं झालं तर आपला तम्माशा अप्टूडेट हुईल. आणि गर्दीबी हुईल.”

“बाकीच्या तम्माशात असं कुणी नसतं आता.”

“नसतं म्हणूनच आपण आणायचा. नवी काय तरी कला केली तर माणसं जमतील. फडाची किनया हुईल.” यमुनाबाईनं बोलणं आपल्याकडं ओढून घेतलं. कपडे बदलायला नयना आत गेली.

“तसा नाच्या मिळतू का ते बघाय पाहिजे. न्हाई तर तुमचा कुणी माणूस असला तर आणा.”

“आमचा कुणी तसला माणूस न्हाई. तुम्हीच बघा कुठं तरी. न्हाई तर फड काढून काय उपयोग हुयाचा न्हाई.”

“का हो?”

“अहो, नुसतं तम्माशाचं फड रग्गड निघत्यात नि रग्गड बंदबी हुत्यात. त्यातच आपलीबी भर पडायची. त्यात पुन्ना आपला नवा फड. करायचं असंल तर काय तरी नवं केलं पाहिजे; तर चालंल. पोरींचं म्हणणं तसं पडलंय. तसा नाच्या असंल तर आपूण नाचू म्हणत्यात; तवा म्हणती.”

“बघू मग तसं कुणी मिळतंय का.”

बाकीचं बरंच बोलणं झालं.

रात बरीच झाली होती. सोप्यात पडल्या पडल्या गुणाच्या मनात वग उभा राहत होता. समोर राणी उभी होती. तिच्या अंगावर भारीपैकी पैठणी. पिवळ्याजर्द अलंकारांची मिरास. राजा होऊन त्यानं धरलेला तिचा कोमल हात. गोरागोमटा, नाजूक. बोटे रुतवावीत तेवढी तिच्या मऊलूस दंडात रुतणारी - काय ह्यो हात, तम्माशात नयना माझी राणीच हुणार... पोरी, नीट समजून घे मला. मला पैसा नगं का नाव नगं. माझा वग मला बाहीर काढायचा हाय. देवापरमीसुरा, माझा वग या उरसाला बाहीर येऊ दे. तुझ्यावर अल्लाव्यात धाऽ रुपयचा खुर्दा उधळतू. आता बंद कर ही इघ्नामागं इघ्नं आणायची.

१२

सकाळच्या मोटा सुटल्यावर कामं आटपून तो दुपारच्या इस्वाट्याला धावेवर पडला. जागाच. मनात नाच्याचा विचार चाललेला. काहीतरी धूसर आकार घेत चाललेलं. अधल्या दिवशी रात्री पोरांना नयना-शोभना येत असल्याची बातमी सांगितली होती. पोरं चेकाळली होती. पण नाच्याचं सांगितल्यावर प्रत्येक जण थोडा नाराजच झाला... 'गावातल्या गावातच कुणी नाच्या मिळाला तर गैबीला साकार वाटीन;' त्याच्या मनात येऊन गेलं.

कुणाचं तरी बोलणं त्याच्या कानांवर अस्पष्टसं येऊ लागलं. तो उठून बसला. दोघे जण माळ उतरून बांधाला लागताना त्याला स्पष्ट दिसत होते. टक लावून त्यांच्याकडं तो बघू लागला नि त्याच्या लक्षात आलं की नाना नि किसना यायला लागल्यात. गुडघ्यांना हात बांधून तो तसाच त्यांच्या येण्याची वाट बघत बसला. दोघं जणं हळूहळू जवळ येऊ लागली... जिवाला जीव देणारा एवढा नानाच. पर ह्येला नाच्या म्हणून लुगडं नेसवलं तर हिजड्यागत दिसंल. रंग तर काळा. आडव्या हाडाचा. बायकांस्नी नसतं इतकं लांब, पुरुषी नाक. पैलवानी चालीचा गडी. त्यात पुन्ना रुद चेऱ्याला बरी दिसती म्हणून दाढी राखाय लागलाय. आवाजबी भरडा. ह्येला बायकागत चालायबी जमायचं न्हाई नि बोलायबी जमायचं न्हाई... किसन्या बारीक शेलाटं हाय खरं; पन तयार हुयाचं न्हाई. बाहत्तर खोड्याचं हाय.

"हिकडं कुठं रे?"

"आळुंब्याला आलू हुतावं."

"गावली?"

"न्हाई."

"मग आता?"

"बघायची कुठं गावली तर; न्हाई तर कुठली तर भाराभाराभर गवतं शेगून जायाचा इचार हाय."

बोलता बोलता नाच्याचा विषय निघाला.

"आपूण फलक्या दिन्याला इचारून बघू या. त्येला पैसाबी मिळंल नि लुगडं

नेसायबी मिळंल.'' किसना.

''त्येला येईल का नाचाय?''

''शिकवायचं. नैना, सोभना शिकीवतील की.''

तिघांनाही तो विचार पटला. त्यांनी फालक्या दिन्याला विचारायचं ठरवलं.

रात्री जेवायच्या अगोदर तिघेही त्याच्याकडं गेले. दिन्या भाकरी-आमटी करत एकटंच आपल्या घरात बसलं होतं. हळूहळू तिघांनी विषय काढला नि दिन्या जोरात खवळलं. हातवारे करून बायकी थाटात शिव्या देऊ लागलं. मुळात त्यानं आपण फलकं आहोत हा आरोप नाकारला. आपली लग्न करायची इच्छा नाही याचा अर्थ आपण फलकं आहोत असा लोक घेतात, म्हणून त्यानं त्या तिघांना वाट्टेल तसल्या शिव्या देऊन घेतल्या. - सगळं बायकी अवसान होतं. तोंड मात्र सोडलेलं.

जोडे मारल्यासारखी तोंडं करून तिघेही त्या घरातनं बाहेर पडले. शेजारी खिदीखिदी हासत तमाशा बघत दारात उभे राहिले होते.

जेवणं करून सगळी नानाच्या घरात जमल्यावर ह्या तिघांनी आपली फजिती सांगितली. सगळीच खदाखदा हसू लागली.

मग सगळ्यांचाच त्या गोष्टीवर कल्पनाविलास सुरू झाला. पांडबा आल्यावर सगळी गप्प झाली. पुन्हा नाच्याचा विषय निघाला. शेवटी त्याची जबाबदारी नाना-गुणांवर येऊन पडली. दोघांनी पुन्हा एकदा नाच्यासाठी गावच्या आसपासचं मांगवाडं पालथं घालायचं ठरवलं.

पाचसात दिवसांत काय तो निर्णय लावून तालमी सुरू करणं जरूर होतं. दिवाळी अगदी तोंडावर आली होती. दिवाळी झाली की लगेच उरूस.

पुन्हा तोच अनुभव येऊ नये म्हणून अधिक सावधपणे चौकशी करत फिरू लागले; पण गावे फिरता फिरता चेहरे काळवंडून गेले. त्यांच्या तमाशात कुणालाच चव नव्हती. नाच्याच काय राजा व्हायलासुद्धा कुणी येईल असं वाटेना. माणसं हातातला धंदा सोडून पळत्याच्या पाठीमागं लागायला तयार नव्हती. धंदे नसलेल्यांना धंदे हवे होते; पण गावातल्या गावात, चाकोरीतले. तशात ही फाटकी पोरं. यांचं कुणाला खरं वाटत नव्हतं. मग येणार कोण?... गावातनं उठून परगावच्या मांगोड्यात जाऊन ऱ्हायाचं. तिथं तालमी करायच्या. मग कुठं तम्माशा चालला तर फायदा. न्हाईच चालला तर मागं तसं फुडं. पुन्ना परत. एवढं कोणच्या देवानं सांगिटलंय?

दोघांना जास्त काहीच बोलता येत नव्हतं. हताश होऊन शेवटी त्यांच्या सायकली बंद झाल्या. पोरं चिंतागती होऊन बसली. पांडबालाही चिंता वाटू लागली. फड रांकेला लागला तर त्याला मास्तरचं काम मिळणार होतं. चार पैसे पदरात पडतील असं वाटत होतं. यमुनाबाईची संगत लाभणार होती. राहून गेलेलं काही

जगता येणार होतं.

रविवारी पुन्हा गुणानं आणि पांडबानं कोल्हापूरची खेप केली; पण नयना नाच्याशिवाय यायला तयार नव्हती. नाच्यात तिला काय रस होता हे त्यांना कळेना. नाच्या आला की आठ-दहा दिवस कागलात येऊन तालमी करायची तिची तयारी होती. आणि दिवाळी तर आता वीसपंचवीस दिवसांवर येऊन ठेपलेली.

दुसऱ्या दिवशी रातचं पोरं जेवणं करून जमली. पांडबा सकाळीच अचानक काम काढून कुणाची तर बैलजोडी पटवायला निपाणीला गेलेला. रातचं येणार होता. त्याचा अजून पत्ता नव्हता. गुणानं पोरांना नयनाचा विचार सांगितला. बोलता बोलता नाच्या होण्यासंबंधी प्रत्येकाला विनंती केली.

"कुणी तरी नाच्या झालं पाहिजे गड्यांनू. एवढ्यापतूर मी वडत आणलंय.

नाच्यापायी समदं आता मोडायची पाळी नगं." बोलता बोलता हळूच त्यानं शंकरला विचारलं.

"आपूण तरी नाच्याबिच्या काय हुणार न्हाई बघ. एखाद्या वक्ती फड सोडावा लागला तरी पत्करलं." शंकरला तो अपमान वाटला.

"तम्माशात काम करायचं हाय तर पडंल ते काम कराय नगं?"

"करू की. पर हे सोडून. नाच्याचं काम कुणी करावं?"

"फलक्यानं." मागनं इष्ण्यानं बट जोडली.

"तसं काय नसतं. नाच्याचं काम करणारा माणूस फलकाच असतू असं कुणी सांगिटलं? नाटकात पैलं तरणीबांड पोरंच बाईचं काम करायची." गुणा.

"तरणीबांड असली तरी फलकी पोरंच असणार हो ती." पब्याचं स्पष्टीकरण.

"कोण म्हणतंय? उलट त्यांस्नी संसार हुतं. पोरंबाळं हुती. एकएकाला तर दोन-दोन बायका हुत्या."

"ते असतंयच की. बापय म्हटला की समदं जिथल्या तिथं असणारच की... पर आत काय हाय ते कुणाला कळतंय?"

"तसं नसतंय ते. आता काय राजाचं काम करणारा राजाच नसतू; भिकारीबी असतू. नुसतं राजासारखं वागायचं. तसा अभिने करायचा." नाना.

"पर पैलं नाच्याचं काम करणारी फलकीच हुती."

"पैलं हुती. पैलं नाटकात बाईचं काम करणारी पोरं हुती; म्हणून का आताबी पोरंच असत्यात? बायकासारख्या बायका असत्यात. तसंच नाच्याचंबी. - बरं ह्या नाच्यानं पैलंच्या नाच्यागत लुगडं नेसायचंबी काय कारण न्हाई. नुसतं गणगवळणी पुरतं नेसायचं. बाकी बापयाचा डरेस असतू."

"आता एवढं सांगतूस गुणबा, तर मग नाच्याचं काम तूच का करत न्हाईस?" इष्ण्या थोडं धाडस करून बोलला.

गुणा घटकाभर त्याच्याकडं बघत गप बसला. त्याला काय बोलावं कळेना. त्याच्या मनातल्या राजाचा कुठं तरी हाताखालच्या शिपायानं अपमान केला. मनातला उसळ दडपत, थंड राहत तो बोलू लागला, "त्येचं इष्णूबा काय हाय; मीच एकट्यानं काय काय करायचं? म्हैनाभर ईसभर गावं तम्माशाला पोरी गावत्यात काय बघत हिंडलू. त्येचा कुणी मला पगार दिला न्हाई का खर्च दिला न्हाई. कोल्लापूरला सारख्या फेऱ्या मारतूय; त्येचा खर्च मी कोणाला इचारला न्हाई. पर्तेक डावाला ज्येला त्येला बलवाय मीच जायाचं. पट्टी काढायपायी ज्येचं त्येचं मीच पाय धरायचं. मीच वग लिवायचा, मीच तालमी घ्यायच्या, मीच पुन्ना नाच्यासाठी बोंबल्या मारत हिंडायचं..."

"तुला म्होरक्या केलाय कशाला?"

"व्हय का न्हाई? मग सांगतूय तसं ऐकाय नगं? का फुडं मराय तेवढा म्होरक्या नि मजा कराय तेवढं तुम्ही?"

"कुणी मजा मारली."

"आणखी कोण मारणार? मीच तेवढं रक्ताचं पाणी करायचं नि तुम्ही वरचा तवंग खायाचा."

"तसं तुला वाटत असंल तर ऱ्हायलं. आम्ही चाललू."

"चाललू म्हंजे काय; मला भ्या घालतूस? का माझ्यापायी येतूईस? तुला फायदा मिळंल म्हणून तू येतूस."

"नगं गा मला फायदा. गेला तुझा तम्माशा उडत."

आवाज चढू लागलं.

"एऽ गुण्याऽ, गप बस जरा. ही भानगड आता काय काढू नका. उद्या पांडूम्मा आल्यावर बघू म्हणं."

"एऽ, भांडणं करायची न्हाईत रे, नुसता च्या करायचा आता. प्यायचा नि आपआपल्या घरात जाऊन खालवर घोंगडं घालायचं." कुणी तरी हसवण्यासाठी सुई टोचली.

"तालमी उद्या." नानाचा पुकारा.

तिथल्या तिथं नानानं भांडणं खुडून काढली. दुसराच विषय निघाला. वातावरणात हलकाफुलका वारा खेळू लागला. चहा केला नि पोरं आपआपल्या घराकडं गेली.

अनपेक्षितपणे निघालेल्या जिव्हारावरील लचक्याची कळ सोसत गुणा घराकडं गेला. हळूच अंदाजानं चुलीवरची काड्याची पेटी घेऊन तेल नसलेला मिणमिणता दिवा लावला. पावसाळी गार वाऱ्यानं अंगावर कातरंबोतरं घेऊन सगळी गपगार पडली होती. म्हातारा-म्हातारी दारातोंडालाच दोन्ही खोपड्यांत आडवी झाली होती. म्हतारीनं गुडघं उरासंगं घेतलं होतं. गुडघं उभं करूनच म्हातारा उंट बसल्यागत

उताणा निजला होता. तो जागा असावा असं वाटलं. पोरं एकमेकाला बिलगून एका बोतरात ऊब घेत होती. त्यांच्या डाव्या बाजूला नेसत्या दारकांडानिशी दारकी आडवी झाली होती. दारकांडं वर सरकून दोन्ही मांड्या उघड्या पडलेल्या. अंगावरच्या जुन्या चादरीचं जाळं झालेलं. पुढच्या बाजूनं पोटावरच फक्त चादर आलेली. मागच्या बाजूनं सगळं अंग उघडं पडलेलं. दारकी जराही हलली नाही. तिच्याकडं बघत चूळ भरून चुलीच्या राखेत थुंकून तो पाणी प्याला. खोपड्याला मेढीच्या खेलकाटात ठेवलेलं घोंगडं घेऊन तिथंच चुलीकडच्या बाजूला दिवा फुंकून तिरका आडवा झाला.

डोळे मिटून पडला तरी त्याला नीज येईना. झालेला सगळा प्रसंग पुन्हा उभा राहिला. मिटल्या डोळ्यानंच त्यानं खूप जोरानं भांडण काढलं. मनातलं सगळं बोलून घेतलं.

"इष्ण्या, तुझ्या मनात तरी काय हाय?"

"मनात काय असणार खुट्टा? आंडमळण्या केल्यास म्हणून तुझ्या फडात आलू. न्हाईतर माझं काय नडलं हुतं?"

"म्हंजे आगत माझीच म्हणून तुला ये म्हटलं?"

"न्हाई तर काय? मला काय गरज हुती तम्माशात यायची? माझ्या अंगात इंगीत हाय म्हणून तू मला सोंगाड्या हुयाला बलीवलंस. न्हाई बलीवलं असतंस तर तुझा फड वसाड पडला असता. मग आगत कुणाची?"

"बरं, मग आता तू ऱ्हाणार का न्हाई तम्माशात?"

"सरळ वागलास तर ऱ्हाईन. न्हाई तर गेला उडत तम्माशा. माझं मी काम करून पोट भरीन."

"शंकऱ्या, तुझं काय मत हाय? का तूबी माझी गरज म्हणून फडात आलास? व्हय, एकाएकाचा काय इचार हाय ते तरी मला कळू दे."

"तुला मी आगूदरच सांगिटलंय. मला आलाय त्या हातभट्टीच्या धंद्याचा कट्टाळा. पोलीस मला चार पैसं मिळालं की आठ पैशांचं हप्तं मागत्यात. धंद्याचा चोर-मामला. कवा एक बदलून दुसरा सोयरा येईल त्याचा नेम न्हाई. ह्या मांगोड्याचा धंदा तर पार बुडालेला. दुसरं करू काय?"

"न्हवं, ह्या धंद्यात तू आलास-"

"त्यापक्षा ह्यो धंदा काय वंगाळ न्हवं. एका जागी बसून आपलं पेटी वाजवायची. डोसक्याला दगदग न्हाई. कवा वाटलं तर तान मारावी; न्हाई तर पेटीवरनं बोटं फिरवत खुशाल बसावं. उनातानात मरायला नगं. रोजगाराला कुठं जा नगं नि ये नगं."

"ऱ्हाणार न्हवं कडंवर?"

“न्हाऊ की. चार पैसं मिळत्यात, फड बरा चालतूय तवर मी हायच. नाच्याचं तेवढं जमणार न्हाई.”

“पाव्हण्या, तू रं?”

“आपूणबी हायच. म्हैन्याच्या म्हैन्याला माझा ठरलेला वाटा मिळाला की आपलं काय म्हणणं न्हाई. माझा पैसा न्हाई बुडाला म्हंजे झालं. देवाच्या दयेनं चार हात ढोलकीवर मारता येत्यात, तेवढी कला हातात हाय. पोराबाळांसाठी तेवढीच राबवायची नि पोटाला खायाचं. बाकीचं तुमचं तुम्ही काय का करंनासा तिकडं. मी हाय नि माझी ढोलकी हाय.”

त्यानं म्हारुतीकडं नजर फिरवली.

“आपूण तर गड्या फड कवाच सोडणार न्हाई. देशीला ते कुतऱ्यागत खाईन. बायकू हस्वलागत हाय माझी. पाचसात वर्सांत पाच पोरं निपजली तिला. कामं हुडकून हुडकून झीट येतीया. दीसभर मेलं तरी पोरांस्नी फुरं हुईत न्हाई. सारखी ‘आण’ म्हणत्यात. थाटलीतली भाकरी चारी बाजूंनी चार हिसकावून घेत्यात. दीस उगीवल्यापासनं दीस बुडूस्तवर राबलू तरी माझ्या पोटात म्हणून काय तुकडा पडत न्हाई. बायकू म्हणती रातचं नालीला जा. दोनतीनदा नाली करताना गावलू. अंगातली हाडं नि हाडं मार खाऊन ढिली झाली. आपल्या बाऽच्यानं आता ह्यो संसार हुणार न्हाई. काय करत्यात ते करू द्यात तिकडं. मिळालं चार पैसं तर द्यायचं. न्हाई तर गावं हिंडत, मुलूख बघत बसायचं. कवा अचानक मराण आलं तर सुटलू. न्हाई तर माझी काय आता संसार करायची धडगत न्हाई. हां! आता नाच्याचं काम काय आपल्याला जमणार न्हाई.”

म्हारुत्याच्या जागी वशाचा चेहरा कधीपासनं दिसू लागला, हे गुणाला कळलंच नाही.

“काय वसबा, तुझं काय? तुझा बाऽ तर तमासगीर. तुझ्या रगतातच तम्माशा असणार.”

“ते खरं हाय गुणबा. पर बाऽनं आमचं लगीन केलं न्हाई. ‘नीट पैसा मिळवाय लागलास तर लगीन’ म्हणतूय. मला रोङ्ग्याला कोण कामालाच सांगत न्हाई. बाऽ मलाच बसून पोटात घालाय कट्टाळलाय. मग बायकू केल्यावर दोघांच्या पोटाला कोण घालणार? तवा झटक्यासरशी तम्माशा पब्लिकम्होरं आणायचा बघ नि चार पैसं आमच्या पदरात टाक बरं.”

“टाकू रे. नीट ऐकलासा, नीट तालमी केलासा तर टाकू.”

“सांगशील ते आम्ही करतू. नाच्या सुदीक हुयाला तयार हाय; पर एकदा नाच्या झालू की मला बायकू द्याय कुणी तयार हुणार न्हाई. म्हणूनच अडचण हाय.”

“काय जान्या, पब्या?”

"...काय न्हाई."

"आरं काय तरी बोला की."

"काय बोलू?"

"बुरशा हो! एकदम कंडम हाईसा." ... नाच्याचं काम न्हाई जमायचं ह्यांस्नी. जान्या काळं नि फतागड्या पायाचं हाय. पब्याला नाक न्हाई. काळतोंड्या माकडासारखा त्येचा चेरा. त्येंच्या नशिबात राजपुत्राची कामं आल्यात हेच रग्गड झालंय. एकालाबी नीट बोलाय येत न्हाई. बघायचं चांगली दोन पोरं कुणी गावली तर नि ह्यांस्नी 'दाजी रं जी जी रं जीऽ' कराय कडी-तुणतुणी घेऊन हुबं करायचं. नाच्या जरा तरी तरतरीत डोसक्याचा पाहिजे.

...किसन्याला नाच्याचं काम जमलं असतं; पर ते तयार न्हाई. जोरा केला तर तेबी ख्यास मारायचं. त्येला दुखवून भागणार न्हाई. शंकऱ्याला नि त्येला गळा हाय. बाकीची नुसती रेडकागत वराडत्यात. उगंच भांडाभांडीत इचका नगं.

...ह्यातली बरीचशी बेनी नुसती पोटं भराय आल्यात. एकालाबी कला कळत न्हाई. ज्येला त्येला वाटतंय नाच्याचं काम केलं म्हंजे समदी फलकं म्हणतील. गावालाच भित्यात. अंगात हिकमत असंल तर ह्यांस्नी कोणचंबी काम कराया कमीपणा का वाटतू? कशीबशी कामं करून नुसता पैसा पाहिजे ह्यांस्नी. पोटाला न्हाई म्हणून फडात आल्यात. तम्माशात काय आतड्याला पीळ पडत न्हाई. का उनाताणात घाम गळत न्हाई. आयतं सावलीला बसून कामं करायची. पब्लिकम्होरं मिरवायचं. मिरवायबी मिळतंय नि कामाला बिनजाता टाकीवार पैसाबी मिळतूय. तसं नसतं तर कशाला आली असती? समदी अशीच. आपल्यालाच तेवढी खाज हाय.

'... काय जरी झालं तरी आपूण राजाचा पार्ट सोडायचा न्हाई. आपूणच ह्यो फड हुबा केलाय. आपूण म्होरक्या हाय. आपूण ठरवू तेच ह्येंनी केलं पाहिजे. हळूहळू बघायचं न्हाई तर फुडं फड चालंल तसं नवी जाणकार, गरजवान माणसं भरायची. कला असलेली, तम्माशाच्या कळवळ्याची. तीच आपल्या उपयोगी पडतील. ही बाजारबुणगी हाईत. राजा, पर्धान, राणी बदलली न्हाई म्हंजे झालं. म्हणूनच आपूण राजा. नानाला पर्धानपद दिलं पाहिजे. समद्यांस्नी आपूण एका जागी बांधलंय. समदी धडपड आपूण करतूय, समद्या लावण्या, वग आपूणच लिवलंय नि ही कुतरी मला नाच्या हो म्हणत्यात. मी काय नाच्या हुईन रं बुरशा हो?

'...कुणीच न्हाई तयार झालं तर बघू म्हणं दुसरी काय येवजना कराय येती काय. न्हाई तर नैनाची अजून समजूत काढू नि नाच्याशिवाय तम्माशा हुबा करू. हाय काय त्यात?... राणी तारामती, तू माझं एवढं ऐकलं पाहिजेस. एवढं ऐकलंस तर मी तुझ्यावर पैशाचा पाऊस पाडीन. माझा जीव ववाळून दोन्ही बाजूला दोन भकलं करून टाकीन. तू माझी राणी हाईस. माझं एवढंबी ऐकणार न्हाईस?...'

दारकी 'आई गंऽऽऽ' करून विव्हळली नि या कुशीवरनं त्या कुशीवर झाली. तिची पावलं सरळ त्याच्या उजव्या हाताजवळ आली. त्यानं किंचित तिच्या पावलांना स्पर्श केला. क्षणभर तिनं ती तशीच ठेवली नि बाजूला सरकवून घेतली. तो क्षणभर गप बसला. म्हाताऱ्याची चाहूल घेतली. त्याचं गुडघं आता भुईवर एका बाजूला कलंडलं होतं. निपचित होऊन पडला होता.

घोंगड्यातनं तो हळूच वरती सरकला. दारकीच्या डाव्या बाजूला हळूच कलंडला नि तिला बिलगून पडला. त्याचा डावा हात हळुवार तिच्या अंगावरनं फिरू लागला. तिच्या पोटाचा ढीग सोडला तर सगळं अंग कसं सुकून गेलेल्या चिपाडागत झालं होतं. निपचित गप पडली होती. हात अंगावरनं फिरता फिरता मागं कासोट्याकडं आला नि चाळा करू लागला. हाताला झटकन एक झटका बसला गेला नि तो बाजूला फेकला गेला. तिनं चादरीची सावरासावर केली नि कूस वळवून चादरीचं जाळं अंगाबरोबर घट्ट लपेटून पडून राहिली.

तासभर तसाच एकलकोंड्या मनानं पडला. नाइलाजानं उताणा झाला. गारठा जास्त जाणवू लागला तसा उदास होऊन उठला नि घोंगड्याच्या खोळंत जाऊन शिरला. एकटाच. खालवर नुसता घोंगड्याचा आधार.

'...कसं सांगायचं आता हिला? आणि कुणाला सांगायचं? आपलं आपल्याजवळच ठेवायचं झालं.'

✸

१३

दुसऱ्या दिवशी रातचं मळ्याकडनं उशिरा आल्यावर तो न जेवताच पांडबाकडं जाऊन बसला. पांडबा जेवत होता. जेवता जेवता त्यानं अधल्या दिवशीचा सगळा इतिहास ऐकला. जेवणं झाल्यावर दोघेही उठून नानाच्या घराकडं आले. पोरं जमल्यावर पांडबानं सगळ्यांना नीट सुधरून परोपरीनं सांगण्याचा प्रयत्न केला. पण कुणावरच परिणाम नाही. नाच्या व्हायला कुणी तयार नाही. पैशाची लालूच दाखवली तरी कुणाचं मन ढळेना.

शेवटी सगळी पोरं गेल्यावर गुणा, नाना, पांडबा पुन्हा विचार करीत बसले. उसासून गुणा आणि पांडबा उठले. नाना तिथंच घोंगडं पसरून पडला. दोघे घराकडं चालले. गुणा उपाशीच.

परत जाता जाता पांडबाच्या मनात काही तरी साचत चाललं. तो अधिकाधिक गंभीर होत चालला. मन अवघडत गेलं. चालता चालता तिकटीला अंधारातच गुणाला नि स्वत:लाही म्हणाला, ''चार-पाच म्हैनं एवढी केलेली धडपड आता एका माणसापायी वाया जाणार.''

''तर काय! पोरीच दुसऱ्या कुठं मिळायच्या न्हाईत?''

''आता तूच बघिटल्यास न्हवं? तम्माशा म्हटला की खेडंची माणसं माना टाकत्यात. देवाच्या दयेनं एकाच जागी ह्या दोन पोरी गावल्या. त्यात पुन्ना नाचकाम शिकवायची दगदग न्हाई. आयत्या तयार. रूपालाबी कमी न्हाईत... शेरगावच्या पोरी. नखऱ्यालाबी कमी पडणार न्हाईत. बेमुरवत असत्यात. सोंगाड्यानं वाट्टंल तसली चेष्टा केली तरी लाजणार न्हाईत का पब्लिकला भिणार न्हाईत. सगळं जमून आलंय. सोन्याचा घास ताटातनं हातात आलाय.''

''पर खुट्टा मारून ठेवलाय की तिनं. ईसभर गावं हेलपाटलू तरी कुणी तयार न्हाई. पोरांची तर ही तऱ्हा.''

''गुणबा-'' खालच्या आवाजात त्या अंधारात पांडबानं विश्वासानं हाक मारली.

''अंऽ''

''तूच का नाच्या हुईत न्हाईस?''

''मी?'' अचानक धडावरनं शिर उडाल्यागत तो ओरडला.

“हूऽ. - देवाशप्पत तुला सांगतू, मी वशाच्या मिणत्या मिणत्या केल्या. बाकीच्यांच्यापक्षा दुप्पट वाटा तुला मिळंल म्हटलं. पोरगं ऐकचंना झालंय.”

“पांडूम्मा, मला न्हाई हे काम सोसणार!”

“का सोसणार न्हाई?”

“मी राजाचं काम करणार. मी म्होरक्या हाय.”

“म्हणूनच म्हणतू. तू म्होरक्या हाईस. राजाचं काम कोणबी करंल. कुणालाबी ते सांगाय येईल. नाच्या आपूण म्हणतूय तितका साधा नसतूय. तुझ्या अंगात हुन्नर हाय. अंगबी शेलाटं हाय. रंग चार जणांत उजळ हाय. चेऱ्याला डौल हाय. कायबी कमी न्हाई तुझ्यात.”

“पर नाच्या म्हंजे...”

“तसं काय न्हाई. निदान तुला तरी हे पटलं पाहिजे. बारा नि बारा चोवीस तास तू काय नाच्या हुणार न्हाईस. कामापुरतं. ती कला झाली की आपूण मोकळं. उलट मला तर वाटतंय, नाच्याची कला तुला तुझ्या हुन्नरीनं लौकर येईल. पंधरा दिसांत तालीम बसंल. तुझ्या वाट्याचा पैसा वाढवून घेऊ आपूण. खरं म्हंजे नाच्याचं काम सगळ्या कामांत अवघड. वाट्टेल त्येला येणारं नव्हं ते.”

“ते कसं?”

“आता तूच बघ की बापयासारख्या बापयानं आपलं सगळं गुण, आपलं बोलणं-चालणं सोडून द्यायचं नि बाईगत काम करायचं. म्हंजे बापयातनं बाईच हुबी करून दावायची म्हण. साधं हाय व्हय हे? बापयाला राजापर्धानाचं, शिपायहवलदाराचं काम करणं अवघड न्हाई. ते समदं बापयच हाईत. पर नाच्या म्हंजे बापयानं हुबी केलेली बाई. तुझ्याबिगार कुणाला जमंल ते? कोण हाय एवढं शाणं फडात?”

तिकटीजवळ ते तसेच थांबलेले. गुणा दगडागत गंभीर झालेला. आपल्यातच आत आत वळून अंधारात खाली बघत उभा राहिलेला.

तो गप उभा राहिलेला बघून पुन्हा पांडबा समजुतीनं म्हणाला, “बघ, इचार कर. उद्या रातचं तू नि मीच बसून काय ते ठरवू. आणि धाडस करायचं. कुणाच्या बाऽला भियाचं न्हाई. चलतू मी.”

“चल.”

तो नाहीसा झाला नि गुणा तिकटीवरच भोवतीभोर काळाकुट्ट अंधार घेऊन उभा राहिला. काय करावं सुचेना. घराकडं जावंसं वाटेना. घर खायला उठंल असं वाटत होतं. तिन्ही बाजूंला तिकटीच्या तीन वाटा गेलेल्या...कुठं जावं?

हातात हळूहळू चुनातंबाखू मळला जात होता. नकळत त्याची चिमूट केली नि दाढेत सरकवली. तोंड कडवट झालं. चुरचुरू लागलं. पण मग बरं वाटू लागलं. दातखिळी बंद करून तो हळूहळू घराच्या बोळकांडाकडं असहायपणं वळला.

वाढलेला डोंगर पुढ्यात घेऊन दारकी तुकडा चावत होती. त्याला आश्चर्य वाटलं. बारा वाजायला आले होते तरी दारकी जेवली नव्हती की झोपली नव्हती.

"अजून गं का?"

"उगंच." ती काही बोलली नाही. तुटक वागतेली.

त्याचं डोकं रोरावत होतं. पोटात भूक हडबडली होती.

"वाढ मला."

ती गुडघ्यावर हात टेकून भेलकांडत उठली. शिंक्यावर ठेवलेली थाटली तिनं उतरली. तशीच त्याच्यापुढं ठेवली. सगळं थोडं थोडं काढून ठेवलं होतं. उरलंसुरलं परळात घेऊन ती तुकडा चावू लागली.

नकळत तिच्याकडं बघत तो घास ढकलू लागला. त्याला उगंचच वाटू लागलं की ती आपल्यापासनं खूप लांब चाललीय. आपणही लांब लांब सरकत चाललोय. आता जवळ कसं यायचं?... दारके, तुझा इस्वास माझ्यावर न्हाई. तुला माझं मन कळायचं न्हाई. अशी अवघडून किती दीस बसणार तू? मी तर लांब लांब चाललूय. तुझी माझी गाठ पडणं आता अवघड झालंय. मी लांब गेलू तरी बायकू म्हणून तू माझी ऱ्हाशील? ह्या पोरांचा, पोटातल्याचा, माझ्या जिवाचा सांभाळ करशील? - जिवात अडीकलेला वग आता बाहीर आल्याबिगार माझी सुटका न्हाई. गळागत त्यो काळजात रुतून बसलाय...

त्याच्या गळ्यात आवंडा आला नि घास तिथंच अडकून बसला. उचकी लागू लागली. पाणी प्याला. - तिच्या लक्षात आलं त्याच्या वाटीतलं कोरड्यास संपलंय. कोरडी भाकरी त्याला अडकतेय. तिनं हळूच आपल्या झाकणीतलं थोडं कोरड्यास त्याच्या वाटीत ओतलं. ती भाकरीचं मोठं मोठं तुकडं करू लागली. कोपरा कोपरा कोरड्याशात बुडवून पुरवून पुरवून तुकडा चावू लागली.

त्याच्या डोळ्यांत पाणी आलं, पण तो काही बोलला नाही. खाली बघून तिनं दिलेल्या आमटीच्या आधारानं तुकडा खाऊ लागला.

सकाळ झाली नि त्यानं चहा पिण्यासाठी चूळ भरली. दाढी वाढली होती. काळीभोर खरखरीत लागत होती. जून जरबाट दाढी. बकऱ्याच्या लोकरीगत. तसाच तिच्यावरनं हात फिरवत, मिशीत अडकलेलं पाणी चारी बोटांनी निरपत आत गेला. तोंड पुसून चहा पिऊन मळ्याकडं जायला उठला. विजार खूपच मळली होती. अंगावरचं कुडतंही मळलेलं. त्यानं दारकीजवळ साबणाला दोन आणे दिले. कापडं धुवायला सांगितलं. नेहमीची चपळाई अंगातनं गेली होती. अंग जड जड वाटतेलं.

अबदार हातांनी आपलं विरलेलं धोतर नेसू लागा. कासोटा घालताना उगंचच वाटलं, आपण नऊवारी पातळ नेसतोय. क्षणभर त्याचं लक्ष नेसण्याकडं गेलं.

विरलेलं. पांढरा रंग जाऊन काळपट, ओशट झालेलं धोतर. त्यानं दारकीकडं पाहिलं तिच्या अंगावर त्याच धोतराचा अर्धा भाग दारकांड म्हणून होता. तोही तसाच. विरलेला, काळा मिचकूट झालेला. - डोक्याला झटका दिल्यासारखा करून वाटंत पडलेल्या म्हाताऱ्याला, राजाला ओलांडून मळ्याकडं जायला निघाला.

दीसभर उदास वाटलं. कामात मन लागेना. अंगावर कामाची खाकी चड्डी नि मुंडं चढवताना उपरं उपरं वाटू लागलं. जुनी ओळख विसरल्यासारखी झाली. अंगावरनं कुणीतरी मुंडंचड्डी पळवून नेत असल्याचा भास झाला... आपल्या दाढीमिश्या आता जाणार. चेरा गुळगुळीत हुणार. रोज दाढीमिश्या बोडायच्या. चेरा गुळगुळीत करायचा बायकासारखा. एक दीस दाढीमिश्या यायच्याच बंद हुतील.

चड्डीच्या खिशातनं त्याचा हात दोन मांड्यांच्या मध्ये वळवळला... जलमभर आपूण जर बायकांसारखं चालतू, बोलतू, वागलू तर एक दीस आपूण बाईच होऊन जाऊ. मग दारकीचं काय? माझ्या पोरांचं काय? त्येंनी मला आई म्हणायचं का बाबा? का मी त्येंचा आई-बा कोणच उरणार न्हाई?... ह्या आंब्याच्या झाडागत आपलं हुईल. बापय असूनबी आंबा वर्सातनं एकदा बाईगत म्हवरून येतूय, नवतीतल्या पोरीच्या उरावर आल्यागत ह्येला आंबं येत्यात. आपलं असं हुईल? - मानेवर आलेला घाम त्यानं पुसला.

... आपूण असलं काम केलं तर लोक आपल्याला काय म्हणतील? 'हे पैल्यापासनंच असं हाय' असं म्हणतील. फलकं गुण्या, फलकं गुण्या. त्यो काय बापय हाय व्हय? पावण्याट हाय. दिसाय नुसता बापय. आत बाईच...नगंच हे असलं काम!

आपूण नाच्या झालू तर राजा न्हाई हुयाला येणार. मग काय ऱ्हायलं? तमाशे बघताना वाटत हुतं, आपूण राजा हाय. राजाचा पोशाख आपल्या अंगाला सोभंल. ह्या काम करणाऱ्या माणसापक्षा आपूण राजा म्हणून चांगलं दिसू. आपल्याला त्येच्यापक्षा चांगलं बोलता येईल. आपण त्येच्यापक्षा चांगलं काम करू. तम्माशा बघून आलू तरी मनात राजाच बसलेला असायचा. राजाच आपल्यासंगं जत्रंसनं परत घरापतोर यायचा. आपल्याबरोबर आठआठ दीस हिंडायचा, फिरायचा. बोलाचाली करायचा. जत्रंला जातानाबी तसंच. त्याच मनातल्या खुर्चीत येऊन बसतूय. अजून बसतूय. आपला वगबी त्याला समूर ठेवला नि मग लिवला... राजा न्हाई तर मी कशाला नि वग तरी कशाला? आणि तम्माशा तरी कशाला? जे ह्या तम्माशात हुबं करायचं हाय तेच जर आपल्याला हुता येत न्हाई तर मग कशाला पाहिजे तम्माशा? आणि ती नैना तरी कशाला पाहिजे?

...तारामती माझी बायकू. मी तिचा राजा. ती जर दुसऱ्या राजासंगं लगीन करणार असंल तर ती तारामती माझ्या मनातच पडून ऱ्हाऊ दे. तिला मी माझ्या राजासंगं लगीन करायला जलमाला घाटली. ती जर त्येच्यासंगं नांदत नसंल तर मग पडू दे मनातल्या मनात; मरू दे तिकडं वगातल्या वगात.

...हे सगळं सुक्काळीचं माझ्या हातातनं माझा वग काढून घ्याय लागल्यात. खरं म्हंजे अजूनबी तालमी करतानं वाटतंय, राजा, पर्धान, शिपाय, हवालदार, राजपुत्र मलाच हुता आलं असतं तर बरं झालं असतं. एकालाबी माझ्या मनासारखं काम कराय येत न्हाई का बोलाय येत न्हाई. मनासारखं एकालाबी रूप न्हाई. तरीबी हे पर्धान झाल्यात. हवालदार झाल्यात, राजपुत्र झाल्यात. राजाच तेवढा माझ्या मनासारखा, मनात असलेला. आता त्येबी काढून घ्याय लागल्यात. माझा जीव हिसकावून घेऊन मला काठावर बसून बघ म्हणत्यात. तेबी नुसतं बघायचं न्हाई; नाच्या होऊन बघ. त्या दोन नाचणाऱ्या बायकांच्या पाठीमागं मी नुसतं ढुंगाण हलवत नाचायचं नि बायकांगत हात वळवायचं. कोणच्या देवानं सांगिटलंय एवढं? आणि कशापायी? आणि ह्यो वग तरी खरा हाय कुठं? ह्यांस्नी कुठं त्यो गावलाय? ते करत्यात हे नुसतं वगाचं सॉंग. त्येच्या वाटणीचं ह्यो तम्माशाच मोडला तर काय वंगाळ हुणार हाय?

...खरंच तम्माशा मोडायचा मग? त्याच्या मनाच्या विवरातून गंभीर घोगरा प्रश्न वर आला.

"मोडायचा." डळमळतच तो बोलला.

"आता मोडला की कायमचा मोडणार. आता दारं लावली तर तुझ्या वगाला बाहीर यायला कायमची बंद हुतील. चालंल?"

"?????" प्रश्नांची एक पेंढीच्या पेंढी त्याच्यासमोर पडली.

गवत कापता कापता त्याच्या हातापायातलं बळ गेल्यागत झालं. विळा नि गवताची मूठ तिथंच पडली नि मटकन त्याचं बूड टेकलं... काय करायचं? पाचसा म्हैनं केली ती धडपड कशापायी? सगळ्यावर पाणी पाडायचं?

तासरातीला मळ्याकडनं घराकडं जायच्याऐवजी सरळ तो पांडबाकडं गेला. तो घरातच होता.

"पांडूम्मा, चल जरा. गावातनं जाऊन येऊ या च्या पिऊन."

त्यानं पांडबाला मग उघडं करून सगळं सगळं सांगितलं. पांडबानं त्याला धीर दिला.

"हे बघ, जरा हुशारीनं वागलास की आलेली अडचण बाजूला हुती. फुडचं समदं आपल्याच हातात हाय."

"असं कसं म्हणतूस?"

"एकदा सूर लागला की मग दुसरा कोणतरी आपूआप येईल. कोणच्याबी फडाची पब्लिकम्होरं तम्माशा हुईत न्हाई तवरच खरी अडचण असती. एकदा फड खेळ कराय लागला की समदी त्यात यायला मरत्यात. मग पर्तेकाला पडंल ते काम करायच्या तयारीवरच घ्यायचं. पैशाचा पाऊस पडाय लागला की त्या पावसात नागडं नाच म्हटलं तरी कुणीबी नाचंल. फुडं मग एकाला दोन नाचे हुबं कराय येतील."

"असं म्हणतूस?"

"आलाय वकूत त्यो काढायचा. आम्ही का तुला कायम नाच्या हू म्हणतूय? एकदा का दुसरा कुणी नाच्या आला की तुझा तू राजा व्हयाला मोकळा."

हॉटेलात शिरताना दोघेही गप्प झाले. चहा पिता पिता पांडबा आणखी काही बोलला. त्याची भीती अनाठायी असल्याचं त्यानं पटवून दिलं. त्याला पटत चाललं.

"मला दुसऱ्या कशाचं भ्या न्हाई बघ. ही पोरंच नावं ठेवाय लागायची."

"अंऽऽ!" पांडबा मारक्या बैलागत तुंबला. "धुमडा पाडू न्हवं एकेकाचा. गांडीवर लाथ देऊन हाकलू. न्हाई तर 'हू नाच्या' म्हणून सांगू. तू रुबाबात काम कर म्हंजे झालं. तू काय कायम नाच्यागत वागणार हाईस? काम करतानं तेवढं नाच्या. मग गुणबा हाईच की. बायांचं काम करणारं बापय का बायाच असत्यात? ते काम असतं, खरं नसतं.

"ते खरं; पर..."

त्याचं मन ओळखून पांडबा बोलू लागला. "त्येचं काय हाय, आपूण हे काम कवा केलेलं नसतं, म्हणून थोडं पैल्यांदा बिचकाय हुतं. फुडं आठपंधरा दीस गेलं, एखादा खेळ झाला की मग काऽऽय न्हाई वाटत."

त्याला आणखी धीर येत गेला. धास्ती होती ती चेपू लागली. संकोच बोथट होऊ लागला. मग सुरात सूर चहाचे घोट घेऊ लागला... दुसऱ्याला 'हू नाच्या' म्हणून सांगाय सोपं जातं; पर अंगावर आल्यावर जीव हादरतू. जीवाला कळतंय पर वळत न्हाई. मन घट्ट केलं पाहिजे.

पांडबानंच चहाचिवड्याचे पैसे दिले.

"बघू मग, दोनचार रातरी आदूगर काम जमतंय का बघू. मग काय करायचं ते ठरवू."

"तसं करू. तू मनात घेटलंस तर तुला काय अवघड न्हाई बघ. मनावर मातूर घेटलं पाहिजेस. तुझ्याएवढा हुन्नर असलेला दुसरा कोण हाय हितं?"

त्यानं नुसतीच मान हलवली. भरभर चालताना थिटं धोतर कचू लागलं नि पावलं जवळ पडू लागली.

तसाच नानाच्या खोलीवर डोकवायला गेला. खोलीत कुणीच नव्हतं. अजून जेवणं करून पोरं यायची होती. रेडा फक्त बाहेर बांधलेला. गुणाला बघून त्यानं ऑंय् करून वेडवणं दाखवलं. त्याचं तिकडं ध्यानच नाही. पावसाळ्याचा भरपूर हिरवा चारा खाऊन त्याच्या अंगावर मांस आलेलं. जरा उंडरावं असं वाटतेलं. त्यानं शेपूट वर केली नि तेवढं बोजड अंग घेऊन वासरागत दोनतीन आडव्यातिडव्या उड्या मारल्या. काही तरी जिंकल्याच्या आविर्भावात तो त्याच्याकडं बघून पुन्हा ओरडला. त्या अवस्थेतही त्याला हसू आलं... 'आयला, ह्यो रेडाबी गंमतीला आलेला दिसतूय.'

१४

त्यानं नाच्याचं काम करायचं कबूल केलं नि पोरं मनोमन आनंदली. नयना शोभनाला वगाच्या नकला पाठ करायला पाठवून दिल्या.

तमाशाचा पहिला खेळ होईपर्यंत नाच्याची भानगड कुणी बाहेर सांगायची नाही, असं शपथा घेऊन ठरलं. कोल्हापूरला 'तालमीला यावं'. म्हणून पांडबाकडनं सांगावा गेला.

यमुनाबाईनं शाहूमिलमधनं एकदाची रजा काढून दोन्ही लेकींसह आठदहा दिवस कागलला येऊन राहण्याची तयारी केली. उरूस महिन्यावर येऊन टेकला होता.

पांडबा आणि गुणा एक एक रात्री जाऊन गावचे पाटील, म्युनसीपालटीचे अध्यक्ष, गैबीचा ऊरूस करणारी मुजावर मंडळी यांना एकवार भेटून आले. सगळ्यांच्या कानांवर आपल्या तमाशाचं घालून ठेवलं. गावचीच मांगाची पोरं तमाशा करणार आहेत म्हणून मंडळींना फारसा उत्साह वाटला नाही. पण कोल्हापूरच्या, वयात आलेल्या दोन तरुण पोरी नाचणार आहेत, त्यांनी मेळ्यात कामं केली आहेत, नाचण्याचं शिक्षण घेतलं आहे, याचा त्यांना आनंद झाला. त्यांच्या तमाशाकडं पाहण्याच्या दृष्टिकोनाला एकदम कलाटणी मिळाली. स्थानिक कलावंत मंडळी आहेत, त्यांच्या कलेला प्रोत्साहन दिलं पाहिजे; आपणच त्यांना पुढं आणण्यासाठी हातभार लावला पाहिजे; असं कार्यकर्त्यांत बोललं जाऊ लागलं. पांडबाला अनुकूल वारं वाहताना दिसू लागलं नि तो दुप्पट जोमानं कामाला लागला.

चारपाच दिवस बसून गुणानं वगात नाच्याचा पार्ट घातला. राणीच्या रंगमहालावर पहाऱ्यासाठी ठेवलेल्या अर्धपुरुषाचा पार्ट त्यानं तयार केला. हा 'नाचुकी' राजाच्या कानांवर चातुर्यानं काही गोष्टी घालून प्रधानाबरोबर तिचा असलेला संबंध उघडकीस आणतो व राजाला सर्वतोपरी मदत करतो. राजा त्याचा दरबारात सत्कार करून त्याला मोठे बक्षीस देतो. - त्याच्या या पार्टमुळं त्याचा राणी तारामतीशी, राजाशी वरचेवर संबंध येऊ लागला. बोलता बोलता तो प्रधानजीला बायकी शिव्या देई; राजाला, राणीला नीतीचे, ज्ञानाचे धडे देई. हवालदार, शिपाई यांच्याशी त्याचा

राजवाड्यात जाता-येता संबंध येऊ लागल्यानं भरपूर विनोद निर्माण करायला त्याला जागा मिळाल्या. पार्ट तयार करून नयना-शोभनांची वाट बघत तो बसला. वाढवलेली कसं तशीच ठेवली होती. कधीतरी वापरायचा पटका आता तो रोज वापरू लागला होता.

रानात अर्धीकच्ची पिकं आली होती. ओल्या शेंगा, वाळकं, दोडकं, वांगी, भेंड्या, बावच्या रानांतल्या वेलांवर लगडल्या होत्या. भरघोस वैरणी रानभर पसरल्या होत्या. फडातल्या पोरांनी पुन्हा पट्टी काढली. नवी दोन तुणतुणी केली. झांजरीच्या दोन जोड्या आणल्या. पुन्हा एक ढोलकी केली.

उरूस वीसेक दिवसांवर आल्यावर यमुनाबाई कागलात येऊन दाखल झाली. रातरातभर तालमी सुरू झाल्या. लावण्या, वग बसू लागले, नयना-शोभना हुशार निघाल्या. त्यांची भाषणं अगोदरपासनंच चांगली पाठ झालेली. इतर पोरांपेक्षा त्यांच्या शब्दांची फेक, अभिनयाची चाल, हावभाव सरस आणि सहज वाटू लागले. पोरं मोहरून गेली. आपली कामं सरस कशी होतील या दृष्टीनं प्रयत्न करू लागली. रातभर उरूस होऊ लागला. वगाच्या जोडीला नयना-शोभनांचा जलसा आला. पाठीमागं पोरं झांजऱ्या, तुणतुणी घेऊन झुलू लागली.

गुणा हलके हलके हात करू लागला. नयना शिकवील तशा गिरक्या मारू लागला. पावलं टाकू लागला. अंगाभोवती हात वळवू लागला. पहिल्यांदा हे भलतं जड जात होतं. मन ढिलं होईना झालं होतं. कासवागत आकसून जात होतं. नाचाची उडी मनात असूनही हलकी येईना झाली होती. मर्दानी खेळातल्यासारखी पावलं दणादण पडत होती. लेजमीसारखे झटक्यानं हात वरती जात होते. ते बघून पोरं खदखदत होती. नयनाही खो खो हासत होती. हळूहळू वातावरण हलकं हलकं होत होतं नि त्याच्या मनावरचा दाब कमी होत होता. एका बाजूला गमतीला येऊन तो नाचल्यासारखं, बायकी हात टाकल्यासारखं, कमरेत वाकल्यासारखं, फेगड्या बायकी चालीनं पावलं टाकल्यासारखं करत होता. धोतराचाच पदर घेत होता.

चारपाच दिवसांत त्याचा आकसलेपणा कमी झाला. मोकळ्या पावलांनी नाचू लागला. चार पवित्रे टाकता येऊ लागले. गळ्यात बारीक सूर धरू लागला. वागण्यात बायकी नखरा येऊ लागला. बायकी सुरावर हासता येऊ लागलं. हनुवटीला बोट लावून मान वेळावत बोलता येऊ लागलं.

नयनानं चारपाच दिवस गेल्यावर त्याला दुपारीही तालमीसाठी यायला सांगितलं. चारपाच दिवस त्यानं कामाचा खाडा केला नि नाच शिकायला येऊ लागला. हाताला हळुवार हलकेपणा येऊ लागला. पायांना ठुमकदार ताल जमू लागला. गिरकीतला धसमुसळेपणा जाऊन सहज हलकेच मारता येऊ लागली. धावत पुढं जाऊन नृत्याचा एखादा पवित्रा घेता येऊ लागला. उड्या मारताना अंगाला हलकं हलकं

वाटू लागलं. सहजपणं मागंपुढं झुलता येऊ लागलं. नयना-शोभनांच्या नाचात नाच मिळवून चारदोन पावलं, चारदोन गिरक्या घेता येऊ लागल्या. मोठी गंमत वाटू लागली. नयना त्याचे हात धरून वळवताना, मानेला हात लावून डौल देताना अंतराळी तरंगल्यागत व्हायचं. पोटात आनंद आनंद व्हायचा. फुलून येऊन तो कामं करू लागायचा.

आठदहा दिवस कसे गेले कळलं नाही. शेवटच्या दिवशी रातभर रंगीत तालीम झाली. गणगवळणीपासनं सलग सुरुवात करून वगाच्या शेवटपर्यंत नेऊन भिडवलं. चार-साडेचार तास कार्यक्रम झाला. बाकीच्या कुणाला पोशाख नसले तरी नयना-शोभना आपला मेळ्यातला पोशाख घालून मुक्त नाचल्या. वगाचा रंगच त्यांनी पालटून टाकला. किसनानं आठदहा दिवसांत राजाचा पार्ट ठीक केला. गुणानं बाजी मारली. त्याच्या कामावर पोरं खूश होती.

यमुनाबाई तालमी संपवून जायला निघाली. एस.टी.त बसल्याबसल्या तिनं गुणाला जवळ बोलावलं.

''वरचेवर प्रॅक्टिस करा. काम सोडू नका. रुपयावर एक आणा चढच तुम्हांला काम जमतंय.''

''बघू; दुसरं कुणी येऊस्तवर मीच करीन.''

''दुसऱ्या कुणाला न्हाई हे जमायचं. तुम्हीच करायचं. तुम्ही करशीला तवर मी तुमच्याबरोबर हाय. सगळं मी शिकवती.'' नयनाचा लाडीक शब्द. त्याच्या जिवात बळवंकीच्या माळा उडाल्यागत झालं.

गाडी हलली. नयनानं त्याच्याकडं बघत हात हलवला. त्यानं हरखून 'जावा जावा'चा हात केला.

सुखभरल्या मनानं परतला... 'नाच्याचंबी काम काय हलकं न्हाई. भारी हुन्नरीचं हाय. राजा-पर्धानाच्या कामाला जेवढी हिकमत लागती त्येच्यापक्षा जास्त ह्या कामाला लागती. नाच्या धड ना बापय ना बाई. मधलंच कुणी तरी. आता बापय; तर आत्ता बाई. बापयाच्या कायेत अडकलेली बाईच. नावाला नुसता बापय. म्हंजे येडताकच. बापयानंच हे काम करायचं. आपला रुबाब, नजर, हातापायांची हालचाल, आवाज समदं बदलून टाकायचं. असलेला बापय फेकून द्यायचा नि ध्यायीत नसलेली बाई वर उठवायची. कुणाला कळणार ही हिकमत? आपूणच आपल्यासंग केलेली ही कुस्ती. आपूण न्हाई ते आपून हाय असं दावणारी कला. सोळा आणं खरी. जमवली पाहिजे. नैनाच्या जवळ ऱ्हाऊन कमावली पाहिजे. तीच आता मास्तरीण... नैनाराणी, आता तू हाईस तर मी हाय. वगातनं मी तुला जिती केली; आता तू मला जितं करायचं. तुझीच माझ्या जिवात लावण करायची. माझ्या मातीत तुझा ऊस. तुझ्या हाताचं पालव, डोळ्यांचं नखरं, पावलांची टपटप पडणारी घुंगरी

पानं माझ्या हातापायांतनं उगवली पाहिजेत. राजा न्हाई; निदान माझ्या वगातली राणी तारामती तरी तुझ्या रूपानं तू समूर आणलीस. तुझं डोळं नखऱ्याचं हाईत. खुदकन ते बारीक करून हासतीस नि मला खुलवून टाकतीस. राजापक्षा तुझी संगत मला जास्त मिळावी, म्हणूनच मी हे काम आता पत्करायचं ठरीवलंय. एरवी पत्करलं नसतं. राजाच झालू असतू.'

पांडबा बाकीच्या उद्योगाला लागला. गावातल्या फौजदाराच्या हातापाया पडून दोन फाटके खाकी ड्रेस पोलीस-हवालदारांसाठी मिळवले. अनेकांच्या ओळखीनं नाना खटपटी करून वगाची रक्कम ठरवली. खर्चाला म्हणून उरूस-समितीकडनं अगोदरच तीनशे रुपये मागून घेतले. त्यांतून नाच्या, राजा आणि प्रधान यांचे पोशाख शिवले. प्लॅस्टिकच्या मण्यांच्या, काचमण्यांच्या अलंकारमाला करून घेतल्या. राजा-प्रधानला हवा असलेला एक हंटर करून घेतला. आणखी सटरफटर बरंच सामान खरेदी केलं. कनात सोडली तर तमाशाचा फड कसाबसा उभा राहिला. गैबीच्या दरग्याच्या मागच्या बंदिस्त पटांगणात खेळ उघड्यावर करायचा ठरला. त्याला कनातीची जरूर नव्हती. 'गावकऱ्यांच्या करमणुकीसाठी गावकऱ्यांनीच बसवलेला तम्माशा' म्हणून जाहिरात झाली. गावभर बातमी पसरली की कागलात तमाशाचा फड उभा राहिलाय नि कोल्हापूरच्या फसकलास दोन पोरी त्यात नाचायला येणार आहेत. नावाचा नि वगाचा एक रंगीत बोर्ड गैबी चौकात लावला. तो बघून फडातल्या पोरांची छाती फुगली. मांगवाड्यात वेगळंच वातावरण तयार झालं. मांगवाड्यातल्या तरण्या पोरांच्या उगीचच छात्या फुगल्या. ती फडाला बारीकसारीक मदत करू लागली.

१५

पोशाखासह रंगीत तालीम होती. खेळ तीन दिवसांनी उरुसात होणार होता. यमुनाबाई सकाळीच मुलींना घेऊन कागलात आली होती. त्यांच्यासाठी प्राथमिक शाळेतल्या तरुण सोनुलेमास्तरांच्या घरातली एक बऱ्यापैकी खोली ह्या वेळी मिळाली. सूटकेसीस, स्वच्छ कपडे, आरसे, स्नो-पावडरी, दारात रंगीत चपला, रंगीत रंगीत पोलकीपातळे यांचा पसारा मांडून यमुनाबाई बसली. 'तम्माशातल्या बाया, तम्माशातल्या बाया' म्हणून बारकी पोरं दिवसभर जातायेता त्यांच्या घरात डोकावू लागली.

आज कुणीच कामाला गेलं नाही. प्रत्येकानं घोटूनघोटून दाढ्या गुळगुळीत केल्या. डोईच्या केसांना आल्पीन कट मारून घेतला. बहुतेकांची केसं वीतवीतभर वाढली होती. सकाळी आंघोळी केल्या. साबण लावून धडशी कापडं धुतली नि वाळायची वाट बघू लागली.

सकाळपासून गुणाच्या मनाची चलबिचल होत होती. रुबाबात ठेवलेल्या मिश्यांना संपूर्णपणे फाटा द्यावा लागणार होता. किती दिवस द्यावा लागणार होता त्याचा अंदाज नव्हता. तोंड भुंडं दिसणार होतं.

दिसात पडलेली दारकी पाचसहा दिवस त्याच्या मिणत्या करत होती. तो ऐकत नाहीसं बघून त्याच्याशी भांडणं काढत होती. घरात कर्तं बाईमाणूस कुणी न्हाई, म्हायारला जाऊन कुणीतरी बाईमाणूस घेऊन या, अशी तिची विनंती. 'एवढा उरसातला खेळ होऊ दे; मी लगीच घेऊन येतू.' हे त्याचं सांगणं. पण तिला धीर नव्हता आणि त्याला वेळ नव्हता. मनात नाच्या सारखा नाचत होता. त्यानं तो झपाटून गेलेला. आणि दीस जवळ येतील तशी ती गर्भगळीत होत चाललेली. तिला मनाची अवस्था नीटपणे सांगताही येईना झालं होतं. कोणी तरी बाईमाणूस तिच्या जिवाला आधार द्यायला हवं होतं. म्हातारीचं पार भिताड झालेलं. असून नसल्यासारखी. बाळू वाकून गेलेला. किती केलं तर बापय माणूस. त्याला ती काय सांगणार? गुणाला तर भाकरी खायलाही पुरेसा वेळ नाही. बाळंत झाल्यावर लागणाऱ्या जळणाचीही काही व्यवस्था नव्हती. तसे हे थंडीचे दिवस. अजून

कडाका थंडी नसली तरी बाळंत झाल्यावर अंथरूणपांघरूणाची थोडी तरी व्यवस्था होणं जरूर होतं. गुणाचा खर्च आणि खाडी तर अलीकडं खूपच वाढली होती. घरात त्याच्या कामाचा आठ दीस काम केलं की चारच दिसाचा पगार मिळायचा. एका जाप्त्यातच सगळा प्रपंच-पसारा पसरलेला. त्यात दोन बाजूंनी भिंती नि दोन बाजूंनी कूड. कुडातनं वारं आत घुसतेलं. आताचं हे पाचवं बाळंतपण. पोटाला अगोदरची दोन पोरं. दोन बारकेपणात मेलेली. पोरांची, सासूसासऱ्यांची व्यवस्था बाळंत झाल्यावर निदान पाचसात दिवस तरी होणं गरजेचं होतं.

नक्की कधी दिसात पडती याचा तिला नीटसा अंदाज नव्हता नि तो 'बघू साताठ दिसांनी' म्हणून टोलवत नेत होता.

आज तिला बसली जागा उठवेना झाली होती.

"जावा की हो आज तरी. किती आरडू मी?"

"आलीस का पुन्ना आजच घाईला. गप बस की कुतऱ्यागत दोनचार दीस."

"आणि काय तर झालं म्हंजे?"

"झालं तर झालं. बघतू मग माझं मी. मांगोड्यात रग्गड म्हाताऱ्या सुइणी हाईत. इतकं दीस निघालं नि आता तीनचार दीस निघत न्हाईत?"

"कोण तरी माणूस तरी लावून द्या."

"माणूस लावून द्याय मी काय वतनदार न्हाई नि तू काय म्हाऽराणी न्हाईस. नुसता चार दीस कढ काढ."

"जीव कोंडल्यागत व्हाय लागलाय माझा."

"काय मरत न्हाईस काय न्हाईस. गप घर धरून बस."

"जळणाचीबी काय सोय न्हाई."

"आणि हाईच काय? उगंच डोसकं पिकवू नगं. लईच जळणाची टंचाई वाटली तर घराचं वासं मोडून घाल."

वळचणीला बसून बाळू हे सगळं ऐकत होता. दम धरून मुकाट बसला होता. पाचसात दीस चाललेली ही धुसफूस नि त्याचं घरात नसलेलं ध्यान त्याच्या लक्षात आलं होतं. पण गुणा त्याच्या रिंगणात नीटसा गावत नव्हता. सकाळ झाली की बाहेर पडत होता. कामाला जात होता. रात्री आला की कसाबसा जेवून हात पुसत नानाच्या घराकडं जात होता. रात्रीबेरात्री केव्हातरी परत येत होता. तो नाच्याचं काम करणार आहे याचाही सुगावा त्याला कुणाकडून तरी लागला होता. जेवण करून बाहेर पडल्यावर दोन-तीन तासांनी तो परत आला. परत आला तेव्हा त्याच्या ओठावर मिश्या नव्हत्या. दाढी गुळगुळीत केली होती. झिंज्या राखून मानेखाली कट मारला होता; पण पटक्याखाली तो लपून गेला होता. खाली मुंडी घालून तो घरात घुसला.

दारातोंडालाच आत बसलेल्या बाळूच्या नजरेला ही गोष्ट आली. त्याचं तोंड खवळलं.

“का रं? आय मेली का बा? मिश्या का बोडल्यास तुझ्या आयला लावला गाढव. गावाकडनं आता गांड मारून घेत हिंड...”

बाळूच्या तोंडाला लगामच बसेना. तो वाट्टेल तसल्या शिव्या देऊ लागला. त्याच्यावर पाऊसच पडू लागला. शरमिंदा होऊन तो मेढीजवळ थांबला होता. बाळबाचं तोंड ऐकून त्याला काही बोलता येईना.

दारकीनं खाली मान घालून चुलीतली राख भरणं चालू केलं होतं. म्हातारी आई, “काय झालं, काय झालं?” म्हणून विचारत होती. म्हातारा एवढा का उसळाय लागलाय, हे तिला कळेना. बाळबाचं तोंड चालूच.

“तोंड हाय का गांड ही? आता गप बसतूस काय जीव घेऊ?” गुणाचा सोशिकपणा संपला नि तो ओरडला.

“घेऽ घेऽ! तुझ्या...” पुन्हा शिव्या. गुणाच्या हातून त्याला तिथल्या तिथंच मरण पाहिजे झालं. त्याशिवाय तो त्याला पुढं जाऊ देईना. “माझ्या वसाच्या दिव्यात मुतलास” म्हणून शिव्या देऊ लागला. वाडवडिलांची पुण्याई आपण कशी जपली नि आपल्या वाट्याला हा नरकातला भोग बुळग्या पोराच्या निमित्तानं कसा आला, म्हणून तो स्वत:चं कुडतं फाडून छातीवर मारून घेऊ लागला. वाट चुकलेल्या बैलागत हंबरू लागला.

“थांब तुझ्या आयला...” म्हणून गुणानं पाटा उचलला. ते बघून गपकन दारकी उठली नि आडवी झाली. ढेपाळत, भेलकांडत जाऊन ती त्याच्यासमोर उभी राहिली.

“एका कडंनं पोराबाळांच्या डोसक्यात आधी घाला, माझ्या डोसक्यात घाला. मग ह्यांस्नी ठार मारा नि मग बापयपण गुंडाळून जलमभर नाचत बसा.”

रागानं उलटापालटा होरपळत असलेल्या गुणानं पाटा तिथंच टाकला नि दारकीच्या थोबाडीत सगळं बळ हातात आणून थाऽऽडदिशी दिली. कोलमडत जाऊन ती कुडाकडंला निजलेल्या म्हातारीवर पडली. तिला मारलेलं बघून पोरं आरडाओरडा करू लागली. राजा नि दया मोठ्यानं रडत “बाबा, मारू नगं की गा आईला” म्हणून त्याच्या पायांत आली.

“कुणासाठी करतूय समदं मी हे?” म्हणून पोरं लाथाडून तो जाऊ लागला. डोक्याला चौकटीचा अडसर दाण्णकरून बडवला. तीही कळ डोक्यात घेऊन बाहेर पडला.

उन्हं उतरणीला लागायच्या सुमाराला नानाच्या घराकडं आला. आत नाना, किसना होते. दुपारपासनं दारं झाकून राजा-प्रधानाचा पोशाख घालून ते आतच हिंडत होते. त्या पोशाखात चालण्याचा, हात हलवण्याचा सराव करत होते.

गुणानं 'दार उघडा' म्हटल्यावर किसनानं आवाज ओळखून दार उघडलं. नानाचं डोकं दुखत होतं. कशानं एकाएकी दुखायला लागलंय त्याला कळेचना. शेवटी घाम येऊ लागल्यावर त्यानं नकळत गळ्याजवळचा बराच आवळलेला बंद सोडला नि पोशाख ढिला केला. दोनच मिनिटांत त्याचं डोकं दुखायचं बंद झालं.

"आयला! बंदांनी गळा आवळला म्हंजे डोसकं दुखतंय वाटतं रे."

"असंल असंल वरचा बंद बांधू नगं." किसना.

गुणानं त्यांच्या पोशाखांत त्यांना पाहिल्या न पाहिल्यासारखं करून कुठंतरी बघत तो चुना-तंबाखू चोळू लागला.

घाम फारच येऊ लागल्यानं नाना-किसनानं आपल्या अंगातली कुडती काढली नि नुसत्याच उघड्या अंगावर पोशाख चढवला. जरा ढिलं ढिलं वाटू लागलं. इकडं-तिकडं बघत दोघे जण खालच्या आवाजात आपला संवाद म्हणू लागले. बराच वेळ संवाद म्हटल्यावर दोघेही कंटाळले. त्यांच्या लक्षात आलं की गुणा तोंडात गुळणी धरून भलताच गपगार बसला आहे. त्यांनी विचारलं. नाही-होय करता करता त्यानं घरात उडालेला खटका सांगितला.

"चालायचंच, तू तिकडं ध्यान देऊ नगं. कोण कशी असत्यात तर कोण कशी असत्यात. सांभाळून घ्यायचं. पैसा मिळू लागला, पोटाला मिळू लागलं की सगळी मांजरागत मऊ येत्यात." नाना.

"आमच्या घरात न्हाई? असंच हाय की. उपाशी मर खरं तम्माशात एवढं नगं म्हणत्यात. लई भिकारबुद्धीचा धंदा वाटतूय त्यांस्नी. मी आपलं रेटतूय. हळूहळू सगळी मऊ येतील. गप बस तू." किसना.

त्याला आपल्या घरची स्थिती वेगळी वाटत होती. आपल्या नशिबी नाचेपण आलं नसतं तर एवढं झालं नसतं असं वाटत होतं. त्याच्या प्रापंचिक मनात खोलवर कुठंतरी कायमची हळहळ लागून राहिलेली.

तासाभरानं तिघांनी मिळून घरातच चहा केला. त्याला आता चहा प्यायलाही ते भुंडं तोंड घेऊन, केसांचा तो छक्काकट घेऊन बाहेर जाण्याची इच्छा नव्हती. तो घराच्या भिंतीच्या आतच राहू इच्छित होता.

मग चहा करता करता, पिता पिता पुन्हा गप्पा झाल्या. पोशाख घातल्यावर कशा गंमती वाटतात, याविषयी पुन्हा नाना-किसना बोलू लागले. पूर्वीच्या राजेरजवाड्यांच्या दरबारात असल्यागत, स्वर्गात जाऊन त्यांच्या पंगतीला बसल्यागत त्यांना वाटत होतं. त्या पोशाखात 'नाना-किसना'च आहोत हे ते पुन्हा पुन्हा विसरून राजा-प्रधानांच्या थाटात बोलत होते. "पर्धानजी पाणी आणा." "म्हाराज, काड्याची पेटी कुठं दिसत न्हाई?", "पर्धानजी, बशी एवढी धुऊन टाका." असं बोलणं चाललेलं. त्यांच्या चालण्यातही फरक पडला होता.

बोलता बोलता, त्यांचा हलकाफुलकापणा अनुभवता अनुभवता गुणाचं मन थंड झालं. मग त्यालाही ड्रेस घालावा असं वाटू लागलं. हळूहळू त्यानं तो घातला. आणून ठेवलेल्या आरशात चिटाचिटाच्या पिवळ्या पोशाखातलं रूप पाहिलं. कसं तरी वाटलं. तरी डोळ्यांत काजळ भरलं.

"गुण्या, मधी भांग पाड रे. चांगलं दिसंल." किसना.

"चांगलं दिसंल?"

"बेफाम दिसंल. बाईला दडवावं नि तुला काढावं असा दिसशील."

"रातचं पाडू म्हणं भांग."

"रातचं नगं. आताच पाड. म्हंजे रातचं काम करतानं काय वाटायचं न्हाई. आम्ही बघ दुपारधरनं पोशाख घालून दरबारात बसल्यागत बसलूय. तूबी काय कमतरता पडू देऊ नगं. म्हंजे रातच्याला अंग जरा ढिलं पडंल."

"असं म्हणतूस?"

त्यानं आरशात बघून बरोब्बर मध्यभागी भांग पाडला. पोशाख घालून उगंचच हावभाव करू लागला. नाचाचे हात करू लागला. पायांच्या फिरक्या मारू लागला.

रात्री जेवायला गेलाच नाही. बसूनच राहिला. दीस बुडायला पांडबा गॅसची बत्ती घेऊन आला नि नानाच्या घरात टांगून घराकडं गेला. "जेवून, रंगकामाचं सामान घेऊन येतू रे. तवर येतील पोरं."

"बरं."

"बरोब्बर रात्री धाऽला गणगवळण सुरू करायची बघा. नैना-सोभनालाबी सांगिटलंय."

"बरं बरं."

सगळी मंडळी जमून रंगकाम नि पोशाख केल्यावर बरोबर रात्री दहा वाजता नारळ फोडला नि डफावर पहिली थाप पडली. ढोलकी, झांजऱ्या, तुणतुणं, कडी वाजू लागली. गणाच्या सुरानं रंगीत तालमीला कडकडीत सुरुवात झाली.

डफ-ढोलकीनं, नयना-शोभनांच्या घुंगरांनी खोली गजबजून जात होती. निरनिराळ्या पोशाखात जो तो आपआपल्या कामाची वाट पाहत भिंतीकडेला उभा होता. समोरच्या बाजूला मांगवाड्यातली दिमतीला घेतलेली साताठ तरुण मंडळी बसली होती. रेड्याला बाहेर काढलं होतं. बाकीच्यांना प्रवेश नव्हता. बरीच पोरं बाहेर राहून ऐकत होती. तिष्ठून तिष्ठून पेंगा आल्यावर निघून जात होती.

जलसा झाल्यावर घटकाभर विश्रांती झाली. चहा झाला नि वगाला सुरुवात झाली.

प्रधानाचं काम करताना नाना फारच ताठ चालत होता.

"ह्येच्या पाठीला कुणी कामटं बांधल्यात काय रे?" कुणाचा तरी प्रश्न; मग

हाशा. राजापेक्षा प्रधानाचा आवाज वरचा लागत होता; तर राजाला नीट बोलायला जमत नव्हतं. जरा खालच्या पट्टीतच बोलत होता. मुख्य म्हणजे तो सारखा सिंहासनावर बसून बोलत होता.

''किसन्या, बसू नगं. हुबा ऱ्हा; न्हाई तर काटं ठेवीन बघ आता त्या खुर्चीवर.''असं पांडबानं म्हटल्यावर राजासह सर्वच घटकाभर हसायला लागले. मग तो उभं राहूनच बोलायला लागला. बसायलाच तयार नाही. नाच्याचं नि सोंगाड्या इष्ण्याचं बोलणं भलतंच रंगत होतं. त्या त्या वेळी इष्ण्याला निरनिराळं सुचत होतं. नयना-शोभना त्याच्यावर खूश होऊन जात होत्या. रागाचं नाटक करताना हवालदाराची काठी शिपायाच्या डोक्यात बसायची ती चुकून वर गिड्ड्या तुळईला थडकली नि एका बाजूला उभा असलेल्या प्रधानाच्या डोक्यात कशी बसली, त्याचं गूढ कुणालाच उकललं नाही. ''पर्धानजी, जरा तुमचा वाडा नवीन बांधा की. किती खाली तुळ्या आल्यात ह्या. अधीमधी लढाई झाली तर तलवारसुदीक वर कराय यायची न्हाई. काय ह्यो वाडा! कागलच्या मांगांची घरं ह्येच्यापेक्षा चांगली हाईत.'' हवालदार इष्ण्यानं गंभीरपणानं अशी विनवणी केल्यावर घटकाभर कुणाला न हासता कामच करायला येईना. बराच वेळ प्रधानजी डोकं चोळत चोळतच राणी तारामतीबरोबर बोलत होता. धामुड्या पाव्हण्याच्या ढोलकीचा एक म्हणजे एकच ताल पुनःपुन्हा लागत होता. त्याला पांडबानं ताल बदलता ठेवायला पुनः पुन्हा सांगितलं. पोरींची नृत्यं आणि प्रेमाचं, रडण्याचं नाटक उत्तम होत होतं. त्यांचं नाटक बघता बघता गुणा अवाक होऊन उभा राहत होता.

...भडक मेकप केलेला त्याचा चेहरा. गोरपट-तांबूस बारीक देहाला पिवळा पोशाख शोभून दिसत होता. कामाला टाळ्या मिळत होत्या. तो नखरा करील तसा सोंगाड्या इष्ण्या त्याला मिठी मारायला धावत होता. चेकाळत होता. ते बघून त्याला कुठंतरी हिरमुसल्यागत वाटत होतं; पण तमाशात त्याच्यामुळं रंग भरत होता. घरात घडलेली घटना काम करता करता कधी मनातनं सुकून गेली याचा पत्ता लागला नाही.

पांडबाला कृतार्थ वाटलं. आपल्या मांगवाड्यात केव्हा ना केव्हा तरी एक तमाशाचा फड उभा राहावा असं त्याला वाटत होतं. अनेक वर्षं अपुरी राहिलेली त्याची इच्छा पोरांच्या धडपडीनं फळाला येत होती.

वग संपला तेव्हा नयनाच्या घड्याळात दोन वाजून गेले होते. आवरासावर करायला तीन वाजले. सगळी गेली.

पोशाख उतरून गुणानं घोंगडं झटकलं. फडाच्या खाली ते आंथरलं होतं. सगळा फड त्याच्या उरावरून फिरत होता, नाचत होता नि आरंभापासनं अखेरपर्यंत ते तुडवलं जात होतं. अलीकडं त्याचं हे घोंगडं नानाच्या घरातच पडलेलं. त्यामुळं

ते सर्वांसाठी सतत अंथरलं जायचं. कुणा वाटेल त्याचे कसले वाट्टेल तसले पाय त्याच्यावर आले तरी तो गप्प.

खाली गवताच्या चारपाच पेंढ्या सोडून घोंगडं वरखाली घेऊन तो पडला. पहाटेचं कोंबडं ओरडलं तरी त्याला झोप लागेना. दारकीची आठवण होत होती. पण घराकडं जावंसं वाटत नव्हतं... आपूण काय करतूय हे घरात कुणालाच कळणार न्हाई. मला समजून घ्यायचं ऱ्हायलं; निदान गप्प तरी बसायचं. कशाला असलं आई-बाऽ पाहिजेत नि बायकू तरी...

मधूनच त्याच्या मिटल्या डोळ्यांसमोर त्याच्या रूपाचा आरशातला नाच्या नाचत होता. मुरके मारत होता. फिरक्या घेत होता. 'असं न्हाई; असं' म्हणत होता...

...बऱ्याच वेळानं हळूहळू ठाम पावलं टाकत, मिश्यांना पीळ देत, डोळे रोखत, हातात तमाशातला हंटर घेऊन राजा सूर्यभान त्याच्यासमोर येऊन उभा राहिला. त्यानं हंटर उंच उगारला नि जीव एकवटून गुणाला फोडून काढू लागला. घाम फुटला. रक्तं उसळली तरी तडाखे चालूच... तळमळत विव्हळत त्याला कधी झोप लागली ते कळलं नाही.

१६

तासभर दीस वर आल्यावर तो तारवटलेल्या डोळ्यांनी घराकडं आला. म्हातारा घशाखाली अडकणारं चिकट बडकं खाकरत तोंड धूत होता. त्याला दम लागला. खोकून-खोकूनही बडका सुटत नाही म्हणताना जीव गळ्यात आल्यासारखा चेहरा करून तो बसला. एका जन्माचं दमल्यासारखं वाटत होतं... जुनी हुईत गेलेली ध्यायी. आत आत जीव धरून कशाला बसली असंल ही? दे की बाई आता कौल. जाऊ दे जे ते आपापल्या घराकडं. पाच घरची पाच आलेली. किती दीस त्यांस्नी एका जागी बांधून घालणार आता? सोड ज्येला त्येला जेच्या तेच्या वाटंनं. काय ऱ्हायलंय आता बघण्यासारखं तुझं?

नाकपुड्या फुगवून त्याच्याकडं बघत गुणा आत गेला. रात्री ह्याच केत्ताराच्या अंगात हत्तीचं बळ आलं होतं, हे त्याला खरंही वाटेना. म्हातारी अंधार घेऊन, गुडघ्यावर हात टांगून माळावरच्या दगडात गुमान बसली होती. आत जाऊन त्यानं डोईचा पटका काढून मेढीच्या खेलीला अबदार अडकवला.

दारकी कपाळाला हात लावून चुलीपुढं मुकाट बसली होती. डोंगरागत वाढलेल्या पोटाचं आता काय करायचं हा तिच्यापुढं अजगरासारखा पडलेला प्रश्न. जवळजवळ ती अर्धमेली होऊन बसली होती. पोट अगदीच भुईवर ओळंबून आलं होतं.

"उशीर झालाय मळ्याकडं जायला. च्या कर चटक्यानं." तिला त्यानं आत येता येताच सांगितलं. म्हातारा खोकत खोकत पाण्याचं चेंबलं दारात ठेवून बोळकांडातनं आपल्या लिंबाकडं गेला. तेवढाच आधार राहिलेला. ती काहीच बोलली नाही.

गुणाचा आवाज तावदारला, "च्या कर म्हणतू न्हवं?"

आपलंच ओझं झालेलं तिचं गरीब कासव नाइलाजानं हळूच पुढं सरकलं. दोन्ही पोरं अजून अंथरुणात होती. चूल पेटवता पेटवता ती म्हणाली, "ह्यो आता मी च्या करती नि माझ्या बाऽच्या गावाला जाती." मनात पक्कं ठरवून टाकल्यागत ती बोलली.

तो एकदम येडबडला.

"आता?"

"का? रोगडा भरतूय मला आता जायला? अशीबी आता मी मरणार हाय नि तशीबी मरणार हाय. दीसभर वाट चालता चालता मधीच कुठं मराण आलं तर वंगाळ हुणार न्हाई माझं."

पंधराएक मैलांवर तिचं माहेर होतं.

तो क्षणभर गप्प बसला. काय बोलावं सुचेना. ती चारीही बाळंतपणाला माहेरला गेली होती. त्या वेळी म्हातारीला थोडं थोडं दिसत होतं. पण या वर्षभरात तिला काहीच दिसेना झालेलं. त्यामुळं तिच्या हातनं काहीही काम होत नव्हतं. दारकी गेली तर स्वैपाक करायला कुणीच नाही. तो तिचं तिड्याचं अवघड बोलणं तिच्याच कलानं सहजावारी न्यावं म्हणून बोलू लागला.

"तसं नव्हं. अवघडून गेलीयास तू. मधीच काय तरी झालं म्हंजे?"

"हुईना तिकडं. पडू दे की तिकडं पोटचं सांगावच्या माळावर. खाऊ द्यात घारी-गिधाडं. कुणाला पाहिजे झालंय?"

"आणि हितं या खोकडांस्नी करून कोण घालायचं?" तो तापू लागला.

"आरं गुण्या, असा का रं सारखा डाव मांडाय लागलाईस? दिसात पडलीया ती. आज-उद्या बाळत हुईल. कोण बघणार तिला? मला काय दिसतंय व्हय? लगालगा सायकलीवरनं तिच्या गावाला जा नि कुणाला तरी बलवून घेऊन ये की. निदान कुणी माणूस लावून दे जा, लईच तुझा तम्माशा अडून बसला असला तर."

वाळलेल्या फांदीला बऱ्याच दिवसांनी पालवी फुटावी तशी म्हातारी बोलली.

"आगं, मग सरळ बोलणं हाय का हिचं?"

"पाचसात दीस सांगाय लागलीया ती. ध्यान हाय का तुझं? का उगंच फोडून खायाय लागलाईस सगळ्या घराला?"

चहा शिजला होता. त्याच्यापुढं ताटली आली होती. चार घोट फुरकेपर्यंत तो गप्प बसला. पोटात उनउनीत गेल्यावर म्हणाला, "काय वाट्टेल ते झालं तरी आज कोण तरी माणूस मिळाला तर लावून देतू. न्हाईतर मी जाऊन येतू. मग तर झालं?"

"तुझा तूच इचार कर बाबा नि बरं वाटंल ते कर."

दारकीकडं बघून तो थंडपणानं बोलू लागला. "उगंच डोस्क्यात राख घाटल्यागत करू नगं. कायबी झालं तरी आज-उद्या तुझ्या घरातलं कोण तरी हितं आलं म्हंजे झालं." दाराम्होरं खेळणारा राजा त्याच्या पुढ्यात येऊन बसला. ताटलीतलं उरलेलं दोनतीन घोट त्यानं त्याला पाजलं. "पोरं बारकी हाईत. त्यांस्नी हितं कोण बघायचं? आणि गावाकडं ती तू न्हेणार तरी कशी?"

"मेलेली कुतरी पायाला बांधून वडत्यात तशी वडायची. कुणाला काळजी हाय त्येंची?" तिचं मन धुमसत होतं.

"असं का गं बोलाय लागलीयास, दारके? हे सगळं का मी माझ्यासाठी कराय लागलूय? त्या थेरड्याला एक कळत न्हाई; निदान तू तरी जरा सरळ वाग. का जीव देऊ तुझ्याम्होरं माझा?"

तिच्या डोळ्यांतनं पाणी गळू लागलं. तो कुठं तरी आतल्या आत हलून गेला.

"त्या माकडानं रातरी जीव खाल्ला माझा. त्या दणक्यात तू आडवी आलीस; न्हाई तर त्येचा जीवच घेणार हुतो. त्येचा राग तुझ्यावर सांडला. मला का कळत न्हाई तू अवघडलीयास ते? उद्या सांजपतूर न्हाई तुझ्या माह्यारचं कुणी आलं तर मला इचार. जातू मी; उशीर झाला." कुठल्या तरी सणकेत झटक्यानं बाहेर पडला.

मळ्याकडं जायला तास-दीडतास उशीर झाला होता. तो ओढ्यात उतरला नि त्याच्या कानांवर मोटेचा आवाज पडला. पाय अधिकच चटक्यानं पडू लागले... 'वाट बघून बघून शिर्पतरावानं एकट्यानं मोट धरलेली दिसती. अलीकडं सारखा उशीर हुतूय.'

ओढा चढून वर आला तर उसात बांधाकडेलाच शिर्पा पाणी पाजताना दिसला. थोडा चकित झाला...थोरला मालक आलाय वाटतं आज लौकरच.

"मालक आल्यात वाटतं?"

"हां." शिर्पा.

त्याच्या हातापायातलं बळ गेलं... आज आपली काय धडगत दिसत न्हाई.

"काय तम्माशाची धुंदी गेली का न्हाई अजून?" शिर्पानं जरा तिरकसपणेच विचारलं.

"गेली की. जरा उशीर झाला हो." भदं झालेल्या गाडग्यागत तो हसला.

"ऊस पाणी कवा प्यायचा?"

"तासभर जास्त मोट मारावी रातचं."

"हां! म्हंजे बैलांचं मराण. तुझी धुंदी काय कमी करू नको... जा जरा झटक्यानं नि कापडं बदलून ये पाण्याकडं."

"हा."

तो झटक्यानं चालला...'तम्माशाची धुंदी तुम्हांस्नी न्हाई कळायची मालक. तिच्या तंद्रीतच असतूय म्हणून तर हे ढोरकाम करायचा कट्टाळा येत न्हाई. दिवसभराच्या ह्या मरणातनं सुटका म्हंजे ह्यो तम्माशा. रातभर रमतूय, जिता हुतूय म्हणून तर सकाळनं घोड्यागत तेज होऊन हे काम कराय येतूय. न जागरणाचा तरास, ना शिणवटा'...

झटक्यासरशी त्यानं पाण्याकडची कापडं घातली नि विहिरीच्या खालच्या बाजूनं तसाच पाण्याकडं लगालगा चालला.

धुमसणाऱ्या मालकानं हटकलं, "अऽऽ गुणवंतराव, घराकडं जावा, घराकडं.

हिकडं रोजगाराला यायचं न्हाई. रोजगार बंद.''

त्याच्या रक्ताचं पाणी झालं. ''जरा उशीर झाला मालक.''

''जरा? सुक्काळीच्या, न्ह्यारी करायचा वकूत झालाय नि जरा वाटतंय व्हय तुला? आदी घराची वाट धर.'' मालक अगदीच वायद्यावर आला.

''आता न्हाई हितनं फुडं उशीर हुयाचा.'' त्यानं एकदम पडतं घेटलं.

''आता फुडं नगं नि मागं नगं. रोजगार न्हाई निभायचा तुझ्या हातनं. तम्माशा करून पोटं भरा जावा. अशा रोजगारानं पिकं वाळून-जळून जातील माझी.''

''मालक, तास रातीपतोर मोटा हाणतू मी अलीकडं. दुपारचा घटकाभरबी इस्वाटा घेत न्हाई. मला का कळत न्हाई व्हय? शिर्पतरावांस्नी तरी इचारा.'' बोलत बोलत धावंपाशी आला.

''उपकार करतोस माझ्यावर!''

''तसं कुठं मी म्हणतूय? घरात बायकू अवघडलीया. आई-बाऽ केत्तार झाल्यात. माझ्याबगार बघणार कोण त्यांस्नी?''

''म्हणून हे तम्माशाचे थ्यार चालल्यात तुझं?''

''उगंच आपलं इरंगुळा म्हणून करतूय.''

''आणि कामं कुणी तुझ्या बाऽनं करायची? उगंच तुझ्या बाऽकडं बघून मी तुला ठेवलाय, मला का दुसरं गडी न्हाईत? रग्गड लोणी लावत हिंडत्यात.''

बैलं दबवल्यावर एक बैल पोवट्या टाकत गेला. त्यानं त्या धावेच्या कडेला पायानं सरकावल्या. खाली मुंडी घालून उभा राहिला. पडतं घेणं भाग होतं. उशिरा येतोय म्हणून मालकानं यापूर्वी तीनचार वेळा खुरपून काढलं होतं.

''जा, त्या शिर्प्याला लावून दे जा मोटंवर. मला गावात जायाचं हाय. लई डाव झालं. ह्यो शेवटचाच डाव तुला सांगतो. पुन्ना जर का उशीर झाला तर बघ. मला न्हाई ही लोचटगिरी खपायची.''

लाचार होऊन तरातरा पाण्याकडं गेला...'अजून एकदोनदा तरी खाडा करावा लागणार. मालक मग काय करतूय कुणाला दाखल? एखाद्या वक्ती गांडीवर लाथ देऊन हाकलूनबी द्यायचा. कुठं जायाचं मग ह्या भिकनुशा गावात रोजगार मिळवाय? मला तरी कुठं खपती ही लोचटगिरी? परपंचाच्या पायात हे पत्करायची पाळी आलीया.'

वाढलेल्या उसाची पानं अंगाला अधनंमधनं ओरबाडू लागली. कुसळं उघड्या दंडामांड्यांतनं घुसून लसू लागली. तरी मुकाटपणानं उसात येणाऱ्या पाण्याची दारं मोडू लागला. सगळीकडनं ऊन भराला येत चाललेलं. पायाखाली पाणी होतं तरी जीव तव्यावर घातल्यागत होत होता... येडबडून गेल्यागत झालंय. 'जलमभर जरी ह्या मालकाचा ऊस पाणी पाजून वाढीवला तरी एक दीस ह्यो घराकडं लावून

देणारच. दिसतूय उसाच्या पानागत हिरवागार. पर कुसळांनी भरलाय. पानं न्हवंत ही; टांगत्या तलवारी मानंवरच्या.'

सोमवारी तासरातीला चिपाड होऊन कामासनं परत आला. नवऱ्यानं टाकून दिलेली त्याची मेहुणी आणि खुद्द सासरा आल्याचं त्याला कळलं. तेवढंच बरं वाटलं. सांगावा बरोबर पोहोचला होता. तो आणि सासरा एकदम जेवायला बसले. म्हातारा बोळाच्या तोंडाला अंधारातच एका बाजूला दगडावर बसला होता. दोनच ताटल्यांत वाढलेलं बघून सासरा म्हणाला,

"इवाई पाव्हणं न्हाईत का बसत?"

"बसतील मागनं." दारकी.

"बलीव तरी त्यांस्नी. बसत्यात का बघ."

"मघाशीच इचारलं. सावकास बशीन म्हणालं."

सासरा दुपारी जेवण-वक्तीलाच आला होता. तेव्हापासनं बाळूचं नि त्याचं दोन तास बोलणं झालं होतं. दारकीनंही बाऽजवळ सगळं मन मोकळं केलं होतं. सासऱ्यानं पान खात खात, मिशीतलं पानाच्या थुंकीचं कण पुसत, दातात काही घालत सगळं बोलणं ऐकून घेतलं होतं. जावयाबद्दल सगळ्यांची तक्रार होती...तोही चिंतागतीत पडला; पण तोंड कसं फोडायचं त्याला कळेना.

रात्री जेवताना दोघे गप्पा मारत जेवले. कामाला कुठं आहे, रोजगार किती मिळतो, काम काय काय पडतं, वस्तीला का जात नाही, याविषयीची वरवरची चौकशी सासरा हळूहळू सहजावारी करत होता. मनात घुसू बघत होता.

जेवणं झाली नि गुणा बाहेर जायला चुळबूळ करू लागला.

"का? कुठं जायचं हाय काय?" पाव्हण्यानं त्याला विचारलं.

"अजून अवकास हाय. चला की जरा बाहीर हवंला बसू या. बाकीच्यांस्नी जेवायबी बरं." तो पाहुण्याला बोलला. पाहुणा उठला नि बाहेर आला.

दोघंजणं तिकटीच्या वळणावर जाऊन बसले. नानाचं घर तिथनं दिसत होतं. घरात अजून अंधार होता. त्याकडं बघत तो पाहुण्याशी इकडतिकडच्या गोष्टी बोलू लागला.

"जरा बोलायचं हुतं तुमच्यासंगं." पाव्हण्यानं विषय काढायचं ठरवलं.

नानाच्या घरात कुणी तरी दिवा लावलेला दिसला.

"आजच अलाईसा. आजचा दीस इस्वाटा घ्या. उद्या मग सांजचं बोलू."

"जायला पाहिजे. कामं हाईत मागं.'

"गेल्यावर करायची. उरूस हाय; ऱ्हावा दोनतीन दीस." गुणाला साधारण अंदाज होता. "मलाबी जरा आता गेलं पाहिजे." क्षणभर थांबून तो बोलला.

"आत्ता कुठं चाललाईसा?"

“तम्माशाच्या तालमी हाईत.”

“कुणाचा तम्माशा ह्यो?”

“आम्हीच मांगोड्यातल्या पोरांनी काढलाय.”

“पोरापोरांनीच मिळून काढलाय?”

“ते का? काय थोडी मदतीला दांडगी माणसंबी हाईत. पांडबा मांगुऱ्या हाय मधल्या आळीचा. कोल्लापूरची जुनी तमासगीर यमुनाबाई म्हणून हाय.”

“म्होरक्या कोण हाय?”

“खरं म्हंजे पैल्यापासनं मीच हाय -”

नमुना म्हणून कुणीतरी डफावर दोनतीन थापा मारल्या. कळसूत्री बाहुलीगत गुणा जागचा हलला. “चलू मग मी?”

“कुठं?”

“तालमीलाच की.”

तो चालला. पाहुण्याचा नाइलाज झाला. अंधारात कराकरा सुपारी कातरत तो तिथंच बसला.

तालीम रात्रभर घुमत राहिली.

१७

तमाशाचा दिवस.

गैबीपाठीमागची मोकळी जागा गच्च भरून गेली होती. माणसं तिन्ही बाजूंनी येत होती. मागंपुढं सरकून दाटीवाटीनं बसत होती. फुल्ल हवा मारलेल्या तीन गॅसबत्त्या तमाशाच्या मांडवाला उजेड पाडत होत्या. पाठीमागच्या बाजूला बंदिस्त जागेत आणखी दोन गॅसबत्त्या होत्या. त्यांच्या उजेडात रंगवारंगवी, कापडं बदलणं, चहा पिणं चाललं होतं.

मागच्या बाजूनं गुणा अधनंमधनं माणसांच्या हेलावणाऱ्या दाटीकडं बघत होता. मनाला चारी बाजूंनी वडण्या लागल्या होत्या. काय करावं सुचत नव्हतं. ताण वाढतच होता. कुणी तरी चहा प्यायला बोलावलं; पण त्यानं 'नको' म्हणून सांगितलं. नकार देऊन नुसत्या येरझाऱ्या घालत राहिला. खोल खोल कसली तरी हुरहूर लागलेली.

नयनाच्या घड्याळात किती वाजलं ते विचारून पांडबानं कापडं बदलायला सांगितलं. गण संपल्यावर लगेच गवळणीत त्याला चोळी-लुगड्यांत नटारंगी गवळण म्हणून वावरावं लागणार होतं. त्या कल्पनेनं त्याला चळचळून घाम आला.

चिंताक्रांत होऊन तसाच एका कोन्यात बाजूला गेला. कोर चढवून बांधलेला पैलवानी पटका शेमला वर धरून हळूच डोईवरनं उतरला. आत गच्च बंदिस्त केलेली कसं पटका काढताच मुक्त झाली. थोडी फुलारून आली. मानेला हळूच झटका देऊन त्यांना दोन्ही बाजूंनी कपाळाकडून मागं हात सरकवत निजून उठलेल्या बाईसारखं त्यानं कुरवाळलं. अंगातलं झिरझिरीत कुडतं नि गंजिफ्रॉक काढलं. त्याच हळुवारपणानं धोतर फेडून टाकलं. कमरेची चड्डी सोडली तर सगळी पुरुषवस्त्रं काढून टाकली नि अतिशय गंभीर होऊन क्षणभर अंगावरनं हात फिरवत उभा राहिला. आणलेल्या पिशवीतलं चोळीलुगडं काढलं. पहिल्यांदा अंगात चोळी घातली. दंडाला ती कशीचीच वाटू लागली. तरीही त्यानं आपण छाटमुंडंच घालत आहोत अशा मनानं तिची बटनं लावली. यमुनाबाईनं शिकवलेल्या पद्धतीनं लुगडं नेसलं. कास घालताना, पाय वर उचलून कासोटा सारखावारका करण्यासाठी

ओढताना त्याचा हात थरथरू लागला...'हे रंगीत धोतारच हाय बाबा गुणा. हयगय करायची न्हाई बघ. दाण्णदिशी जायचं नि आपल्या कामाला सुरवात करायची' ...त्यानं डळमळणाऱ्या मनाला धीर दिला. माणसांचा दरया पसरतच होता.

हातात बांगड्या नि खोटं घड्याळ घालून यमुनाबाईसमोर तोंड रंगवायला बसला. तिनं त्याचा सुरेख भांग पाडला. फुगे पाडून दोन्ही बाजूला चाप लावले. तोंडावर पांढरट-लालट छटा आणली नि बरोब्बर दोन भिवयांच्या मध्ये, नाकाच्या मुळाच्या जरा वर, चेहऱ्यावरच्या पुरुषत्वाला निपटून टाकणारं लालचुटूक ओलं कुंकू लावलं.

सगळं झाल्यावर बत्तीच्या उजेडात नवीन आणलेल्या मोठ्या दर्पणात आपलं सर्वांग प्रथम पाहिलं नि त्याला दिसून आलं की आपली एक तरुण, सुंदर बाई झालेली आहे. गळ्यात अलंकार घालून डोईवर माट घेऊन ती गोकुळाच्या बाजाराला दूध विकायला निघाली आहे. कृष्ण तिचा हात मध्येच पकडून तिच्याजवळ *अस्सील दान* मागतो आहे...'आता आपलं काय व्हायलं? आता आपूण कुठं पुरुष व्हायलू? ह्या गावाच्या जमलेल्या एक नि एक माणसाफुडं आपूण आता बाई म्हणून हुबं व्हाणार. गुणा म्हणून नव्हं; गंगी म्हणून.'

खोपड्यात एकावर एक मुकाट पडलेल्या धोतर-पटका-कुडत्याकडं त्यानं केविलवाण्या नजरेनं बघितलं. त्यांच्यातून हूं का चूंऽ आवाज आला नाही. लांडग्यासारखा कुत्रा धनगरानं धरून टांगड्यांच्या मधली जागा काचेनं कापून आतल्या बिल्ल्या काढून टाकाव्यात तशी ती कापडं... जीव जाणाऱ्या कळा सोसत मन आतल्या आत आक्रोशलं. जाहीरपणानं आज आपण लोकांच्या मनातलं आपलं पुरुषत्व हरवून बसणार असं वाटू लागलं.

"गुणा झाली का तयारी? गण सुरू करायचा का? वकूत झालाय..." सती जाणाऱ्या सकवार स्त्रीला विचारावं तसं पांडबानं विचारलं.

"करा की." त्यानं मान हलवली... 'अजूनबी आपणाला माणसं गुणा म्हणूनच हाक मारत्यात. बोर्डावरबी आपलं नाव गुणाच हाय. आतनं आपूण बापयच हाय. हे वरवरचं रूप. बाईचं नुसतं सोंग. कला म्हणून हे दावायचं...पर ह्या बसलेल्या समाजाला काय वाटंल माझ्याबद्दल? गावात ही माणसं नीटपणानं फिरू देतील का मला? का 'एऽ बुळ्याऽऽ' म्हणून हाक मारतील? - काळजीनं त्याला लघवीची भावना झाली नि तो मागच्या घराजवळच्या एका बोळात बाईच्या पोशाखातच पुरुषासारखा जाऊन आला.

ढोलकी नि डफाच्या कडकडाटात गण सुरू झाला. चढ्या पट्टीत पुरुष मंडळी गात होती नि नयना-शोभना मागं सूर धरत होत्या. सगळे पुढं स्टेजवर होते. गुणा मागं. धड पुरुषांतही नाही नि स्त्रियांतही नाही. पब्लिकमध्ये उत्सुकता राहावी म्हणून

त्याला एकदम गवळणीतच एन्ट्री द्यायची होती. पडद्याआड वाट पाहत तो उभा होता.

गण संपला नि ठेवणीतला काळा कोट घातलेला पांडबा त्याच्या दोन्ही बाजू दोन्ही हातात धरून पुढं आला. ''कागलकर मंडळीला माझा रामराम. नैना-सोभना कोल्लापूरकरीण नि गुणा कागलकर ह्या सर्व्या मंडळीचा आपल्याला रामराम. मंडळी, कागलगावचा मांगवाडा समद्या जिल्ह्यात म्हाजूर हाये...'' तो पाच मिनिटं बरंच काहीबाही बोलला नि शांतपणानं सर्वांना तमाशा पाहण्याची विनंती करून मागं सरकला.

गवळणीसाठी ढोलकी पुन्हा कडकडू लागली. गुणाच्या छातीत ढोलकीबरोबरच धडधड सुरू झाली. पण पांडबानं सर्वांना केलेल्या विनंतीमुळं त्याला थोडा धीर आला.

मावशीची हाक येताच पायातलं पैंजण छन्नक छन्नक वाजवत, नखऱ्याच्या खास बायकी चालीनं स्टेजवर आला.

''आराऽराऽराऽ! आमचं काळीज उडालं! ही कोण? हिचं नाव काय?''

''मी व्हय? नटरंगी गवळ्याची गंगी.''

''आरं, तुला मी टांगीऽ...'' सोंगाड्या इष्ण्या.

माणसाच्या सागरात हास्याचा प्रचंड फवारा उडाला. ''आरं, टांगा, टांगा तिलाऽऽ!'' कोण तरी पहिल्या झूटला कोपऱ्यातनं ओरडलं.

त्याची भीड चेपली. पब्लिक मनानं मोकळं झालंय असं दिसल्यावर त्याला जोर आला. फवारा ओसरल्यावर त्यानं त्याच चढ्या पट्टीत उत्तर दिलं. ''माझ्या सुडक्या, सुक्या दोडक्या, कुणाला टांगी रं! मला म्हणत्यात गंगी! माझा दाल्ला तुलाच उलटा टांगून बाहीर काढंल तुझी वांगीऽऽ.''

टाळ्यांचा कडकडाट होऊन पाऊस पडला.

गवळण रंगत गेली नि त्याला मोकळं मोकळं वाटू लागलं. मोठ्या विश्वासानं तो काम करू लागला.

हिकमतीनं तो नाचला. बोलला. त्याला ओळखणारी पोरं बघ्या लोकात होती, ती अधनंमधनं किंचाळून शिट्या मारत होती. त्याला लागट शब्द बोलत होती. तो हे सगळं मुकाटपणं ऐकत होता. नयना-शोभनांमागं सूर धरत नाचत होता. दोन गाण्यांच्यामधील नाच्या-सोंगाड्यांच्या संवादाला रंग भरत होता. नको ते शब्द कानांवर पडल्यावर मधूनच क्षणभर खट्टू होत होता. काम करण्यापूर्वी त्याच्या मनावर आलेलं दडपण मात्र कमी होत होतं. अंग हलकं हलकं होत चाललं होतं.

जलसा संपला नि गावकरी मंडळाच्या उरूस-समितीचे अध्यक्ष स्टेजवर आले आणि काहीतरी कंटाळवाणे बोलून त्यांनी पंधरा मिनिटांची सुट्टी जाहीर केली. 'गावच्या तम्माशाच्या फडाला सढळ हस्ते मदत' करण्यास सांगितलं.

वग सुरू होण्याच्यापूर्वी पुन्हा पांडबानं विनंती केली की तमाशामंडळाला

कनात नाही, बाकीची बरीच साधनं नाहीत; त्याच्या मदतीसाठी ताट फिरवून मग वग सुरू होईल... पांडबानं हुशारी केली नि नयना-शोभनांच्या हातात ताटं दिली. त्यांना सगळीकडं फिरवलं. एकदोन पुरुष मंडळी त्यांच्याबरोबर होतीच. पंधरावीस मिनिटांत शंभर सव्वाशे रुपयांचा खुर्दा जमला. पुढं वगाच्या वेळी नयना-शोभनाला एक-एक रुपयांपासून दहा-दहा रुपयांपर्यंत देणग्या मिळाल्या.

वग संपवून घरी जायला पहाट झाली. सगळी मंडळी विजयाच्या आनंदात होती. पांडबाला धन्यधन्य झालं. गैबीराजाच्या पाया पडून त्यानं नारळ आणि सव्वा रुपया त्याच्यापुढं ठेवायला पेढ्याच्या पुडक्यासह दिला.

खेळ संपवून चहा घेताना गुणा उल्हसित झाला होता. नाच्याचं काम आपणास करता येतं याबद्दल त्याला फार मोठा आत्मविश्वास आला. चोळी-लुगडं फेडून कुडतं-धोतर नेसताना पुरुषत्वाची महावस्त्रं धारण करीत आहोत, याचा आनंद झाला. कर्णाच्या कवच-कुंडलासारखी त्याला ती वाटली. एरवीच्या चालीपेक्षा अधिक छाती काढून अधिक पुरुषी रुबाबात तो घराकडं चालला.

घरी गेल्यावर त्याला कळलं रात्री बारा वाजताच दारकी बाळंत झाली आहे. तिच्या बहिणीनं नि शेजारच्या सुंदरा म्हातारीनं सगळं केलं होतं. मुलगी झाल्याचं त्याला कळलं. मेलेल्या दोन मुलीच होत्या. या वेळी त्याला फार फार वाटत होतं, आपल्याला मुलगा होईल. आता मुलगा होण्याचीच पाळी होती. पण मुलगीच झाली... गैबीच्या मनात मला पोरगीच व्हावं असं हुतं. उरुसादिशी, रातचं बारा वाजता, भरतीच्या राती पोरग्याची पोरगी झाली. त्येचा मनातच तसं असंल तर मी तरी काय करणार?

घरात खूपच अडचण झाल्यामुळं तो नानाच्या घरात जाऊन पडला. मिटल्या डोळ्यांपुढं तमाशा प्रत्यक्षात उभा राहिल्याचं स्वप्न आलं. त्याला मनोमन उदंड सुख झालं. त्या सुखाच्या तळ्यात तो बुडून आंघोळला... काठावर बसून नयना त्याच्याकडं बघत खुदखुदत होती. बराच वेळ तिथं होती. हळूहळू ती मावळली. तिच्या जागी दारकीचा चेहरा दिसू लागला. रस निघून गेलेल्या चिपाड-उसासारखे हातपाय. तरीही कोवळा गोळा सांभाळणारी, मधूनच विव्हळणारी...'कायबी झालं तरी दारकीला जपलं पाहिजे. ती माझ्या पोराबाळांची आय हाय. उद्याच्या जळणाची, एखाद्या जर्मनच्या पातेल्याची सोय केली पाहिजे.'

...नानाचा रेडा आता रातभर दारातच बांधला जात होता. उरूस होवो, मुलगा होवो, मुलगी होवो, तो निवांतपणानं खोल पोटातून गूढ घास काढत रवंथ करत डोळे मिटून बसला होता.

१८

रात्री कुणाला पत्ता न लागू देता तमाशा बघितल्यावर सासरा अस्वस्थ झाला. आपल्या थोरल्या लेकीचा नवरा बायकी थाटात हावभाव करताना, फेगड्या चालीनं चालताना, हाताची छक्क्याची टाळी वाजवताना, मुरका मारताना त्याला चीड आणि वेदना एकाच वेळी झोंबत होत्या. जागच्या जागी अस्वस्थ होऊन पाहत होता.

''आयला! हे गुण्या फलकं हुतं की रे.''

''उगंच त्येला आतापतूर आपूण सलाम सोडलं.''

आसपासचे लोक असली बोलणी बोलताना इंगळ्या डसल्यागत तो तळमळतेला. तिथल्या तिथं जाऊन जावयाच्या दोन थोबाडात द्याव्यात; त्याला घराकडं घेऊन जावं असं वाटतेलं. पण शरीर जाग्यावरनं हलत नव्हतं. मनातल्या मनात तो जावयाच्या तोंडावर थुंकत होता.

सकाळी तासभर दीस आल्यावर तो परत आला. रात्री बायकांची गडबड चाललेली बघून शेजारच्या संतूच्या घरात झोपायला गेलेला बाळू म्हातारा नुकताच घराकडं आलेला. आल्या आल्या त्यानं मगदुमाच्या घराकडं जाऊन सगळं सांगून बाळंतिणीसाठी जुनं बाजलं मागून आणलं होतं. खर्चाला थोडे पैसे आणले होते. गुणा अजून घराकडं आला नव्हता. दारकीनं त्याची वाट बघून तायनीला चहा करायला सांगितलं.

व्याही-व्याही बसून पुन्हा गुणासंबंधी बोलले. सासराही अस्वस्थ मनानं भडाभडा बोलला. चिडला. म्हाताऱ्यानं तर लेकाचं तोंडच बघायचं टाकून दिलेलं. शेवटी दोघेही लेकीसुनेशी बोलता बोलता शांत झाले.

''बघतू पुन्यांडाव एकदा सरळपणानं सांगून. नीट वागला तर बरं; न्हाई तर माझी पोरगी मी काय हितं ठेवायचा न्हाई.''

''काय ते तुमचं तुम्ही ठरवा. माझा जीव घ्याय माझा ल्योक उठला त्या वक्तालाच मला मेला आणि रातरी तर त्येचं दीस गैबीसाबाच्या साक्षीनं समदं गाव जेवलं. मी काय आज हाय नि उद्या न्हाई. काय व्हायलंय आता माझं? असली पोरं जल्माला घालण्यापेक्षा जीव दिलेला ब्येस.''

पाव्हणा ऐकत खाली मान घालून पानाला चुना लावत गऽप बसला.

"ते कडूचं बेनं आता येईल. मी उठतू. त्येला काय सांगायचं ते सुधरून सांगा. सुधारलं तर बघा; न्हाई तर पोरीचं फुडचं दीस अवघड हाईत."

उठून तो लिंबाबुडी गेला. लिंबाबुडी सावली नव्हती; तरी तो नानाच्या घराकडं किलकिल्या डोळ्यांनी बघत त्याला टेकून बसला.

सकाळी सगळीच पोरं उशिरा उठली होती. यमुनाबाईच्या समक्षच सर्व हिशेब बघायचे होते. पुढचे बेत आखायचे होते. काही योजना ठरवायच्या होत्या. यमुनाबाईंना आज दुपारी कोल्हापूरला जावं लागणार होतं. उद्या कामावर हजर व्हावं लागणार होतं. सगळी गडबड उडालेली. तमाशाची धुंदी सगळ्यांच्याच मनावर अजून तवंगतेली... 'काय व्हायचं ते होऊ दे आजचा दीस.' म्हणून गुणानं जीव घट्ट करून खाडा केला.

न्याहारीच्या वक्ताला तो घरात आला, तेव्हा सासरा दारकीबरोबर काहीतरी तावातावानं बोलता बोलता एकदम थांबला. सगळेच गप्प बसले.

गुणा गडबडीत म्हणाला, "तायने, रातचं काय शिळंपाकं असलं तर घाल. जरा खातू नि कुणाच्या तरी मळ्याकडं जाऊन दोन भारं जळणाचं आणून टाकतू. तवर गाडग्यात पाणी तापवा. सांजचं जर्मलचं एखादं पातेलं इकत मिळतंय काय बघतू. आणि काय लागलं तर त्याच वक्ताला बघू."

तायनी गाडगी खुडूखुडू वाजवायला लागली. रात्रीचं काहीच शिल्लक नव्हतं. नुसतं आमटीचं पाणी बारक्या बाचक्यात काढून ठेवलेलं.

"आता ताज्या भाकरी थापटल्यावरच खावा म्हणं एकदम. तवर च्या करू?"

"नगं. च्याच सारखा हुतूय. मी जाऊन येतू मळ्याकडं. मग खाईन."

"आणि कामाला जाईत नाहीसा? सकाळीच त्यो मालक पुन्ना येऊन तणतणून गेला की." बाजल्यावर बसलेल्या दारकीचा खोल आवाज.

"आजचा दीस तेवढा खाडा करतू. उद्यापास्नं मग काम हाईच. चलतू मी."

त्याला कुठल्यातरी अपराधाची जाणीव होती. बोलण्यात, वागण्यात तातडी दिसत होती.

"जावाई पाव्हणं, बसा जरा घटकाभर. मलाबी गावाला जायाचं हाय. माझी कामं ढिगानं पडल्यात तिकडं."

"दुपारचं खाऊन जावा."

बोलता बोलता तो बसला.

"ते न्हाई जमायचं आता."

"का?"

"ह्या घरात भाकरी गॉड लागायची न्हाई मला."

“न लागाय काय झालं? लेकीचं घर हाय तुमच्या.” त्याचा तालामाला बघून तो त्याच्या मनातला राग खाली आणण्याचा प्रयत्न करू लागला.

“असलं तरी ह्या संसाराला चव न्हाई. हितल्या भाकरीला मीठ न्हाई.”

“का? मी तम्माशाचा धंदा करतू म्हणून?”

“दुसरं धंदं काय न्हवतं तुम्हांला तम्माशा काढायच्या बदली?”

“पर कशापायी?”

“आपला चऱ्हटाचा धंदा काय वंगाळ हाय? रग्गड मिळतंय की त्यात. माणसं लावून मी कामं करून घेतूय. करशीला तेवढं थोडं हाय त्यात. रोखीचा येव्हार. मन लावून धंदा केला तर रुपयाला रुपाया पडतूय.”

“तुमच्या गावाकडं त्यो धंदा चालतूय. आमच्याकडं कुठला आलाय चालाय?”

“का? तुमच्याकडं काय शेतकी न्हाई का गिऱ्हाक न्हाई?”

“तसंच झालंय. गावात आता बैलं कुणी शेतकीसाठी पाळत न्हाई. टॅक्टर, पंप, यंतरं आल्यात. मोटा, औतं कमी झाल्यात. मग नाडा-सोंदूर, कासरं, सापत्या घेणार कोण? तुमच्या भागाला हे अजून आलं न्हाई. शेरगावपासनं लांब हाय ते अजून. मोटारीची सडक न्हाई. तिकडं धंदा चालतू.” तो समजावून सांगण्याचा प्रयत्न करत होता.

“मग बायका-पोरं घेऊन तिकडं चला.”

“कशाला? हाय आपलं गाव ते बरंच. हितं का वंगाळ चालतंय? कामाला जातूय. पोटापुरतं येतंय. आता तम्माशाला नेट लागला तर तुमच्या धंद्यापक्षा जास्त पैसा मिळंल.”

“काय जाळायचं हाय त्या पैशाला?” तमाशाचं नाव काढल्यावर पाहुण्याचा ताबा सुटला.

“का? पैसा नव्हं व्हय त्यो?”

“पोलमी हाय का त्या धंद्याला? काडीव माणसांचा धंदा त्यो.”

“कोण म्हणतंय?”

“आता तुम्ही आम्हांस्नी शिकवाय लागलाईसा व्हय? जलम गेला आमचा मांगुड्यात नि तम्माशा बघण्यात, तम्माशाच्या माणसाची दशा बघण्यात. जातिवंताच्या घरात तम्माशा करत न्हाईत जावाई पाव्हणं.”

“ते पैलंच्या दिसांत झालं. आता माणसांची नजर पालटलीया. कोणच्या वाट्टंल त्या जातीची माणसं आता तम्माशे करत्यात. कोणचाबी धंदा नीट केला की पोलमी जाती कुठं?”

“अहो, वेसवंचा धंदा कितीबी नटून केला तरी पोलमी ऱ्हाती का कुठं?”

“तम्माशा म्हंजे काय वेसवंचा धंदा न्हवं. पैलंचा तम्माशा आता उरला न्हाई

मामा. चांगलं दीस आल्यात त्येला. लोककला झालीया ती आता.''

"तुमची कला घाला चुलीत नि सरळपणानं ऱ्हावा. तुमच्या घराची, जातीची अब्रू जपा आधी. वाट्टंल ती थेरं करू नका. वाडवडलांची चालत आलेली पुण्याई, चालचलणूक बघून मी तुम्हांस्नी पोरगी दिलीया. वतनदाराची घराणी हाईत आमची. तुमच्या ह्या नटारंगीपणानं तुमच्याबरोबर माझीबी शीग खाली करशीला.''

"तुमच्या गावात काय तुमची शीग खाली कराय आलू न्हाई.''

"तुम्ही न्हाई आलासा. पर तुम्हांस्नी पोरगी देऊन आम्ही झक मारलीया की.''

"मग जावा घेऊन. मी का तुम्हांस्नी तुमची पोरगी द्याच म्हणून सांगाय आलू नव्हतू.''

"असला पाव्हणा तम्माशात नाच्या हुणार हाय हे कळलं असतं, तर पोरीला कशाला दिली असती? झालंच नसतं लगीन तर धोंडा बांधून नदीत ढकलून दिली असती.''

"तिची मर्जी असंल तर अजून नदीत ढकलून द्याय हरकत न्हाई माझी.''

"तिची मर्जी तम्माशात गेलासा, नाच्या झालासा, तवाधरनंच फिरलीया.''

"मग कुठं घोडं अडलंय आता?''

"काढून ठेवलाईसा की एकाला तीन.''

त्याच्या मनाला डागल्यागत चरका बसला. वेदना सहन न होऊन तो बोलला,

"हाय न्याट म्हणून काढली. त्येंच्या पोटाला घाला म्हणून तुमच्या दारात येऊन बसलू न्हाई. बोलणार असलासा तर सरळ बोला, न्हाई तर तुमची वाट तुम्हांस्नी मोकळी हाय.''

"सरळपणानंच तुम्हांस्नी सांगाय लागलूय. मुकाट्यानं त्यो तम्माशा सोडा नि सरळपणानं संसाराला लागा. गावोगाव घुंगरं बांधून नाचत हिंडाय लागलासा तर मागं बायकू-पोरांचं बघणार कोण?''

"माझं मी बघतू.''

"पर एवढं कशापायी माझ्या पोरीचं हाल? तुम्हांस्नी तम्माशात पैसाच जास्त मिळवायचा असंल तर पैसा देणारा धंदा मी तुम्हांस्नी माझ्या गावाकडं काढून देतू.''

"तुमच्या वंजळीनं पाणी प्याय माझं हात काय घिरणं झालं न्हाईत.''

"मग कशाला घरातली समदी एका वक्ताला जेवून उपाशी मेली असती? गेल्या चारपाच म्हैन्यात त्येंच्या पोटांस्नी हाय का सरळ?''

"समदं मी एकटाच बघणार. चारपाच तोंडं खाणार. तेवढ्यातनंबी हुईल तेवढं करतूय. रातरातभर जागून तम्माशाचं करतूय. दीसभर लोकाच्या मळ्यात मरमर मरतूय. तिला काय बाकीच्या मांगणीगत गावभर भीक मागाय सोडली न्हाई. हाय त्यात समद्यांनी खायाचं. देवाची मर्जी फिरली तर उद्या पैशांचा पाऊस पडंल. तवर

हे असंच चालणार.''

''म्हंजे तम्माशा सुटणार न्हाई?''

''न्हाई... आता तम्माशा सुटला तर माझा जीव जाईल.''

''नटारंग्या नाच्याचं काम कराय तुम्हांस्नी लई गॉड वाटतंय म्हणा की.''

''ते माझं मला ठावं. तुम्हांस्नी त्येचं काय?''

''कालधरनं हे तुमचं गाव माझ्या तोंडात श्याण घालाय लागलंय फलका जावाई कसा काय केलास म्हणून. काय सांगू त्यांस्नी?''

''त्येंच्या आयाभैनी द्या माझ्याकडं लावून. एका रातीत फलक्याच्या बोंडसाळातलं न्याट त्यांस्नी दावतू.''

''पुढं काय बोलावं त्याला सुचेना. आत पोटात खूप उसळत होतं नि बाहेर नेमक्या शब्दांत ते यायला तयार नव्हतं. तसं विचारणाऱ्या माणसांना तो त्यांच्या आई बहिणींवरून, बायलींवरून नुसत्या शिव्या देऊ लागला. तोंड करत करतच तो रानात जायला बाहेर पडला.

लेकीच्या देखत झालेला तमाशा बघून पाहुणा सैरभैर झाला. त्याला जावयाच्या मनात नेमकं काय आहे ते कळलं.

घटकाभर गप्प बसून त्यानं सुपारी कातरली. हळूहळू विचार करत पानाच्या शिरा काढल्या. त्याला चुना लावला. कात नकलून त्यावर टाकला. पुन्हा थोडा तोंडात टाकला. तंबाखू निवडून चिमूट तोंडात टाकली. विचार पक्का करून तो म्हाताऱ्याकडं लिंबाबुडी गेला.

तासभर म्हाताऱ्याबरोबर पुन्हा बोलून परत आला.

''पोरी, आता मी चलतू.''

''वकूत झालाय; आता भाकरी खाऊनच जा की.''

''नगं. आता मी थांबत न्हाई. गावात जाऊन जेवतू न्हाई तर कुठं तरी हाटेलात खाऊन तसाच जातू.''

तिच्या डोळ्यांतनं घळाघळा मुकं पाणी वाहू लागलं.

''रडू नगं. म्हणशील तर आत्ता गावाकडं पेशेल गाडी करून न्हेतू. जलमभर तू नि तुझी पोरं बसून खावा चला. एकीला सांभाळतूयच नव्हं? वंगाळ वाटून घेऊ नगं. भोग हाय त्यो भोगला पाहिजे. मला हे आदूगर कळलं असतं तर मी कशाला ही हेमल्याची सोयरीक जोडली असती? चलतू मी. तायनीला साताठ दिसांनी लावून दे.''

''असं कर. आठधा दीस गेल्यावर आईला दोन दीस हिकडं लावून दे. तिच्याबरूबर मग तायनी येईल.''

''बरं. ती आली तर लावून देतू. सांभाळून ऱ्हा. न्हाईच सोसलं तर पोरंबाळं

घेऊन ये गावाकडं.''

तो निघाला. आंधळीचा त्यानं निरोप घेतला. माळावरच्या खुळ्यागत लिंबाबुडी जाऊन बसलेल्या बाळूसंगं पुन्हा थोडं बोलून तो जायला निघाला.

''येतू मी.''

''या.''

''रामराम.''

''रामराऽम!'' म्हाताऱ्याच्या मिचमिच्या डोळ्यांतनंही पाणी वाहत होतं. कुणाचाच इलाज नव्हता.

खालच्या मानेनं पाहुणा पाठमोरा होऊन चालला.

गुणा जळणाचा भारा घेऊन आला. झालेली भाजीभाकरी खाऊन बाहेर पडला. दीस डोक्यावर चढला होता. नानाच्या घरात जाऊन तो पडला.

जेवणं झाल्यावरची यमुनाबाईची व मुलींची दुपारची विश्रांती झाली. चहा पिऊन गुणा, पांडबा नि यमुनाबाई पुढच्या विचारासाठी बसले.

बोलणी झाल्यावर यमुनाबाई मुलींना घेऊन जायला निघाली. त्यांना पोचवायला पुन्हा चारसहा पोरं, गुणा, पांडबा निघाले. अजूनही कुणाची तमाशाची धुंदी उतरली नव्हती. जग विसरून तीच चर्चा स्टँडकडं जाताजाता चाललेली...गुणाच्या मनात गवळणी नाचतेल्या.

कोल्हापूर-गाडी सुटल्यावर पोरं, पांडबा, गुणा परत आले नि नानाच्या खोलीत आडवे होऊन गप्पा मारत बसले. कुणी बघता बघता घोरू लागलं.

अचानक कोपऱ्यात बोंब उडाली. एक पोरगं आंब्याच्या बागेतनं गुणाच्या घराकडं नि घराकडनं नानाच्या खोलीकडं धावत आलं.

''पळा पळा पळा! गुणाच्या म्हाताऱ्यानं फास लावून घिटला.'' दारकी बोंब मारताना ऐकायला येत होतं.

''आरं कुठं?''

''आंब्याच्या बागंत.''

थाडदिशी दार लावून सगळे आंब्याच्या बागेत पळाले. गुणा वारं होऊन डोईला काही न घालताच धावला.

बागेच्या पार एका कोपऱ्यात बारक्या झाडाकडं माणसं धावत होती. म्हाताऱ्याचा जर्जर देह जीभ बाहेर काढून लोंबकळत होता. बारक्या झाडाच्या शेंडफांदीला दोरी बांधून, तीच गळ्यात बांधून त्यानं कधी आंब्यावरनं उडी घेतली याचा कुनाचं कुणालाच पत्ता लागला नाही. भुईसपाट फांद्या पसरलेली कलमी आंब्याची बाग. माणसं दुपारच्या झोपा काढून आपआपल्या कामाला गेलेली. बऱ्याच वेळानं

बागेतली शेरडी चहाला परत आणायला गेलेल्या एका पोराच्या नजरेला हे दिसलं नि ते मांगवाड्याकडं, गुणाच्या घराकडं नि मग नानाच्या खोलीकडं बोंब ठोकत आलं.

गुणानं गर्दीत घुसून झटक्यानं झाडावर चढून दोरी हिसकं मारून सोडली. म्हातारा खाली कोसळला. डोळे उघडेच. गुणाकडं, मिश्या काढलेल्या त्याच्या चेहऱ्याकडं वटारून बघणारे...

"अराऽराऽराऽ!"

"आरं, पाणी आणा कुणी तरी पाणी."

"आता काय उपयोग? कवाच थंड झालेलं दिसतंय."

"आबाऽऽ! काय केलंस हेऽऽ?"

गुणा म्हाताऱ्यावर कोसळला. घोळका भोवतीनं आवळला.

"आरं माझ्या चांदाऽऽ, का रंऽ मला सोडून गेलाऽस?"

गुणाच्या कानावर आईचं रडणं नि ओरडणं आलं. तो उठला नि धावत गेला.

आंधळी एकटीच घराबाहेर पडलेली. भिंतीकडं, दगडाकडं, खड्ड्याकडं कुणीकडंही धावतेली. दाही दिशांनी उधळलेली.आता ती कोणत्या दिशेनं डोळ्यांच्या भिंती घेऊन धावणार, याचा त्याला काहीच अंदाज लागेना. वारं होऊन आला नि तिला त्यानं मिठीत गच्च धरली. लिंबाकडनं आंब्याकडं आणली.

अनवाणी, अबोल लिंबाबुडच्या हलत्या सावल्या केव्हाच लांब लांब गेल्या होत्या.

भाग दोन

१

सगळ्यांना कायमचा उद्योग लागला. दोन वर्षं एका बेबंद धुंदीत गेली. पहिल्या उत्साहाच्या भरात खूप लांबचे दौरे केले. फड नवीन होता; कुणाला ठाऊक नव्हता. म्हणून आपण होऊन यमुनाबाईनं आणि पांडबानं एकएका मुलखाचा धाडशी दौरा आखला. जिल्ह्यांतील मोठमोठी गावं निवडून, जमलं तर थेटरात स्थानिक ठेकेदारांची मदत घेऊन स्वस्तात खेळ दिले. थेटरं नव्हती तिथं कनाती लावून खेळ केले. ठेकेदारांनी खेळ नाही घेतले तर गावप्रमुखांची परवानगी घेऊन आपल्याच जबाबदारीवर कनातीत कमी दरात लावले. दोन-दोन, तीन-तीन दिवस एकाएका गावात मुक्काम ठोकले. पुढची गावं, पुढची कंत्राटं, खेळ नक्की करत दौरे लांबलांब नागपूर-अमरावतीपर्यंत, खानदेशात, कोकणात, कोल्हापूर जिल्ह्याच्या आसपास कानडी भागात काढले नि फडाची भरपूर जाहिरात केली. प्रत्येक खेळाची ठरावीक रक्कम फडाच्या नावावर बँकेत जमा होऊ लागली.

गुणानं दोन वग लिहिले. ते बसवले. त्यामुळं आलटूनपालटून वग करत एकएका गावात जत्रेच्या, उत्सवाच्या निमित्तानं तीन-तीन दिवस मुक्काम टाकता आला. तक्रारी नकोत म्हणून आलटूनपालटून प्रत्येक गावात नाना, गुणा, किसना नि नयना सोडले तर कमीअधिक महत्त्वाची कामं प्रत्येकाला दिली. सगळे खूश होते. नयना, गुणा नि इष्ण्या यांच्यामुळं फड गाजता राहिला. लोकांच्या तोंडात नाव घोळत राहिलं आणि प्रत्येकाला कमीजास्त प्रमाणात पैसाही सलगपणं मिळत राहिला.

जान्यानं आणि पब्यानं तो गाठीला गाठ मारून साठवला. नि गेल्या पावसाळ्याच्या तोंडावर आपली लग्नं उरकून घेतली. पावसाळाभर मजा केली. पण फड पुन्हा बाहेर पडल्यावर दोन-अडीच महिन्यांत दोन फेऱ्या मारल्या. दोनाच्या ठिकाणी चार-चार दिवस राहून आले. त्यामुळं रजा मिळेनाशा झाल्या. त्यांचा जीव बायकांसाठी चुटपुटू लागला. अगोदरच लग्नं इतरांपेक्षा उशिरा झालेली. त्यात हे असं. एक दिवस मनाशी फड सोडण्याचा पक्का निर्णय करून ते पांडबाकडं आले.

पांडबा यमुनाबाईबरोबर गप्पा मारत बसला होता. काहीतरी थट्टेचा विषय काढून

हसत होता. वेळ चांगला चालला होता. यमुनाबाई वय विसरून मुग्ध झाली होती.

“खरं खरं सांगा, कोल्हापूरला पर्तेक महिन्याला फेरी मारायचं काय कारण?”

“अहो, दुसरं कारण काय असणार? पोरगं बोर्डिंगात ठेवलंय. त्येला अधनंमधनं भेटावसं वाटतंय. एकटंच हाय ते तिथं.”

“...का आणखी कुणाची गाठ घ्यायची असती?”

“काय व्हैक तरी! आता माझं वय का फय आणखी कुणाची गाठ घ्यायला?”

“मग चला की माझ्यासंगं.”

“कुठं?”

“आणखी कुठं? फुडच्या गावांस्नी खेळ ठरवायला.”

“खेळ ठरवायला आता मी नि कशाला पाहिजे. माप तयार झालाय की तुम्ही. हेडंपण केलंईसा; घटकंत जनावरांचं सौदं पटीवल्यागत ठरवून यायचं. जमतंय ते तुम्हांस्नी.”

“अहो, पर एकाला दोन माणसं असली म्हंजे बरं.”

“नगं. मी जाती कोल्लापूरला. तवर तुम्ही जाऊन या खेळ ठरवून.”

जान्या-पब्या आलेलं बघून यमुनाबाई नयनाच्या पालात निघून गेली.

“काय रे?”

दोघेही गप्पच. पांडबानं अंदाज केला.

“रजा मातूर मिळणार न्हाई. दुसरं काय असंल तर सांगा. खेळ जोरात हाईत. आलेलं दीस पदरात पाडून घेटलं पाहिजेत.”

मग जान्या-पब्यानं हळूहळू मनातला विचार सांगितला. पांडबा काहीसा संतापला. “सुक्काळीच्या हो, लगीच कट्टाळलासा व्हय? दोन वरसं तुम्हांस्नी पोटाची चिंता हुती काय? दोन वरसांत तुमच्या अंगावर दोन दोन बारड्या डल्ली आली. दोन्ही वक्ताला जेवणात भाताचं ढिकळं मिळत्यात. आपसूक तमाशाच्या पैशांवर लगनं करून घेटलीसा. खळणी कापडं अंगावर घालाय मिळत्यात. रंगीत पटकं, पानतंबाखू हे समदं मिळणार हाय का तिकडं? दशादशा हुईल पुन्ना पैलंसारखी. खायला हाय का त्या मांगोड्यात? काय म्हणून तरी भिकंचं बेलं आठवाय लागलंय तुम्हांस्नी. गप ऱ्हावा की कुतऱ्यागत. का तुम्हांस्नीच तेवढ्या बायका हाईत? पावसुळा आला की पुन्ना हाईच की गाव.”

पांडबा म्हणत होता ते खरं होतं. सगळी सुखाला लागली होती. पण जान्या-पब्याला ते पटलं नाही. आपल्या बायका फडाबरोबर आणता येत नाहीत, ही त्यांची अडचण होती. सर्वांनीच त्यांना कमीअधिक सांगून बघितलं. पण बायकांनी त्यांना मोहिनी घातली होती. सांज करून चहाच्या वेळी सगळी एकत्र आली नि जान्या-पब्याचा हिशेब भागवला गेला. त्याच वेळी यमुनाबाईनं कोल्हापुराहून येताना तिच्या

ओळखीतलं दोन सुरकरी आणण्याचं कबूल केलं. जान्या-पब्यानं बिस्तरा गुंडाळला नि गावाची वाट धरली.

किरणं कलतीला लागली होती. नयना गुणाला नाचाचे पवित्रे शिकवीत होती. यमुनाबाई कोल्हापूरला गेल्यामुळं गुणाला नयनाशी बोलताना मोकळं मोकळं वाटत होतं. नयनाही मोकळ्या मनानं त्याच्याशी बोलत होती. थट्टामस्करी चालली होती. तो तिच्याकडं नकळत आकृष्ट होत होता. त्यानं एकूण तीन वग लिहिलेले, तीनही वग बसवलेले.

नवे खेळ सुरू झालेले. तीनही वगांत नयनानं महत्त्वाची कामं केलेली. तिची तिन्ही वेगवेगळी रूपं पाहून तो चकित झालेला. तिच्या ताकदीबद्दल त्याला आचंबा वाटू लागलेला; त्यामुळं तो तिच्याकडं अधिकच खेचला जात होता.

आज यमुनाबाई यायची होती. पण चार वाजून गेले तरी तिचा पत्ता नव्हता. गुणा नि नयना दोघेही तालमीत रमून गेलेले. शिकवता शिकवता पवित्रा घेऊन नयना तशीच थांबली. त्याला पवित्रा लक्षात ठेवायला सांगितला. त्या पवित्र्यातील तिची गव्हाळ रंगाची नाजूक बोटं, कोनांतून वर रोखलेले काळेभोर डोळे, जिवणीची हसरी ठेवण, शरीरानं घेतलेला बाकदार डौल नि वरखाली होणारी घाटदार छाती बघतच तो उभा राहिला.

''घ्या बघू अशी पोझ.''

भानावर येऊन मग त्यानं घेटली. तिनं त्याची पोझ, त्याचे हात, मान वरखाली करून ठाकठीक केली. तिच्या स्पर्शांनी तो हलून गेला...हात तसाच अंगावर सगळीकडं फिरत राहावा, आपण कुशीत शिरावं असं त्याला वाटलं. मनात खूप आलं; पण बोलून दाखवता आलं नाही. शोभना समोर बसली होती.

मुक्या मनानं त्याचा जीव तिच्याभोवती फिरत राहिला.

तालीम झाली नि सांज करून तो गावात पान-सुपारी, तंबाखू आणखी काही तरी आणायला चालला. जाण्यापूर्वी त्यानं शोभनाला विचारलं,

''गावात चाललूय. काय आणायचं हाय?''

''न्हाई बा.''

आता नयनाला विचारायला तो मोकळा झाला.

''नैना, तुझं?''

''माझंबी काय न्हाई.''

''लवंग-येलदुडं सपलंबिपलं असतील बघ.''

तिनं पाहिलं. लवंगा होत्या. पण वेलदोडे संपले होते. तिला गाण्याच्या वेळी ते खाण्याची, अधूनमधून लिमलेटची गोळी तोंडात टाकण्याची सवय होती.

तिनं दिलेल्या पैशांचे त्यानं वेलदोडे आणले. न सांगता तिच्या हातात लेमनड्रॉप्सचा एक पुडा ठेवला. गावात फुलांच्या वेण्या दिसल्या होत्या; त्या त्यानं दोघींनाही आणून दिल्या. प्रथम नयनाला दिली; मग शोभनाला.

"हे कशाला आणलंसा?" तिनं खूश होऊन विचारायचं म्हणून विचारलं

"सऽज; दिसलं म्हणून. रातचं खेळाच्या वक्ताला घाला. चांगलं दिसतील." ती खूश झालेली बघून तो हरखला. त्याच्या मनातल्या कळीचा टपोरा कळा झाला.

यमुनाबाई हाऽशहूऽश करत दोन नवे सुरकरी आणि फडाच्या नावावर कोल्हापूरच्या पत्त्यावर आलेला एक लिफाफा घेऊन आली.

नयनानं तो फोडून वाचला. तमाशा परिषदेसाठी गुणाला नि तिला निमंत्रण होतं. तिला त्याचं काही वाटलं नाही; पण गुणाला आनंद झाला. त्यानं तो तिच्या हातातून घेऊन वाचला. क्षणभर थांबून म्हणाला, "काय करायचं? जायाचं का?"

"जाऊन काय फायदा? मागच्या वर्सी एकदा जाऊन बघिटलंच की."

"उद्या सकाळनं इचार करून काय ते ठरवू. आता गडबडीत नगं. आई आत्ताच आलीय. तिचं व्हयनवं बघ. तुझ्या वळखीची सुरकरी मंडळी आल्यात; त्येंचं व्हयन्हवं बघ. तवर सात वाजतील. चार घास खाऊन खेळाच्या तयारीला लागलं पाहिजे." तिची जाण्याबद्दलची नाराजी बघून त्यानं बोलण्याचा बेत पुढं ढकलला.

एकटाच आपल्या पालाच्या कोपऱ्यात जाऊन पान खात बसला...'गेलं पाहिजे. बरंच तमासगीर येतील वळखीपाळखी हुतील. दुसऱ्यांचं तम्माशे, जलशे, लावण्या-बतावण्या बघाय मिळतील. पर्तेकाची येगळी हुन्नर. आपल्यालाबी कायबाय शिकता येईल. गोपाळमामांची गाठ पडंल. मोठा तमासगीर. पुन्ना एकदा त्येचा आशीर्वाद घेऊन येऊ. गेल्या साली तमाशा महोत्सवात नाच्याची जगायेगळी कला आपूण दावली. त्येला ती पसंत पडली म्हणूनच हे मानाचं पान आलं असंल. गेलं पाहिजे.

सकाळी त्यानं नयनाला पटवून दिलं. जायची तयारी केली. कधी अगोदरच लखोटा कोल्हापुरात येऊन पडला होता. चारच दिवसांवर परिषद आली होती.

पुण्याच्या मुक्कामात दोन दिवस कसे गेले काही कळलं नाही. दोघांनाही मनासारखं हिंडता-फिरता आलं. नव्या नव्या ओळखी झाल्या, परिषदेचा तिसरा दिवस उजाडला.

सकाळी तमासगीर कलावंतांचा सत्कार झाला. परिषदेतल्या शहाण्यासुरत्या मंडळींनी मागच्या वर्षीचं गुणाचं नाच्याचं काम बघून, वग पाहून, लावण्या ऐकून 'हरहुन्नरी कलावंत' म्हणून या वर्षी सत्कार केला. पंचरसी धातूची नटराजाची मूर्ती भेट दिली. या अनपेक्षित प्रसंगानं त्याचं हृदय आनंदानं भरून आलं. उत्तर देताना त्यानं नयनाचा मोठ्या प्रेमानं उल्लेख केला. ती लाजून चूर झाली.

शेवटच्या रासी जलशे, लावण्या, वग यांनी त्यांची रात्र पहाटेपर्यंत धुंदीत गेली. इतरांच्या हुन्नरी बघता बघता उदंड वाटलं.

चौथ्या दिवशी सकाळी पुणं बघून इकडं-तिकडं खरेदी करून ते परतले. परतीच्या मोटारीत शेजारी गुणा बसल्यावर नयनाला एका गोष्टीची आठवण पुन:पुन्हा होऊ लागली. विचार करता करता तिचं मन वर आलं.

"माझं नाव कशाला घेटलंसा?"

"कवा?"

"सत्कार केल्यावर बोलताना."

"का?"

"बायका माझ्याकडं नसत्या नजरंनी टकामका बघाय लागल्या."

"बघू द्यात. तेवढीच त्येंची करमणूक केल्याचं पुण्य. माणसाला असंच 'नसतं काय तरी' हाय असं वाटलं की बरं वाटतं."

"न्हवं तुमच्या हुन्नरीचं, नाचेपणाचं कौतिक केलं. मग माझं नाव कशाला घ्यायचं ते?"

"नाच्याचं नाचणं-बोलणं, हावभाव करणं तूच शिकीवलीस न्हवं? नाचेपणा तू दिलास."

"काय तरीच. तुमची हुन्नर तुमच्या उपयोगी पडली. मी आपलं 'असं न्हवं, असं' एवढं सांगिटलं."

त्यानं हळूच तिचा हात दाबला.

"अशीच जलमभर सोबत कर मला."

"मी काय करणार? तुमच्या हुन्नरीच्या पासंगाला तरी पुरीन का? तुम्ही कुठं, मी कुठं?" ती सावरून बसली.

"असं बोलू नगं. तू काय कमी न्हाईस. माझ्या हुन्नरीची गुरू हाईस." त्यानं तिच्या मांडीवर घट्ट हात ठेवून सांगितलं.

ती शहारली. अंग चोरून बसली.

...गाडीला वेग आला. आसपासचा परिसर बघून त्याच्या मनात लांबवर एक धूसर चित्र पसरत गेलं.

थोडा वेळ सुना गेल्यावर ती म्हणाली, "या कार्येक्रमाला आली ते बरंच झालं म्हणायचं."

"बरं वाटलं तुला?"

"हां! तुम्हांस्नी न्हाई वाटलं?"

"खरं म्हणायला गेलीस तर माझं उलटं झालं. येताना वाटलं हुतं, बरं वाटंल; पर जाताना आता भकास वाटाय लागलंय."

“का बरं?”

“तमासगिरांची दशा बघून. दुस्काळातली माणसं उतरल्यागत त्या शाळंत उतरली हुती. पोटार्थी आल्यागत दिसतेली. आपूण का नि कशाला आलूय ह्येची जाण एकालाबी न्हाई. उगंच मंतऱ्यामागं, फुडाऱ्यामागं पळत हुती. म्हाताऱ्या बजरंगागत हात जोडून त्येंच्या फुडंफुडं करत हुती. रातच्या बैठकीत बगिटलंस न्हवं; सरकारी पर्चाराचं कार्येक्रम मिळत न्हाईत म्हणून कुत्र्यागत भांडत हुती. अध्यक्ष झालेल्या गोपाळमामांनी तरी कशाला आपल्या बोलण्यातनं मंतऱ्याफुडं तमासगिरांच्या पोटापाण्याच्या, घरादाराच्या अडचणी सांगायच्या? सरकारी मदतीची भीक मागायची? सरकारच्या जिवावर का तमासगीर तम्माशा करतूय?... असं ह्या अध्यक्षानं बोलायचं नि आम्ही मंतऱ्याफुडं टाळ्या वाजवायच्या. नुसता माकडखेळ...त्या मंतऱ्याला तरी तम्माशातलं काय कळत हुतं? ना जिवाळा ना आस्था, वाट्टंल तसा बडबडत हुता. तम्माशा ऱ्हायला बाजूलाच. आम्ही आपल्या वाजवतूय टाळ्या. तम्माशाबद्दल काय तरी बोलणं झालं का ह्या तीन दिसात? सगळं ठराव सरकारकडं तोंड करून मांडलं नि 'सरकार यंव करंल, त्यंव करंल अशी आशा बाळगू' म्हणून येळ खाल्ला. आपलं गणगोत सरकार नव्हं, खेड्यापाड्यातलं पब्लिक हाय...! जाऊ द्या. आपलं आपून करत ऱ्हावं हेच खरं.” स्वत:शीच बोलल्यासारखा तो बोलत होता.

नयना त्याच्याकडं एकटक बघत होती. बघता बघता खुदकन हासली.

“का हासलीस?”

“न्हाई; एक व्याख्यानच झालं म्हणून हसू आलं.”

“हे का खोटं हाय?”

“तसं कुठं मी म्हणाली? अहो, गोरगरीब तमासगीर पोटापाण्याचं आदूगर बघणार. पोट भागलं की मग कला. मग सरकारकडं पोट भागलं तर सरकारकडनं; पब्लिककडनं भागलं तर पब्लिककडनं.”

“पर सरकारम्होरं कुत्र्यागत किती लाळ गाळायची ती. आपूण आलू ते *तम्माशाचं* काय तरी ऐकायला मिळंल. बोलायला मिळंल म्हणून. पर हितं तम्माशा सोडून बाकीचंच समदं.”

“एकंदरीत तुम्हांस्नी बरं वाटलं न्हाई म्हणा.”

“तसंच झालं नि काय.”

थोडा वेळ ती काहीच बोलली नाही. त्याचा ताव थोडा कमी झाल्यावर म्हणाली,

“आणि ही तुम्हांस्नी नटराजाची मूर्ती तुमच्या कलेबद्दल मिळाली ती? का तीबी वाईटच?”

“तिला कसं मी वंगाळ म्हणीन? माझ्या कलेबद्दल मिळाली ती. पोटापाण्यापायी

न्हवं. तेवढाच कार्यक्रम तम्माशाचा झाला. गुणी कलावंतांचं कौतिक झालं. रातरी वग-लावण्या झाल्या..''

''बघू तरी मूर्ती जरा. मी अजून नीट बघिटलीबी न्हाई.''

''बघ की.''

त्यानं ट्रंकेतनं मूर्ती काढली. तिच्यावर गुंडाळलेला कागद सोडला नि अलगद तिच्या मांडीवर दिली...जडसर होती.

''जड हाय की हो.''

''जड असणारच; पंचरसी धातूची हाय.''

ती न्याहाळू लागली. उचललेला डावा पाय, दुसऱ्या पायावर सहज सावरलेला तोल, चारी बाजूंनी चार हात पसरून केलेली मुद्रा, गळ्यातल्या दोन नागांचे डौलदार आकार, मागे पसरत गेलेल्या जटा...मूर्ती सुरेख होती.

''झकास हाय. किती मोठा मान मिळाला तुम्हांस्नी!''

''त्यातला अर्धा वाटा तुझा हाय.''

ती मुग्ध झाली. पाहून झाल्यावर त्याच्या मांडीवर तिनं ती ठेवली. धावत्या गाडीतून बाहेर मागेमागे सरकणारा निसर्ग एकटक पाहू लागली.

आपण नाच्या म्हणूनच कायम राहावं असं गुणाला वाटू लागलं होतं. या मानमरातबानं त्याच्या मनाचा पक्का निश्चय झाला. पुढची धुक्यामागची स्वप्नं बघू लागला. एकटा एकटा झाला...'आपूण आता मनापासनं हीच कला पत्करायची. नाचेपणाचाच रातध्याड ध्यास घ्यायचा. नुसतं कामापुरतं नाच्यागत बोलून चालून भागणार न्हाई. तसं केलं तर कामात कमतरता येती. चुकून बापय अवतरतू. बाईगत वागलं पाहिजे. तिच्यागत बोललं चाललं पाहिजे. तिच्यागतच दीसभर हाताचं, मानंचं हावभाव केलं तर रातचं नाच्या सजासजी हुबा ऱ्हाईल. नाच्या गुणा म्हंजे नाच्या गुणाच झाला पाहिजे.

...पैल्यापैल्यांदा कामं कराय हुबा ऱ्हायलू की बाईगत चालणं-बोलणं कराय किती धडपड करावी लागायची. बायकी चालीनं चालू बघायचा नि हिकडं बोलण्याच्या नादात बापयाची चाल कवा उरावर बसायची नि बाहीर पडायची पत्त्याच लागायचा न्हाई. नाच्याच्या वक्ताला ह्या बापयाच्या चालीसंगं तर झटपट करून तिला मागं सारावं लागायचं. तिथल्या तिथं तटवून धरावं लागायचं. पैलं वरीस हेच्यातच गेलं.

...ह्या हुन्नरीकडं जीव लावून वळलं पाहिजे. बायकांचं हावभाव, त्येंची चाल, बसणं-बोलणं, हसणं-रुसणं सारखं न्यहाळलं पाहिजे. त्येंचं बारकावं नीट ध्येनात ठेवलं पाहिजेत. कुणी नसलं की आपल्या पालात त्येंचा अंगावर घेऊन सराव करायचा. तसं केल्यबगार खरा नाच्या हुबा ऱ्हाणार न्हाई माझ्यातनं.

...राधानं क्रिस्नाचा ध्यास घेटला नि क्रिस्नरूप झाली; तसा क्रिस्नानंबी राधाचा

ध्यास घेटला हुता. त्योबी राधारूप झाला हुता. तशी गुणाची गंगी झाली पाहिजे. शंकराची पार्वती झाली पाहिजे. एका बाजूनं बघावं तर शंकर आणि दुसऱ्या बाजूनं बघावं तर पार्वती...नाच का बाईनंच करावा असं न्हाई. शंकरबी नाचतू. पार्बतीत मिळून जातू. पार्बती त्येच्यात मिळून जाती. कसं एकमेकांत ऱ्हाईत असतील?...देवाची करणी!'

...खरं म्हंजे बापयात बाई नि बाईत बापय कायम असतू. मला न्हाई झाली दया? अगदी माझ्या तोंडातनं पडल्यागत. बाईच हाय ती माझ्यातली. माझा राजा दारकीच्या तोंडातनं पडल्यागत. दारकी बाई तर राजा बापय. शंकर-पार्बतीचीच ही कला?

तो मूर्तीकडं मन लावून बघू लागला...'नाचे-नर्तकांच्या राजा, कसा संभाळलाईस ह्यो तोल? ह्यो डावा पाय हलकाफूल तरी अवघड अवघड वर उचललेला नि दुसरा वाकून भक्कम हुबा. तुझ्या ह्या चारी हातांची अशी हालचाल की आता बघता बघता दुसरी मोड हुणार. एकानं डमरूचा ताल धरलाय नि दुसऱ्याच्या तळव्यावर जिता जाळ. फुडचा हात भगताला धीर देणारा तर दुसरा...दुसरा तुझ्या पायावर डोकं टेकंल त्येला आशीर्वाद देणारा. आता डोळं झाकलं तर झटक्यानं दुसरा डौल घेशील अशी अंगाची गत. लांबसडक बारीक जिती बोटं. नागणीच्या पिल्यागत वळवळणारी. अंग झोकता झोकता उडालेल्या बटांची चवरी. अंगांगात नाचाची उसळी किती उफाळलीया देवा! काय हे कसब! तुझा तूच ताल, तोल धरून नाचतूस हे एक बरं हाय... पर हे हातावर आग घेऊन नाचणं कशापायी? एवढा का कडक तू? कसली आग ही? तुझं पाय वडता वडता पायाबुडीच दडपलेला ह्यो राक्षेस कोण?

'...नटेसुरा, मी दुबळा. मला बळ दे. माझा मलाच ताल दे. जिवात डमरू दे. माझा मीच नाचीन. तुझ्यासारखा धुंद हुईन. हातापायात नाच भरून ऱ्हायलेल्या नटरंगा, हे सगळं मला शिकीव. मी तुझी पूजा बांधीन. तुझी ही मूर्ती कायम जवळ बाळगीन. सोमवार, उपासतापास करीन नि तुझा वसा घेऊन नाचीन. देवा, आता नाच माझा नसंल; तुझाच असंल. त्येचं भलंबुरं तुझं तू बघ. तुझ्यातली पार्वतीच माझी गंगी होऊन उतरंल आता. नटराजा, तुला कसं सांगू?...म्हणशील तर माझ्या मुंडक्याची माळ तुझ्या गळ्यात घालतू. माझ्या ध्यायीची राख करून तुला माखतू. मला नाचाचं बळ दे'

डोळे उनउनीत पाण्यानं भरून आले. तसाच मूर्ती न्याहाळू लागला. तिच्या रेखीव, नीटस शरीरावरून हळुवार थरथरती बोटं फिरवू लागला.

२

चार वर्षांत त्याच्या मनाची उलटापालट झाली. वागणूक, बोलणं-चालणं, उभं राहणं, पावलं टाकणं बदललं. नर्तकाची लय आली. वाचनाचंही वेड वाढलं. रामायण-महाभारताचं, पुराणकथांचं वेळ मिळेल तेव्हा वाचन करू लागला. वगांचे विषय शोधू लागला. लावण्यांसाठी कल्पना मिळवू लागला. जुन्या शाहिरांच्या चालींवर सवाल-जबाब रचू लागला. महत्त्वाकांक्षा वाढलेली. सगळी माणसं एकमेकांचे स्वभाव जवळून ओळखू लागलेली. कुटुंबासारखं वातावरण तयार झालेलं. नयनाही फडात चार वर्षांनी मोठी झालेली. तिला आईची खडी नजर नकोशी वाटू लागलेली. तोही कामात परिपूर्ण होत गेलेला. यमुनाबाईलाही त्यानं नयनाशी गप्पा मारल्या तरी हळूहळू विशेष वाटेनासं झालेलं. नयनाला आपल्याविषयी नक्की काय वाटतं याचा त्याला अजूनही अंदाज येत नव्हता. हळूहळू एक घटना घडत गेली.

वांगवड्याला फड पडला होता.

'बिंबसेनाच्या राज्यात डाकिणीचा फेरा' हा नवा वग पहिल्यांदाच बाहेर काढायचा होता. सुंदर स्त्रीचं रूप घेऊन येणारी डाकीण बिंबसेनाला भुलवून हातातलं बाहुलं करते आणि शेवटी आपलं उग्र रूप धारण करून बिंबसेनावर पश्चात्तापाची पाळी आणते. नयनानं हे काम अप्रतिम केलं. आपल्या अकलेनं तिनं काही नृत्यं बसवली होती. पदरची कितीतरी भाषणं अधनंगधनं घातली होती. मोहक सुंदरीचं रूप नि उग्र डाकिणीचं रूप तिनं आपल्या अभिनयानं खिळवून टाकण्याजोगं वठवलं. दोघांचा मिळून वग तयार झालेला नि तिनं अजोड वाणाचं काम केलेलं.

ते बघता बघता तो खिळून गेला. तिचं तेज, डौल, रागाचे निखार नागिणीच्या दंशासारखे होते.

वग संपला. शेवटचं पद म्हणत तमासगीर उभे होते.

नयना अगोदरच आत आली.

ती आपल्या अंगावरचे अलंकार, कमरेचा मासपट्टा, पायांतील चाळ उतरत होती. उत्तेजित झालेला गुणा आत आला.

''नैना, आज तुझं काम बघून तुला कडकडून मिठी मारावंसं वाटलं.'' धाडस

करून तो बोलला.

"अहो, मिठी मारली असती तर माणसं काय म्हणाली असती?" खूश होऊन ती म्हणाली.

त्याची कळी खुलून आली. मिठी मारण्याला तिची मनाई नव्हती; माणसांची होती. मोहरल्या मनानं बघू लागला. - शोभना हाऽशहूऽश करत आत आली नि त्याला नयनाकडून एक वेलदोडा मागून बाहेर पडावं लागलं.

नव्या करुणरसातल्या लावणीला शंकरनं संथ लयीतली चाल लावली होती. तिला ती उचलून घ्यायची होती. गुणा ऐकत बसलेला. शंकर शिकवतेला. पेटी वाजवणारी नयना समोर बसलेली. हातांचे हावभाव करत, चेहऱ्यावर कारुण्य आणत घोळून म्हणत तिनं चाल उचलली. स्वतंत्रपणे म्हणून दाखवली.

पुन:पुन्हा मुखडा करुणपणं आळवणं चाललं होतं. विलक्षण तंद्री लागली होती. कुठल्या तरी परमुलखात जाऊन ती गात होती. जमिनीवरची राहिली नव्हती. तिच्या गाण्यानं गुणा व्याकुळ होत होता.

तालीम संपली नि तो आताशा अनेकदा होतो तसा अबोल झाला. सगळे गेले. तो एकटाच एका कोपऱ्यात जाऊन बसला.

शंकर आत आला. पाण्याचं पिंप तिथंच होतं. पाणी घेऊन चालला.

"कुणाला?"

"नैनाला ताऽन लागलीया."

"हिकडं आण. मी घेऊन जातू."

स्वत:च तांब्या भरून पाणी नि पेला घेऊन गेला. पेल्यात ओतून तिला पाणी दिलं. ती प्याली नि पेला हातात दिला.

"आणि पाहिजे?"

"नगं."

तिच्याकडं बघत तसाच उभा राहिला. तिच्या लक्षात आलं. पण काही बोलली नाही.

"नैना."

त्याच्याकडं बघू लागली. "गुणाबा, तुमची नवी लावणी मला रडीवणार हुती. थोडक्यात आवरलं...माझ्याकडं काम हाय?"

"मला तुझ्यासंगं निवांतपणानं बोलायचं हाय." तो आपल्याच तंद्रीत होता.

"बोला की."

"हितं न्हाई. कुठंतरी एकटं..."

"एवढं काय बोलायचं हाय?"

“तुला ठाव हाय. तू बिनकळल्यागत करतीस.”

“न्हाई बा. खरंच मला काय ठावं न्हाई.”

“खरंच ठावं नसंल तर सांगीन.”

“आत्ताच सांगा की.”

“असं हुब्या हुब्या कसं सांगाय येईल? काय तरी निमित्त काढून तू नि मी गावात जाऊ या.”

“मी खूप दमलीय. बाहीर जायला नग वाटतंय.”

तिचं मन त्याच्याइतकं दाट होईना. नि तो तिला समजून घेऊ शकेना. त्याच्या हळुवार झालेल्या मनाला तिथं काही सांगावंसंही वाटेना. तो आकसला.

“सांगा की काय सांगायचं ते. एवढं काय बिचकता?” ती थोडी बायकी हट्टानं बोलली.

“आता नगं. आणि कवा तरी.”

काहीसा खट्टू होऊन निघून गेला...आपल्याच तंद्रीत. - चिंचवाडची ही गोष्ट.

वारं-वावटळीचे दीस. पावसाळा तोंडावर येत चाललेला. मनगुतीला फड पडलेला. कनाती लावलेल्या. पण सांज करून आभाळ कावदाळलं. वाऱ्यासकट वळीव पावसाचा टिप्पिरा सुरू झाला. खेळ तर जाहीर केलेला.

रात्री पाऊस नव्हता; पण बघायला कुणी आलं नाही. भुई भिजून किच्च झालेली. वर आभाळ कधी सांडेल याचा नेम नाही. कनातही पावसानं भिजून थबथबलेली. तरीही चिकाटीनं तिकीटविक्रीसाठी खुर्च्याटेबलं मांडली. दहावीस शोकीन मंडळी आली. ढोलकी-डफानं गण-गवळण लांबवून लांबवून आवाज चढवून हाका मारल्या तरी कुणी आलं नाही.

दुसरे दिवशीही पाऊस आला नि खेळ बंद करावा लागला. भोवतीनं गळकं आभाळ घेऊन बसलेल्या तमासगिरांना मनातल्या मनात घरच्या आठवणी होऊ लागल्या. मनं पारव्यासारखी घुमू लागली.

“पाऊस उघडायचं काय लक्षेण दिसत न्हाई.”

“पावसुळा सुरू झाला. आता असंच.”

“खेळ चालणार न्हाईत आता. फड परत फिरवू या.”

मग बोलणी निघाली. घरी जाण्याचा दिवस नक्की झाला. उरलासुरला हिशेब पुरा झाला. थोडे मतभेद आले, पण शेवटी सगळं मिटून गेलं.

गावाकडं जाताना गुणाच्या चालीत नकळत फरक पडला. आटोपशीर अंग सैल झालं. आखडलेले खांदे खाली आले. पायातला चुटूकपणा जाऊन ते झपदार लांब लांब पडू लागले. पुरुषी धिम्मेपणा शरीरात अवतरला नि तो गुणाबा झाला.

आताशा त्याला हा बदल झटकन करता येईनासा झाला होता. मन पुरुषी चालीनं चालू बघायचं नि अंगात मुरलेली नाच्याची चाल त्याला अचानक धरायची. त्याच्या अंगाबरोबर चालू लागायची. त्याला न जुमानता पुढं सरकायची. मग गावाकडं जाताना पुरुषी चालीचं नाटक करावं लागत होतं. अंगावर ती पांघरावी लागत होती. आपण गावाकडं एक पुरुष म्हणून चाललोय हे ध्यानात ठेवावं लागत होतं. खोलखोल दडपल्या गेलेल्या पुरुषाला वर खेचून आणावं लागत होतं. गोंजारून त्याची समजूत काढावी लागत होती नि मनाबरोबर, अंगाबरोबर चालतं करावं लागत होतं.

कमरेला चार पैसं लावून मंडळी गावाकडं वळली. मोठ्या शहरातनं गाडी ज़ाताना कापडाचोपडांची खरेदी झाली. राजाला कबूल केल्याप्रमाणं गुणानं सैनिकाचा ड्रेस आणि छोटी बंदूक खरेदी केली. दया, माया, रंजा यांच्यासाठी उक्त पोशाख आणि दारकीसाठी एक छापील पातळ घेऊन त्यानं कागलची मोटार धरली.

३

पावसाळा सोडला तर गुणाची घराकडं एखादी फेरी व्हायची. दोन-तीन दिवस राहून तो परत फिरे. आला आला नि गेला गेला. दारकीचं मन जवळ येईपर्यंत जायचा दिवस उजाडे. पुन्हा दारकी एकटीच. लहानग्या रंजूला घेऊन बसलेली. दिवसभर राजा, दया शाळेत जात. हे ह्या घराला चांगलं वळण लागलं. तमाशात फार ना थोडा पैसा मिळू लागलेला. हळूहळू पोरांना चांगली कापडं मिळू लागली. दारकीच्या अंगावर खळणं नसलं तरी धडसं आलं. घरावर पाल्याऐवजी खापऱ्या घालून घेतल्या. दारकीला कुठं लोकांच्या बांधांना भाजीपाला ओरबाडत हिंडण्याची गरज भासेना. पहिल्यापहिल्यांदा ती घरात बसून कंटाळा येतो म्हणून जात होती. म्हातारी होती तोपर्यंत तिला हे सोयीचं होतं. पण नवऱ्यामागं दीडएक वर्षातच ती पावसाळी गार हवा लागून आटोपली. पत्ता नाही ते खोपड्यात मरून पडली. 'च्या प्यायला उठा की' म्हणून दारकी उठवायला गेली नि मग तिला कळून आलं. घराचे दोन्ही खोपडे रिकामे झाले. दारकी आतून हलकी झाली. गुणानं तिला तिच्या करमणुकीसाठी बॅटरीवर चालणारा एक ट्रॅन्झिस्टर घेऊन दिला. तरी ती पावसाळ्याची वाट आतुरतेनं पाहू लागली.

या वेळी वळीव आले तरी पावसाळा नीटपणे सुरू झाला नाही. दोन-तीन नक्षत्रं कोरडी गेली. गुणा आलेला. त्यानं पावसाची ही चिन्हं बघून आल्या आल्या आपलं दोन खोल्यांचं दगड-विटांचं नवं घर बांधून घ्यायचं ठरवलं.

जुनं घर मोडून काढलं. जुनाट धुरकटपणा वाशांवर, छपरावर चिकटून बसला होता. किती तरी पावसाळे त्यानं अंगावर घेतलेले. फड्याच्या कवाळ्या, वाखाचं मुडं, डोक्यावर घेऊन वाळवलेले. पडी सोडायचे चरके, कारली, भोरकड्या अंगाखांद्यावर वागवलेल्या, जपून पाखाड्यांत ठेवलेल्या. ते सगळं निखळताना पाखाड्यांतनं वाशांतनं पडत होतं. पोरं खेळायला घेत होती.

नवं घर बांधलं. सगळं नवं होतं तरी भुई तीच होती. नव्या घराला तिचाच आधार. तोरण बांधून गणगोतातल्या वीसपंचवीस जणांना जेवायला घातलं. ते जुनं घर या जेवणावळीच्या जळणाला पुरलं. भुरूभुरू तक्रार न करता जळून गेलं.

नव्या घरात दारकी मोकळेपणानं हिंडू-फिरू लागली. घराबरोबर संसाराची नवी मांडणी झाली. सगळाच फरक पडला. तांब्यापितळेच्या भांड्यांची संख्या जास्त झाली. गाडगी-मडकी फुटल्यावर पुन्हा आली नाहीत.

चार दिसातनं एकदा पोरांच्या डोईला तेल मिळू लागलं. ऊन पाण्यात आठवड्यातनं एकदादोनदा आंघोळी होऊ लागल्या. दूध घातलेला चहा, येशेल तेल घातलेलं कोरड्यास, घरात शिजवलेला भात पोरांना मिळू लागला. मांगवाड्यातल्या पोरांत ती उठून दिसू लागली. दारकीकडंही मांगणी उसन्यापासन्याला येऊ लागल्या. घरात बसून तिचा रंग उजळ झाला होता. शरीरावर तुकतुकी आली होती. हाडांवर मांसाचा थर चढला. खळण्या लुगड्यात उठून दिसू लागली. भिंतीवर देवाचे निरनिराळे फोटो लावले. गणपती, शंकर, लक्ष्मी असे कितीतरी. गर्दी होऊन गेली. नव्या घरानं दारका खूश झाली.

देवदयेनं गुणाला मुलगा झाला नि त्यानं या पावसाळ्यात ऑपरेशन करून घेतलं. आता मुलांची गरज नव्हती. धाकटा मुलगा दोन वर्षांचा होणार होता. पण त्यानं ऑपरेशन करून घेतलं, हे दारकीला पसंत पडलं नाही. तिला मुलं होत राहायला पाहिजे होतं. जायचे दीस जवळ येतील तसा तिनं हळूच मनातला विषय काढला.

''आता घर बांधलं, पोरं शिकाय लागली, सोडून द्या की तम्माशा.''

''का? बसून खायाचा कट्टाळा आला तुला? भिकंचं डोऽळं लागलं का?''

''किती दिस मी हितं एकटीनं ऱ्हायाचं? माझ्या एकटीच्या जिवाला कातर लागतूय. रातध्याड एकटं. बाईमाणूस मी. चारपाच वर्सं रग्गड झाली की या तम्माशात. चार माणसांसारखा संसार कवा करायचा त्यो? हितं कुणी बापयमाणूस न्हाई. गाव कसलं हे? बाईमाणसाला निभतंय व्हय हितं?''

''न निभाय काय झालं? बाकीच्या तमासगिरांच्या बायकाबी हितं एकट्याच असत्यात न्हवं?''

''असल्या तरी त्येंचं न्यारं नि माझं न्यारं. मला घरादाराची इभ्रत दांडगी वाटती. त्येंचं न्हवरं काय तम्माशात नाचे झालं न्हाईत. मला घडोघडी खाली मान घालावी लागती. न्हाईतर नाचेपणा सोडा नि तम्माशा सुखानं करा. तेवढं सोशीन मी.''

''नाच्या झालू म्हणून काय शिंगं मोडत न्हाईत. कला हाय ती. कला म्हणून करायची. आणि खरं म्हणशील तर तुला त्यातली जिवाळी कळायची न्हाई. तू आपली गप सुखानं बसून खा. पोरंबाळं संभाळ. दांडगी कर. त्येंचं शिक्षण कर. सुटी पडंल तवा मी हिकडं येतूयच. ह्या कागलात राबून राबून किती मिळणार हाय?''

मुलाबाळांत मन रमलं तरी दारकीची कुरबूर चालूच राही. तो तिला नाना तऱ्हांनी समजून सांगे. वाद घालून मुकाट बसवी. त्याच्या मनाला खंत लागून राही.

वाटायचं, फडाच्या दौऱ्यातल्या गमती तिला सांगाव्यात. कामातील हुन्नरी समजून द्याव्यात. मिळणारा मान-सन्मान, कौतुक सांगावं. मनातल्या वगाच्या कथा सांगून तिचं मन रमवावं. पण तसा कधी ती प्रसंगच येऊ देत नसे. त्याला मनोमन नाराज करून टाके. खरं तर तिला यातलं काही कळत नव्हतं. तिला वाटत होतं, तमाशाचा धंदा पैसा मिळाला तरी इभ्रतीचा नाही. नाचेपणा नामुष्कीचीच गोष्ट. आपला नवरा आपल्याजवळ असावा. चौकशी करायला घरात कुणी बापय माणसं आली की तिचा जीव थर्र होई. पुन्हा पुन्हा ती त्याला बोलून दाखवी नि तो तिची समजूत काढता काढता वैतागून जाई.

गणपती पाण्यात पडले नि दौऱ्यासाठी मंडळी एकत्र जमली. नवं घर बांधून, नवी स्वप्नं उराशी धरून गुणा निघाला. सुटीभर मनात नयना मखरातल्या मूर्तीसारखी बसलेली. प्रत्यक्षातल्या नयनातून उठून त्याच्या स्वप्नात एक नयना यायची. अधिक रूपवान, अधिक सतेज. सदैव नृत्याच्या हळुवार मुद्रा करत, तसेच पदविन्यास घेत त्याच्यासमोर येऊन बसे. तास न् तास बोलायची, गायची. त्याला वाटलं, तीच प्रत्यक्षातली नयना. तिची आता भेट होणार म्हणून तो आतून उत्साही झालेला.

ठिकठिकाणच्या सुपाऱ्या आल्या होत्या. अधलेमधले जत्रा-उत्सव लक्षात घेऊन त्यांना तारखा दिल्या होत्या. दुर्पा नि सुंदरा यांची नवी भर पडली होती. मागं नाचणाऱ्या मुलींची अतिशय गरज होती, ती यांनी भागवली. सर्वांना आनंद झाला. दौरा सोलापूर जिल्ह्यात नि त्याच्या आसपास आखला होता. नारळ फोडून मुहूर्त साधून फड बाहेर पडला.

दोन-तीन ठिकाणी खेळ झाले नि सांगोल्याला फड पडला. नयनाला किंचित ताप आला. खेळानंतर तिला शिणवटा आल्यागत झालं. सगळ्यांची धावपळ उडाली. दुसऱ्या दिवशी रात्रीही खेळ होता.

सकाळी डॉक्टरकडं नेऊन औषधपाणी केलं. इंजक्शन दिलं. विशेष काही नाही म्हणून सांगितलं. दिवसभर तिनं विश्रांती घेतली. गुणा पुन्हा पुन्हा चौकशी करत होता. काळजीनं गंभीर होऊन बसला होता. दुखलंखुपलं बघण्याचा प्रयत्न करत होता; पण सेवेला तिची आई नि शोभना असल्यानं त्याला फारसं काही करावं लागलं नाही.

रात्री साडेआठ-नऊचा सुमार. शोभना, दुर्पा, सुंदरा यमुनाबाईबरोबर चार घास खायला बसल्या. नंतर मेकप करायचा नि रंगून वीस-पंचवीस मिनिटं तिकीटविक्रीच्या खुर्चीपाशी बाकड्यावर बसायचं.

नयना एकटी विश्रांती घेत पडलेली. संध्याकाळी तिनं थोडा दूध-भात खाल्लेला. अस्वस्थ मनानं गुणा आत आला.

“तब्बीत काय म्हणती?... आज हुबं ऱ्हाणं जमंल नव्हं? न्हाई तर सोभनाला सांगू. सोभनाचा पार्ट दुर्पा जमंल तसा करंल.”

“नगं. एवढं न्हाई काय झालं. उगंच अंग जरा जड झालंय.”

“तापबीप तर न्हाई न्हवं?” तो हळूच पुढं सरकला नि त्यानं तिच्या कपाळावर हात ठेवला. तिथंच बसला.

“ताप न्हाई...हे काय? आई येईल.”

“आली तर येऊ दे. माझ्या मनात तुझ्याबद्दल काय हाय ते कळू दे तिला.”

“नगं नगं. उगीच बोंब हुईल.”

“बोंब झाली तर जलमभर मी तुझ्यासंगं ऱ्हाईन.”

“खरं?” ती रोखून बघत म्हणाली.

“देवाशप्पत! माझं खरं खरं मन मोकळं करावं असं माणूसच कुणी ह्या फडात न्हाई.”

“असं?”

“व्हय...आत आभाळागत काय तरी हाय. तुला ते सांगिटलं तर समजंल. तू मनानं कलावंतीण हाईस. तुझ्यासारखाच तुझा साथीदार असावंसं वाटत न्हाई?”

ती फक्त हासली नि दुसरीकडं बघू लागली.

“नैना! सगळ्या सुटीभर माझ्या मनातनं तू गेली न्हाईस. तुझी कामं बघून, तुझं गाणं, नाचणं बघून माझा जीव तुझ्यावर जडलाय.”

“ज्येचा त्येचा असा जडतूय.”

“माझं न्यारं हाय. तुझ्या कलेला मी भाळलू. मीबी त्याच जातीचा हाय. तुझी कला मला माझी वाटली. मला समजून घेणारी, साथसंगत देणारी वाटली. मला कुणी नीट समजूनच घेत न्हाई, नैना. मन लावून माझ्यावर कुणी जीव लावणारं न्हाई. माझी खरी कला कुणीच वळीखणारं न्हाई हितं. जे ते कशाच्या ना कशाच्या मागं लागलंय. ते माझ्याजवळ मिळंल म्हणून माझ्यावर जीव लावतंय. जिवाचं नाव कला ठिवून कुणीबी काम करणारं न्हाई हितं.” फळीच्या खाटेजवळ तुटून पडलेल्या एका घुंगराकडं बघत तो बोलला.

“तुमची बायकू तुमच्यावर जीव लावती की.”

“कोण म्हणतंय? ...तिचा जीव संसारात हाय. माझ्या गुणांची तिला किंमत न्हाई. खरं म्हंजे तिला यातलं काही कळत न्हाई. भाजी-भाकरी मिळवावी, पोरंबाळं संभाळावीत, कापडं-धडूती घ्यावीत, खावंप्यावं, तेवढ्यात सुखी व्हावं, एवढं तिला वाटतं... मला त्यात चव न्हाई. म्हणून तर हे याड घेटलं नि फड हुबा केला; त्येचं तिला कायबी न्हाई.”

“सगळ्यांच्या आधी घराकडं जायला निघता की.”

“पोरंबाळं हाईत...माझा राजा हाय. चिमण्यासारखी वाट बघत्यात ती. त्यांत जीव गुत्ततूय. जिवाला घराकडची वड लागती.”

“मग माझ्यावर कसा जीव लागणार तुमचा?”

“लागंल नैना. माझ्या कलावंत जिवाला जशी साथीदारीण असावी असं वाटतंय तशीच तू हाईस. मनातनं समूर उतरल्यागत वाटतीस. तुला सांगू? माझ्या मनात कुचंबलेली गवळण हाय. त्या गवळणीसंगं मला जलम काढावासं वाटतंय त्योच माझा खरा जलम. बाकीच्या या वरवरच्या जलमाला काय अर्थ हाय? टरफालं ही!... माझी ती गवळण तुझ्या नाचातनं, गाण्यातनं, वागण्यातनं बाहीर येती. ती गवळणच माझ्यातल्या देवाला समजून घेईल. माझ्यातला देव उपाशी ऱ्हाऊन त्या गवळणीची वाट बघतूय नैना...तुला कसं सांगू?”

नयना फक्त हासली.

“तुला खोटं वाटतं?”

“न्हाई. तुम्ही असं कवा बोलत न्हाईसा; म्हणून हासू आलं.”

“असं कवाच बोलत न्हाई... कुणाला असं बोललेलं कळणारबी न्हाई.” तो स्वत:शीच घुणघुणल्यागत बोलला.

“हं.”

“तू काईच बोलत न्हाईस.”

“काय बोलणार?... तुमचा संसार झेकास चाललाय. त्यात मी बिब्बा घालाय कशाला येऊ?”

“न्हाई, नैना. तुझ्यासकट मी माझा संसार करीन... म्हणशील तर आपूण तिघं मिळून संसार करू.”

“पर तुमच्या बायकूला ते मानवणार न्हाई. बायकांचं मन तुमच्यापक्षा मला चांगलं ठाऊक हाय.” तिला पंख फुटत नव्हते.

क्षणभर तो मुकाट झाला.

“बायकू असूनबी मी ह्या संसारात एकटा हाय. जिवाला खरी जोड मिळत न्हाई. तिला त्यातलं काय कळतं? मन वल्लं हुईत न्हाई तिच्याजवळ... कलावती हाईस; तू मन मोठं कर. त्या गरीब गाईला संभाळून घे. मला समजून घे.”

नयना डोळे एकटक करून बघू लागली. तिची आई जेवण आटपून येताना दिसली. गुणा सावरला. “इचार कर. मी तुझी वाट बघतूय... मनाला जरा झोकून घे. चारजणी बायकांगत चाकूरीतनं जगू नगं. हमरस्ता सोडून जरा आडवाटेनं, पायवाटंनं जाऊ. जिवाला वाटतं तसं जगू. मन मोठं कर.” तो भळभळून गेला.

अनेक दिवस कुचंबणारं त्याचं मन मुक्त झालं. तिला आपलं बोलणं पटलं असावं असंही त्याला वाटलं. खाटेजवळनं उठताना त्याच्या पायाला काहीतरी

रुतलं. पार जांघेपर्यंत कळा आल्या. तुटलेलं घुंगरू चंप्याखाली आलं होतं. तरी तो उमललेला. त्यानं ते तसंच उचललं नि हातात खेळवत निघून गेला.

उत्तेजित झाला. त्या नादात नाचल्यागत काम करू लागला.

महिना गेला. फड अशाच कुठल्या तरी लहानशा खेडेगावच्या जत्रेत पडलेला. महिनाभर तो उत्साही होता. पांडवांचा विराटनगरातला मुक्काम वाचता वाचता त्याला 'बृहन्नडा-उत्तरा' यांच्यावर वग लिहिण्याची कल्पना सुचली. त्यानं ती एकट्या नयनाला गाठून सांगितली. पुढची रंगवलेली स्वप्नंही सांगितली.

"...एवढा वग बसला नि पब्लिकम्होरं आला की लोकांस्नी माझी खरी हुन्नर कळंल. मी कशासाठी जीव उगळतूय नि चंदन करतूय ते कळंल... तुझी नि माझी जोडी या वगात मेन पार्टी.

"व्हय की."

"मी अर्जुन नि तू उत्तरा."

"हां." तिनं नुसताच होकार भरला.

क्षणभर तो तिच्याकडं बघत थांबला.

"का? जोडी बरी वाटत न्हाई तुला?"

"वाटती की." तिला त्यात काही विशेष वाटत नव्हतं. एक नवा वग एवढंच ती समजत होती.

एकान्त होता.

गुणाच्या मनातली एक गोष्ट वर आली.

"नैना, मी तुला एका गोष्टीबद्दल इचारलं हुतं. त्या गोष्टीचा इचार केलास?"

त्याच्याकडं बघत तिनं होकारार्थी संथ मान हलवली. क्षणभर थांबून वर बघत बोलू लागली. "गुणाबा, तुमची कला मला आवडती. तुमचं मनबी दांडगं हाय. मी खूप इचार केला. तुमच्याबद्दल जिवाला वडबी लागती, पर सारा जलम नाच्यासंगं काढावा असं वाटत न्हाई; त्येला काय करू?"

तो चर्रर झाला.

ती पुढं बोलू लागली. "शिवाय तम्माशा काय आज हाय नि उद्या न्हाई. म्हातारपणी पाय ठकल्यावर कोण संभाळणार मला?"

"मी संभाळीन असं वाटत न्हाई?"

"वाटतं की. पर तुमची तरी ताकद कुठवर? एक संसार तुमच्या गळ्याला. म्हातारपण आलं की तम्माशातली कामं बंद. तरुणपण हाय तवर नाच्या सोभून दिसतू. म्हातारपणी त्येला कोण इचारणार? ...आणि काम तरी जमणार कसं? नाच्याचं म्हातारपण लई भयानक! मग सगळ्यांचंच हाल कुतरं खायाचं न्हाई."

त्याला काही बोलताच येईना. काळजात खोल खोल तापलेली सळई घुसल्यागत

झालं. मनात बंधनापलीकडचा एक संसार होता. जिवाच्या ओढीनं, गाभ्याचं खरं खरं जगण्याच्या लालसेनं एकत्र आलेल्या जिवांचा एक संसार. नवरा, बायको, रखेली, पैसा, सुखभोग यांच्या पलीकडचं नातं तो शोधू बघत होता. पण ते तिला कळत नव्हतं. सगळं मनोमनीचं ढासळलं. क्षणभरानं स्वत:ला सावरून तो बोलला, ''माझ्यासंगं जोडीदार म्हणून व्हावं, कला जगावी असं वाटत न्हाई तुला?''

''तुमच्याबरूबर तम्माशातली जोडीदार म्हणून मी व्हाणारच की.'' तिचा निर्णय आत आत कुठं तरी झालेला. ती बोलताना थंड अलिप्त होत चाललेली.

''जलमभर मग अशीच एकटी व्हाणार?''

''तसं व्हाऊन तरी कसं भागंल?... बाऽचं नाव नसलेली मी पोर. ज्या वाटंनं जल्माला आली तीच वाट धरली तर माझी धडगत. कुठं तरी असाच पैसेवाला, वतनदार गावला तर बघायचा...''

तो पाऽर ढासळून गेला. वाटलं, तिच्या दोन थोबाडांत द्याव्यात नि असलं बोलायचं बंद करायला सांगावं. पण हे मनात आलं नि गेलं. उदासून उठला. उठता उठता म्हणाला, ''बऽरं! मला वाटत हुतं, तुमच्या मनाची झेप दांडगी असंल.''

''बापयाचं न्यारं नि बायकांचं न्यारं पडतंय. मला माफी करा. तुमची हुता येत न्हाई ह्येचंबी वंगाळ वाटतंय. मला तरी ह्यात कुठं सुख हाय? पर किती केलं तर बायकांस्नी येव्हाराचा नि जल्माचा मेळ घालावा लागतू.''

सुगंधी केवड्यासारख्या दिसणाऱ्या केकताडागत ती वाटू लागली. खाली मान घालून तो चालला.

''राग मानू नका.'' तिनं पुन्हा विनवणी केली.

त्यानं हात वर करून हलवून 'नाही' म्हणून सांगितलं. उमललेल्या कमळाला कोमेज लागावा तसा मिटत, मन संपुटात घेत, स्वत:त परतून येत तो अबोल झाला. आपल्या ठिकाणावर जाऊन शून्यात बघत बसला. नाचेपणाच्या भयानक म्हातारपणाची एकाकी चित्रं त्याच्या मनासमोर वेडीवाकडी उमटू लागली. चंचीच्या दोऱ्याला बांधलेल्या घुंगराशी चाळा करत तो ती बघू लागला.

४

“काय चाललंय?”

“काय चालायचं? जेवली नि बसलीय.”

“पोरं कुठं गेली?”

“साळंला.”

बोलायला काहीतरी विषय म्हणून शिर्पा बोलू लागला. अडीच-तीन वर्षांचा रंजा अंथरलेल्या घोंगड्यावर निवांत झोपला होता. दुपारचं ऊन रणरणत होतं.

“कट्टाळा येत न्हाई घरात बसून?”

“येईना तर. पर करता काय?”

“मग मळ्याकडं तरी येत जा उन्हाचं. तिलाबी बोलायला माणूस मिळंल. कायतरी माळवं दुळवं देत जाईन. तेवढंच पाय मोकळं हुतील नि कट्टाळाबी जाईल.”

पूर्वी हे दोन-चारवेळा सांगितलं होतं. ती ‘हूं’ म्हणायची. पण जायची नाही. तिच्या खोल मनात एक पाल कळत-नकळत चुकचुकत होती. त्याच्या मनात दबा धरून बसलेल्या काळ्या मांजराची अस्पष्टशी चाहूल तिला लागत होती. पण काही बोलता येत नव्हतं. घराकडं येऊ नको म्हणून सांगताही येत नव्हतं. गुणाचा तो जुना दोस्त. पूर्वीपासूनच येणारा, गप्पा मारणारा, दोन-अडीच तास रात झाली की उठून जाणारा. त्यानं नि त्याच्या बापानं या घरावर भरपूर उपकार करून ठेवलेले.

पण त्या वेळचं वेगळं नि आताचं वेगळं हे तिच्या ध्यानात आलं होतं. शेजारी कुजबुज चालत होती. तिच्या घराकडं चोरट्या डोळ्यांनी नजर खिळून राहत होत्या. त्यावर साधा उपाय म्हणून ती दार उघडं ठेवत होती.

तो काहीबाही बोलायचा. थोडं माशूक, थोडं मिस्किलही. ते कुठंतरी तिला एका बाजूनं सुखवायचं. पण काळजीचा सर्प वेटोळे घालून तिच्या मनात कायमचा पडून राहिलेला असे.

“येतीस का उद्या भाजीला?”

“हूं.”

“हूं म्हणतीस नि येत न्हाईस.”

“सवड असती कुठं? पोरं साळंला गेलेली असत्यात. कवा दुपारचं येत्यात तर कवा सांजचं येत्यात. तवा घर धरून असलेलं बरं. रंजाबी अजून बारका हाय.”

तो घटकाभर गप्प बसला.

मग म्हणाला, “गुणाचा काय कागूदबिगूद?”

“कुठला कागूद? एवढी सवड काढून कागूद धाडला असता तर मग कशाला? नशिबात नगं माझ्या?”

“कागूद का म्हणून घालत नसंल म्हणावं?”

“आता का? रमलं असतील तिकडंच.”

“त्या नैना-सोभनाच्या जाळ्यात तर गावला नसंल?”

“तसंबी असायचं की. कडूच्या पोटच्या रांडा त्या. काय करतील त्येचा नेम न्हाई.”

“तेच असणार. गुण्यानं असं करायला नको पाहिजे हुतं. बाकीचं सोड; पर तुझ्यासारखी सोन्यावाणी बायकू त्यानं अशी टाकायला नको पाहिजे हुती... काय वंगाळ हाय रूप तुझं? काय म्हणून त्या नटारंग्यांच्या मागं लागला असंल त्यो?”

“लागला असंल न्हाई तर नसलबी.” ती सावरूनही घेऊ लागली.

“नसंल कशावरनं? तरणाबांड गडी. ह्या वयात त्येला घरची आठवण आठ दिसाला तरी झाली पाहिजे. आपल्या न्हाई निदान बायकूच्या मनाची पर्वा तरी.”

ती अवघडून जाई.

“कामं असतील त्यांस्नी.”

“कुठली कामं? असा काय रोज तम्माशा असतोय काय? समद्यांस्नी सुटी देणं त्येच्याच हातात हाय. तरीबी तीनतीन, चारचार म्हैनं पत्त्या न्हाई. आता तर वरीस हुईत आलं. म्हंजे काय हे? त्या चटकचांदण्यांनी सोडवलं असतं तर सुट्ट्यावर सुट्ट्या मिळाल्या असत्या. सुट्ट्या दिल्यावर त्येंची गाठ पडणार कशी? तुला टाकल्यागत केलंय त्येनं.”

“जाऊ द्या तिकडं.”

“जाऊ द्या काय? तुझं चाललेलं हे हाल बघवत न्हाई मला. न्हवरा एका मुलखाला तर तरणीबांड बायकू एका मुलखाला. आपूण नसतो गेलो असल्या बायकूला सोडून मुलूखगिरीला.”

“... ...”

“म्हणून म्हणतो, उनाताणाचं मळ्याकडं येत जा. तेवढाच जिवाला इरंगुळा. काय लागलं खर्चाला तर मागून घेत जा माझ्याकडनं.”

“हूं.” त्याच्या बोलण्याचा उग्र वास तिला येत होता.

तिचं मन दोन्हीकडं ताणलं. गुणा त्या बायांच्या नादी लागला असणार अशी तिची आतून खात्री झाली होती. इकडं आला तरी तो तिच्याशी फार दिवस सरळपणानं वागू शकत नसे. त्यामुळं तर ती अधिकच धुमसत राही. रंजा दोन वर्षांचा झाल्यावरच्या त्याच्या ऑपरेशननं तर तिच्या मनात नसतं काहूर माजवून टाकलं होतं. अनेक प्रश्नांचं मोहोळ मनात उठलं होतं. ती वैतागली होती.

'...त्येचं तरी काय चुकीचं हाय? खरं ते त्यो बोलतूय. त्या रांडानीच ह्येला भुरळ घाटली असंल. आप्रीशन करून घ्यायला सांगिटलं असंल. सगळ्या दुनियेनं ह्येला फलका ठरीवल्यावर मग ह्येचा नि त्या रांडांचा कुणाला संशेव येणार हाय, नि त्या कुठं फळणार हाईत? बडीवलेल्या बैलागत ह्येची तऱ्हा. ना धोका ना दगा. शिर्पतराव म्हणतूय ते काय खोटं न्हाई. त्यो तिकडंच रमला असंल मला अशी टाकून. शिर्पतरावाच्या जिवाला मग माझ्याबद्दल का पानेव फुटू ने? कुणीबी येणारच नि बेवारशा बाईसंगट बसून कायबाय बोलून जिवाची करमणूक करून घेणारच. माझ्या संसाराला आता काय इरं ऱ्हायलंय? नावाला नुसता न्हवरा. मी एकटीच पोरंबाळं संभाळत डुकरिणीगत बसायची...'

आठ दिवसांनी शिर्पा रात्री हळूच तिच्या घरात घुसला. जेवायला चालला होता.

"दारके, थाबडं आण. दोडकं नि भेंड्या हाईत बघ. करून घाल पोरांस्नी."

"कशाला आणलं रातचं-इरचं ह्ये?" तिनं घाईघाईनं थाबडं आणलं.

"कशाला म्हंजे? तुझ्यासाठी." त्यानं घोंगड्यातलं माळवं तिच्या थाबड्यात ओतलं. "चलतो आता. गडबड हाय. जेवून मळ्याकडं जाताना घटकाभर येतो."

ती काहीच बोलली नाही. तो घोंगडं खांद्यावर टाकून निघून गेला. मुलांना जेवायला घालून तिनं आपल्यापुढं ताटली ओढली नि जेवायला बसली.

रात्री उशीर करून तो मळ्याकडं जायला निघाला. मनाशी काही तरी खूणगाठ बांधली होती. सहा-सात वर्षं त्याच्या मनात जळजळत होतं ते आज करायचं ठरवलं. दारकीचं सुखावलेलं शरीर त्याला अस्वस्थ करत होतं.

मांगवाडा सामसूम झाला होता. काळोख कायमचाच पसरलेला. त्यातनं वाट काढत तो दारकीच्या बोळात घुसला. आसपासची दारं बंद झाली होती. चिमण्या विझल्या होत्या. रॉकेलच कुणाजवळ नसायचं.

दाराला जोर देऊन त्यानं आत ढकलून बघितलं. आतून कडी होती. दबक्या आवाजात त्यानं हाक मारली.

"दारकेऽ."

"कोण ते?"

"मी शिर्पा. दार उघड."

तिनं चटकन दार उघडलं.

“एवढ्या रातचं कशाला आलासा? मला वाटलं, गेलासा मळ्याकडं, ह्या वक्ताला तुम्ही आलेलं बघून लोकांस्नी तरी काय वाटंल?” ती काळजीच्या आवाजात म्हणाली. पोरं जेवणं करून झोपली होती.

“काय वाटणार न्हाई. लोकांनी बघायला दार हाय कुणाचं उघडं? सगळी बंद झाल्यात.” बोलता बोलता तो आत शिरलाही.

त्याचं धडधडत्या छातीचं नि दबक्या आवाजाचं बोलणं आणि तसंच बळजोरीनं आत येणं बघून ती मनात घाबरली. तरीही तिला वाटलं, घटकाभर बसेल, बोलेल आणि जाईल. तिनं तसंच दार उघडं ठेवलं नि दाराच्या तोंडाला उंबऱ्यावर बसली. बोलू लागली. तो आतच बसलेला.

“आत ये की.”

“आत कशाला? हितंच वाऱ्याला बरं हाय.”

“मी सांगतोय ऐक. आत ये नि दार झाक.”

“तुम्ही आता मळ्याकडं जावा बघू. ही गप्पागोष्टी करायची येळ न्हवं. भलतंच काय मनात घेऊन बसू नका.”

“भलतं कसलं?”

“भलतंच की. लोक तरी काय म्हणाय लागतील मला मी असं धंदं कराय लागली तर?”

तिनं मनाशी काही तरी निर्णय केलेला दिसला. तरीही त्यानं परोपरीनं आत येण्याविषयी विनवलं. पैशाचं आमिष दाखवलं. जिवाभावाचा दोस्त मानून तसं करण्यास सांगितलं. पण ती हटत नव्हती. निर्णयापासनं ढळत नव्हती. आतही येत नव्हती. शेवटी तो चिडल्यागत झाला.

“म्हंजे असलं धंदं कवा केलंच न्हाईस म्हण की तू?”

“गरती हाय मी मालक. पोराबाळांची, घरसंसाराची बाई मी.”

“मग बाकीची येत्यात तवा?”

“कोण येत्यात? कुणी येत न्हाईत. काय तरी बोलू नका.”

“मग गावातनं काय उठलंय हे?”

“काय?”

“बरीच कुळं तुझ्याकडं येत्यात म्हणून. त्येंच्याच पोटची पोरं म्हणं.”

ती जखमी झाल्यागत बोलली. “निदान तुम्ही तरी असं म्हणू नका. त्येंनी तुमचं जवळंच दोस्त हाईत. त्यांस्नी पोरं हुत्यात का न्हाई ते तुम्हांस्नी ठावं हाय.”

“ते ठावं हाय. पर त्येच्या पोटची ही पोरं न्हाईत असं गाव म्हणतंय.”

“गावच्या तोंडाला कोण हात लावणार?”

तो पुन्हा क्षणभर गप्प बसला.

“गावाचं जाऊ दे. माझं समाधान तू केल्याशिवाय मी उठणार न्हाई. झाक बघू दार.”

असं म्हणून त्यानं बसल्या जाग्यासनंच तिला आत ओढण्याचा प्रयत्न केला. चटक्यानं ती उठली नि बाहेर जाऊन उभी राहिली.

“तसली काय थेरं करू नका. गुमान वस्तीला जावा. मांगोड्याला कळलं तर मांगोडा धरून बडवंल तुम्हांस्नी. उठा बघू. उगंच अब्रूचं खोबरं नगं.”

तो वरमला. त्यानं शेवटचं विचारलं. ती आत यायलाच तयार नाही.

उगीच बभ्रा नको म्हणून तो उठला. ‘दारके, ध्येनात ठेव.’ म्हणून अंधारात नाहीसा झाला.

ती घरात आली नि हातापायातलं बळ एकदम गेल्यागत झालं. दाराला कडी लावून मटकन खाली बसली.

हुंदका आवरेना. पोरं गाढ झोपलेली. गुणा याच वेळी कुठं तरी दूर मुलखात तमाशात गवळणींबरोबर नाचगाणं करतेला. जनरंजनात नाच्या होऊन रमलेला... ‘काय म्हणून देवा माझी अशी दशा केली असशील? काय मी तुझं पाप केलंय? न्हवऱ्यासारखा न्हवरा असून ही दुनिया काय म्हणून माझ्यावर ह्यो आळ घेत असंल? ह्यो न्हवरा धड असता, कसाबी करून ह्या घरात असता तर कोण माझ्याकडं आलं असतं?... आलं असतं तरी त्येचं हितं मी मढं पाडलं असतं. न्हवरा असूनबी मी आज रांडमुंड बाईगत झालीय. ना धनी ना गोसावी. काय म्हणू तरी या भोगाला? काय म्हणून त्येंनी हे तम्माशाचं याड घेटलं असंल डोसक्यात?

कपाळाला हात लावून ती अंथरुणावर अश्रू गाळत बसली. घर शांत होतं. भिंत फोटोंनी गजबजलेली. देव कैद केल्यागत मुकाट बसलेले.

५

दसरा तोंडावर आला तरी पाऊस नीटसा उघडला नव्हता. सगळी खोळंबून गेली होती. आणलेली शिल्लक संपत आली होती. गुणा वैतागून गेलेला. घरात दारकीनं मधले पंधरा दिवस अबोला धरला होता. तमाशा बंद करून आहे ती मोलमजुरी करत दोघं सुखानं खाऊ-राहू अशी तिची इच्छा. पण पोरं शिकावीत, त्यांनी नोकऱ्या कराव्यात, त्यांना चांगलं वळण लागावं, पोरी शिकल्यासवरल्या घरात शहरगावी पडाव्यात अशी त्याची इच्छा. केवळ तेवढ्यासाठी तरी घरात पैसा पाहिजे. मोलमजुरी करून पोरांची शिक्षणं करणं कठीण जाईल, आलेले सुखाचे दिवस सोडून दुःखाच्या दिवसांना सामोरं जाणं अवघड होईल, हे पटवून देण्याचा प्रयत्न करीत होता; पण तिला पटत नव्हतं. आपण इथं एकटे आहोत, लोक आपल्याविषयी बाहेर काहीही बोलतात याचं तिला संकट वाटत होतं. त्याला त्याचं विशेष वाटत नव्हतं..."असल्या गोष्टीला आपूण तोंड द्याय शिकलं पाहिजे. कुणी काय खाईत न्हाई का गिळत न्हाई. आपलं घर आपूण सोडलं न्हाई म्हंजे झालं." अशी त्याची शिकवण. दारकीला ती पटत नव्हती. तो हतबुद्ध होत होता.

शेवटी दसरा करून फड बाहेर काढायचा ठरलं. तो जायला निघाला. आदल्या रात्री खूप भांडणं झाली. शेवटी दारकीनं 'त्या रांडांच्या संगतीनं नादावलास.' म्हणून आरोप केल्यावर चिडून जाऊन त्यानं तिच्या दोन थोबाडात दिल्या. दया नि राजा यांना या गोष्टीचा राग आला. त्यांना वाटलं, 'बाबा आईचं ऐकत नाही. आपलंच खरं करतो.' म्हणून ती खट्टू झाली. दोघांनी मिळून गुणाला आवरलं नि रात्र कशीबशी पार पडली.

राजा गुणाला घालवायला स्टँडपर्यंत आला. सांज करून गुणा कोल्हापूरला जायला निघालेला. "अभ्यास नेटानं कर. पैल्या नंबरनं साव्वी पास झालं पाहिजे. पास झालास तर तुला सायकल घेऊन देतू. तवा अभ्यास कर. कुणाची भांडणं काढू नगं." मोटारीत बसता बसता त्यानं राजाला सांगितलं. 'घरात बापय माणूस न्हाई; पोरगं वांड झालंय. नीट अभ्येस करत न्हाई, मांगोड्यातनं भांडणं काढत हिंडतंय. त्येला वळण लावायचं असंल तर बाऽबिगार कोण लावणार?' असं दारकीचं

म्हणणं होतं. गुणाला त्याच्यावर नीट इलाज दिसत नव्हता. त्यानं राजाला करडेपणानं बजावलं. सीटवर बसून एकटक तो त्याच्याकडं बघू लागला. 'दुसरा जीव असल्यागत त्याला तो वाटतेला. आज ना उद्या सुधरंल. शाळा शिकतंय; आपूआप चांगलं वळाण लागंल... ह्येच्यापासनंच आपली पिढी खरी शिकलेली. माझं शिक्षेण काय खरं न्हवं. कायबी होऊ दे; पर ह्येला शेवटापतोर शिकवायचं. घरदार उजळून टाकंल. हेच माझं सुख. न्हाईतर मला दुसरं काय पाहिजे? अजून बारकं हाय. लाडात वाढलंय म्हणून वांड झालंय. दांडगं झाल्यावर आपूआप शाणं हुईल...' जाताना त्याला एक रुपया दिला. मोटार हलली तेव्हा दीस बुडाला होता.

राजाला रुपया मिळाला नि तो उड्या मारत परत फिरला. हॉटेलात जाऊन पावमिसळ खाल्ली. तासरात झाली तरी तो घराकडं फिरकला नाही. भटकत राहिला. गावभर फिरून आला. रात्री चांदण्यात आपली शाळा कशी दिसते हे जाऊन बघितलं. येता येता गैबीच्या दरग्याच्या बाहेरच्या जोत्यावर तासभर बसला. त्याला कुणी साखर-पेढा दिला नाही. गैबीला सहसा कुणी ऊदसाखर घेऊन गुरुवारशिवाय येत नाही. आले तरी नुसते पाया पडून अंगारा लावून जातात. वाट बघून राजा उठला नि मांगवाड्याकडं आला. काकाच्या आंब्याच्या बागेच्या बाजूनं घराकडं चालला. काकाच्या पडक्या घराच्या सुमकानं आला नि पोरं गप्पा मारत बसल्याची चाहूल आली. क्षणभर तिथंच उभा राहिला. ताठर पोरं गप्पा मारत होती.

त्याला वाटलं, तिथं जावं. पोरांच्या गप्पा ऐकाव्यात. जेवणाच्या वक्ताला घराकडं जावं. सरळ वाटेनं जायच्याऐवजी तारेतनं वाकून तिकडं गेला. विशीपंचविशीतली पाच-सात पोरं गप्पा मारत बसली होती. राजा त्यांच्यात जाऊन बसला. बोलणी पसरता पसरता एका पोरानं पाठीवर थाप मारत चौकशी केली, "काय राजा रातचं हिकडं कुठं रे? काय आईनं बाहीर काढलं?"

"मीच सहज आलूय. आई का बाहीर काढती?"

"कुणी तरी येणार असंल तवा बाहीर काढायची एखाद्या वक्ती."

"एऽ बेन्या! गऽप. गुण्या अजून मांगोड्यातच हाय. ते असताना ती कशाला कुणाला बलवंल?" दुसरं कोण तरी.

"बाबा मगाशीच गेला कोल्लापूरला. आता तम्माशा घेऊन फिरतीवर जाणार." राजा.

"हांऽ! म्हंजे दारकीला घर मोकळं झालं तर."

"कोण कोण येत्यात रे घराकडं रातचं?"

"हॅं. कोण न्हाई."

"त्येला काय इचारतंस? ते निजत असंल धा वाजताच टिंगाणी वर करून."

"ही चारी बेनी आठजणांच्या तरी पोटची असतील न्हाई का रे, सित्या?"

''आठ? एक एक बेनं आठांच्या पोटचं असंल.''

राजाला गुदमरल्यागत झालं. तो उठून जाऊ लागला. हऱ्यानं त्याला धरून बसवलं. ''बस रे गप राजा. एऽ, गप बसा रे. तसं काय बोलायचं न्हाई हां.'' राजाला त्यानं घुसमटून जवळ बसवलं. त्याला उठू देईना.

''फलका कवा गेला रे?'' रेड्यागत काळ्या कुळकुळीत असलेल्या रामाचा प्रश्न.

''सांजचं गेला.'' नाइलाजानं राजाला सांगावं लागलं.

त्यांनी गुणाचाच विषय उगळायला घेतला. वाट्टेल ते विकृत प्रश्न राजाला विचारू लागले. उत्तरं देण्याविषयी सक्ती करू लागले. नाही उत्तरं दिली तर डोक्यात बोटं मुडपून मारू लागले. कान पिळू लागले. त्यातून सुटका होण्यासाठी रडव्या आवाजात तो काहीतरी उत्तरं देऊ लागला. त्याच्या उत्तराच्या मग चिरफळ्या करत पोरं विकृत कल्पना करू लागली. राजाला असह्य होऊ लागलं. पण उठता येईना. पोरं सोडत नव्हती.

''बारकं असल्यापास्नं गुण्या फलकं हाय. दोन-दोन, चार-चार आण्याला ते साऱ्या मांगोड्याला गांड द्यायचं.''

''खोटं बोलतंस तू. माझा बाऽ लहानपणी कुस्त्या करायचा. पैलवान हुता त्यो.'' राजा चिडून बोलला.

''तुला बेन्या, काय ठावं हाय? त्येच्यासंगं मी रग्गड कुस्त्या केल्यात मांगोड्याच्या तालमीत. बळंनं खाली पालथं पडायचं.''

सगळी पोरं फिदीफिदी हसू लागली. सांगणाऱ्याला आणखी काही आठवणी सांगायला लावू लागली. मग तो त्या पोरांची करमणूक करणाऱ्या काल्पनिक आठवणी सांगू लागला. आपलाच अनुभव म्हणून पोरांसमोर फेकून देऊ लागला. पोरं रंगात आली. त्यांना वाटलं, गुणा खरंच फलका असावा. म्हणून तो नाच्या झाला. दारकीच्या पोटाला आलेली पोरं कुणाकुणाच्या पोटची असतील याच्या नक्की कल्पना मग चालू झाल्या. गावातल्या अनेक शेतकऱ्यांशी, गुणाकडं पूर्वी येणाऱ्या माणसांशी त्यांचा संबंध लावला गेला. कोणच्या पोराचा चेहरा कुणासारखा आहे, याचे अंदाज बांधू लागले. बिनबायकोच्या कुचंबत राहिलेल्या नाऱ्यानं दडपून जाहीर केलं, ''त्यातलं एक माझंच हाय; कोणचं ते वळखा.''

राजाच्या काळजाचा धासदिशी लचका तुटला. तो जळफळला. पण काहीच करता येईना. तरी तो उलटा बोलला. नाऱ्यानं त्याच्या डोसक्यात बोटांची उलटी हाडं फिटीटा मारली. कळा येऊन तो रडकुंडीला आला.

''आरं, मग हे राजाबी बाऽगतच निघणार.'' कुणी तरी कल्पना काढली.

''फेडू या ह्येची चड्डी?'' कुणी तरी त्याच्या चड्डीला हात घातला.

“फेडा फेडा. हितंच करू या ह्येचा रगडा.”

राजा जीव एकवटून उसळला. पोरांच्या हातातनं सुटला. दन्नाट तारेकडं पळाला. तारेतनं बाहेर रस्त्यावर आला नि जाता जाता त्यानं गोष्टी सांगणाऱ्या हऱ्याला, लक्ष्याला, सित्याला नि नाऱ्याला आईबहिणींवरनं शिव्या दिल्या. हातांचे हावभाव करून तो बायलींचा उद्धार करू लागला. त्याच्या बाजूनं दगडं आली नि मागोमाग दोघेजण धावत आल्यावर तो भिंगरीसारखा घराकडं पळाला.

बिचकत चाहूल घेत तो घरात आला. दारकी भिंतीला टेकून वर काळोखातल्या आढ्याकडं बघत बसली होती. राजा उशिरा आला तरी काही बोलली नाही. उसऽऽ करून श्वास सोडला नि उठून चूळ भरली. शिंक्यावरची भाकरी काढली नि शेजारी गेलेल्या दयामायाला हाक मारली. रंजा जेवून कधीच झोपला होता.

“अजून का रं?” जेवताना तिनं राजाला विचारलं.

“आलू फिरत फिरत.”

“जाताना काय म्हणालं?”

त्यानं सर्व काही सांगितलं. रुपाया दिल्याचंही सांगितलं.

“मग अजून कुठं बसला हुतास?”

“बागंत.”

“रडलेला दिसतूस.”

“हांऽ! बागंतली ती बाराबिंदाची चिडवत हुती. बाऽ फलका हाय म्हणत हुती. दया, माया, रंजा, मी गावाच्या पोटची हाईत म्हणत हुती.”

“मग?”

“मी शिव्या दिल्या. त्येंच्या आयाभैणींच्या सात पिढ्यांचा देवारा उचलून आलू.”

“बरं केलंस. निदान तू तरी जरा धाडस हू. बाऽच्या मागं शाणा हू. नाव राख. वाटलं तर चुलत्यावाणी लढाईत जा. खरं तम्माशा करत हिंडू नगं.”

“मी न्हाईच तम्माशात जाणार. एक दीस ह्या कडूंस्नी कुराडीनं तोडणार.” संतापानं त्याला रडू फुटलं होतं. शेंबूड ओढत तो बोलत होता.

पोरांना ताटल्यांत वाढून ती तुकडा मोडून चावू लागली. खाणाऱ्या पोरांकडं तिचं डोळं एकटक लागलं. राजा खाली बघून गुमान शेंबूड ओढत आमटी-भाकरी खाऊ लागला. तिची नजर त्याच्यावर खिळली. पोरगा असूनही तो आपल्या चेहऱ्यामोहऱ्यावर गेलाय, याचा तिला त्या क्षणी आनंद झाला. पण दया सोडली तर बाकीचं एकबी कसं बाऽगत दिसत न्हाई, या विचारानं तिच्या जिवाला डागण्या दिल्यागत झाल्या.

६

पावसाळा उशिरा संपल्यावर फड पुन्हा उत्साहानं कामाला लागला. आधल्या वर्षीच्या दौऱ्यात नयनाचा निर्णय ऐकून गुणा अधिकच अबोल होत गेला होता. आपल्यातच रमू लागला. गावाकडचीही सुटी काही बरी गेली नव्हती. तिचाही परिणाम त्याच्यावर झाला. सकाळी उठल्यावर नटेश्वराची पूजा नेमानं होत असे; पण गेल्या वर्षापासनं ती अधिक तन्मयतेनं होऊ लागली होती. शंकर-पार्वतीच्या पुराणातल्या कथा वाचण्यात वेळ घालवत होता. पूजा झाल्यावर लहर लागली तर तो बृहन्नडेचा वग घेऊन बसे. ह्या वगाचं लेखन फारच धिम्या गतीनं चाललं होतं. तासतासभर तो विचार करत असे. शेवटी नाहीच जमलं तर सगळंच बंद करून वाचनात रमून जाई. पुन्हापुन्हा महाभारत वाचे. पुराणकथांतली टिपणं काढी. कधी 'जमिनीखालचा खजिना', 'बोलका पुतळा' यांसारख्या अद्‌भुत सुरस कथाविश्वात रमे. त्यातच काळ जाई.

सहाव्या वर्षी फडात थोडा बदल झाला होता. नयनानं आणखी तीन माणसं घेतली होती. जान्या-पब्याच्याऐवजी घेतलेल्या सुरकऱ्यांच्या जोडीला आणि वरकामाला म्हणून आणखी दोघेजणं घेतले होते. दादू ढोलकीवाला ही आणखी एक नवी भर. फडात धामुड्या पाव्हण्यानं शामराव ढोलकीवाला तयार केला होता. पण तो सामान्य निघाला. म्हणून त्याला या वेळी काढलं नि दादूला घेतलं. मुंबईहून कुठल्या तरी तमाशाच्या फडातनं तो फड सोडून आला होता. मूळचा वडगावचा. दहा वर्षं मुंबईत काढली. हवा मानवत नाही म्हणून आलो हे त्याचं म्हणणं. खरं-खोटं त्याला ठाऊक. गळ्यात हिरवा रुमाल, सिगारेटनं काळेकुट्ट पडलेले ओठ. त्यात खालचा ओठ मोठा नि पुढं आलेला. डोईवर वीतभर लांब केसं. बारीक अंगकाठी. पण ढोलकीवरची थाप कडक. ईऽऽइऽऽईऽऽ करून ढोलकीचे तोडे असे फेकी की पब्लिक गारद होऊन जाई. उभे राहण्याची ऐटही दिमाखदार. एक डोळा त्याच्यावर ठेवूनच पब्लिक बाकीचा तमाशा पाही.

यमुनाबाईनं आणलेल्या माणसांची संख्या हळूहळू वाढत गेली. आजघडीला बरीच झाली. नयनाभोवतीनं ही माणसं घोटाळायची. तिची पडली कामं करायची.

पांडबानं किंवा गुणानं त्यांना कामं सांगितली तर सहसा नीट होत नसत. टाळाटाळ होऊ लागे. नयनानं सांगितलेल्या कामावर ती तुटून पडत. तिच्या भोवतीनं गप्पा मारायला बसत. इस्पिटांनी, कॅरमनं, काचाकवड्यांनी नयना खेळे. त्यांतही ती जमेल तसा भाग घेऊन तिला खूश राखत.

पांडबा-नाना यामुळं अस्वस्थ झाले. ज्या कल्पना मनात धरून फड काढला होता, त्या कोलमडल्यागत झाल्या. गडीच धनी व्हावा नि धन्याच्या नशिबी गडीपणा यावा तसं झालं. तरी आपआपल्या जागा धरून प्रत्येक जण होता. खेळाच्या आड यातलं काही बहुदा आलं नाही.

नयनाविषयीची गुणाची प्रेमभावना नकळत कमी होत चालली. नयना ही भोवतीनं जमलेल्या माणसांत रमून जाई. तिला गुणावाचून आपलं काही खोळंबलंय असं वाटेनासं झालं. नवी आलेली माणसं तिला 'मालकीणबाई' म्हणून बोलवत. गुणाही आता तिला 'अहो-जाहो'नी बोलवी. आपल्यामुळंच फड चाललाय अशी मालकीपणाची जाणीव तिला होऊ लागली.

त्यामुळं गुणा आणखी अंतर्मुख होत गेला. खेळ झाला की रात्री आणि दिवसाही तो पालाच्या खोपड्यात कुठं तरी आभाळात बघत पडून राहू लागला. फारसा बोलेनासा झाला. गप्पांत भाग घेईनासा झाला. खेळाच्या वेळी मात्र त्याच्या बोलण्यानं, चालण्यानं, वाक्यांच्या फेकींनी, विनोदानं लोक जागच्या जागी खिळून राहत. त्याच्या कामाची वाट बघत. त्याच्या अशा गुह्यारी मनाचा कुणाला नीटसा पत्ता लागेना. वाटायचं, तो माणूसघाणा होत चाललाय. नयनाही त्याची फारशी फिकीर करीनाशी झाली. तरी त्यानं तिच्याविषयीची आस्था सोडली नाही.

-आतून हे असं; तरी वरून फड चाललेला.

कधी कधी दादू एकटाच ढोलकी घेऊन वाजवत बसे. तोड्यांची निरनिराळी मांडणी करण्याचा, निरनिराळे ठेके धरण्याचा, निरनिराळे आवाज काढण्याचा प्रयत्न करी. ढोलकीवरच तबल्याचे ठेके धरून वाजवी. गुणाला त्याची गंमत वाटे. तो मग तिथं जाऊन बसे.

बसता बसता त्यांच्या गप्पा होऊ लागल्या. दादूचा चेहरामोहरा मवाल्यासारखा दिसत असला तरी गुणाला तो ढोलकीवाला म्हणून आवडला. पुण्या-मुंबईचं पाणी पिऊन आलेला. गुणाला वाटलं, ह्याच्यासंगं दोस्ती करावी. पुण्या-मुंबईचे अनुभव ऐकावेत.

ढोलकीवर एखादा नवा तोडा वाजवून झाल्यावर गुणा मान डोलवी. डोळे मोठे करून कौतुक करी.

बोलता बोलता दादू बोलला, ''आपूण सालं जल्मभर बायकूसारखी ढोलकी वागीवणार.''

“आणि बायकू?”

“बायकू गेली बोंबलत. लगनाच्याबी आदीपासनं ही ढोलकी गळ्यात पडलीया. बायकूच्याबी आदूगर पाच सालं. लगीन झालं नि दुसऱ्याच वर्सी चानस आला. म्हंबयचा फड कोल्हापुरात आला हुता. ढोलकी घेऊनच तिथं गेलू. दुपारभर कुपवाडकराला तोडं वाजवून दावलं. म्हणाला, “रातचं फडात हुबा ऱ्हातूस का?” हुबा ऱ्हायलू नि पैल्या झूटला टाळ्यांचं बार उडालं. कुपवाडकर खूश. तसाच बायकूला सांगून म्हंबयला गेलू. तिला ते रुचलं न्हाई. दोन-तीन वर्सं कशीबशी ऱ्हायली नि रांड कुणा गट्टंसोड्याचा हात धरून पळाली...गेलीस तर जा बोंबलत. मला ढोलकी न्हाई सोडायची. साली कलाउप्पर कला ढोलकीची कला. पाखरांची फडफडसुदीक आपूण ढोलकीतनं काढून दावतू.”

“बेस्ट!बेस्ट!” गुणाचा खेळातला शब्द. तो उत्तेजित झाला.

“ह्या रांडा म्हंजे संसाराच्या शेंबडात बरबटलेल्या माश्या. ह्यांस्नी काय कळतंय त्यातलं?”

“व्हय. बाई ती बाई; माणूस मुठीत गावला की जीव खाई.”

“हां! शंभर नंबरी सत्य. - म्हटलं, गेली बरं झालं. आता ढोलकी आणि मी. तम्माशा न्हाई मिळाला तर ढोलकी वाजवत हिंडीन तर पोटापुरतं मिळवीन. आर्टीसला काय करायचा ह्यो चिकाट शेंबूड. कित्तीबी शिक्करला तरी न तुटणारा.”

दोघे खॉक खॉक हसले.

“बेस्ट, बेस्ट! लाखातली गोष्ट.”

गुणाला तो जवळचा वाटू लागला.

ज्या गावात तमाशाचा फड पडे त्या गावात तो आणि गुणा फिरून येऊ लागले. आपण लिहिलेले वगाचे भाग, लावण्या गुणा त्याला वाचून दाखवू लागला, नव्या वगातील बारीकसारीक कल्पना सांगू लागला. हॉटेलात जाऊन दोघे खाऊन येऊ लागले. कधी गावच्या मांगवाड्यात जाऊन हातभट्टीची मिळाली तर पिऊ लागले. त्याला काय वाटलं कुणास ठाऊक? ढोलकीच्या गमतीजमती अनेक बारकाव्यांसह तो गुणाला ऐकवू लागला. खेळात त्याच्या बोलण्याचालण्याला, हात हलवण्याला, मानेला हिसका देताना गमतीजमतीचे ठेके देऊ लागला. गुणाची नि त्याची दोस्ती चांगली जमली. त्याच्याबरोबर धुंदीत राहू लागला.

शेंडगावला फड पडलेला. थंडी मी म्हणतेली. तमाशाला गर्दीच नव्हती. देवाचा उत्सव असूनही माणसं तमाशा बघायला उत्सुक नव्हती. जे ते आपआपल्या घरात उबीला जाऊन पडलेलं.

लवकरच वग आटोपता घेऊन सगळे जण जाड कापडाच्या पालात निवाऱ्याला आले. तीन पालं. बायकांचं एक. एक सामानासुमानाचं. एक स्वैपाकाचं. आणखी

एक बारकं पाल होतं. त्यात गुणा, पांडबा, किसना, नाना पडले होते. कुणी कुठं निवाऱ्याला पडावं अशी वाटणी नसली तरी नकळत चार-पाच, चार-पाच जणांचा ताफा होई. एका पालात पत्त्याचा डाव मांडला, गडबड असेल तर कंटाळलेला दुसऱ्या पालात जाऊन पडे.

गप्पा मारता मारता दादू गुणाजवळ आडवा झाला. गुणा झोप लागत नाही म्हणताना वीस-पंचवीस मिनिटं वाचत पडे. तसा तो आपल्या पालात एका खोपड्याला पडून दिव्याच्या उजेडात वाचत होता. दादू आल्यावर त्यानं वाचन बंद केलं. गप्पा मारू लागला.

गप्पा मारता मारता दोघेही गाढ झोपले.

सगळं सामसूम झालं. पालं अंधारात गेली. एकएकाचा घुर्रघुर्र आवाज येऊ लागला. थंडी बाहेर पिसाळली होती. जो तो एकमेकाच्या उबीला शिरत होता. गुणा गाढ झोपलेला. दादू शेजारी कशानं तरी जागा झालेला. उताणा पडलेला. झोप लागेना झाली होती...हळूच गुणाशेजारी सरकला. सावकाश त्याच्या अंगावर त्यानं झोपेत टाकल्यागत उजवा हात टाकला. गुणा गप्पच एका अंगावर झोपलेला. हात टाकून क्षणभरानं दादू तसाच पुढं सरकला. नकळत गुणाला जाग आली. त्याला कमरेखाली उबदार चाहूल लागू लागली. अंगावरच्या दादूच्या हाताची वळवळ सुरू झाली. तो गुणाच्या विजारीची नाडी चाचपण्यासाठी फिरत असल्यागत वाटत होता. प्रसंगाची दिशा ओळखून गुणा चटकन फिरला नि उताणा होऊन उठून बसला.

दबक्या पण रोखलेल्या आवाजात त्यानं दादूला हाक मारली. "दादबा-एऽ दादू. दादूऽ!" तीनदा झालं तरी एकदाही ओऽ नाही. त्यानं त्याला गदागदा हलवलं. मग जाग आल्यागत करून दादू म्हणाला, "काय? काय रं गुणाबा?"

"सरळ नीज."

प्रसंग ओळखून दादू सरळ निजला. त्यानं गुणाकडं पाठ केली. मुकाट पडला. गुणा त्याच्या पाठीकडं तोंड करून पडला... रातभर त्याला झोप लागली नाही. अधनंमधनं मोठे सुस्कारे टाकत तो पडून राहिला.

सकाळी उठल्या उठल्या दादू जास्तच प्रेमात आल्यागत करू लागला. "गुणा आज पैल्या धारंची पिऊन यायचं."

"का?" त्याच्याकडं रोखून बघत तो म्हणाला.

"यायचं म्हंजे यायचं. कडाक्याची थंड हाय. आज मनालाबी बरं वाटत न्हाई."

"चल तर." त्यानं मनाशी काही तरी निर्णय घेतला. दादूबरोबर चालला.

चहा पिऊन दोघेही गेले. सकाळचे नऊ वाजून गेले होते.

परत येताना गुणानं दादूला मुद्दाम आपला सगळा इतिहास सांगितला. आपण तमाशाचा फड कसा काढला, त्याच्याअगोदर नोकऱ्या कशा केल्या, चार वर्षं

कुस्त्या कशा खेळल्या, आपलं स्वप्न कसं विरलं, आपणाला बायको, चार मुलं कशी आहेत, नाइलाजानं नाच्या कसं व्हावं लागलं, सगळं सांगून टाकलं. आपण एक पुरुष आहोत, हे सगळं वरचं सोंग आहे, कला म्हणून हे रूप घेतलं आहे, हेही त्याची समजूत नीट व्हावी म्हणून सांगून टाकलं.

ऐकताना दादू आतल्या आत खजील होऊन गेला. त्यानं ते दाखवलं नाही. प्याल्याचा फायदा घेऊन उलट तो सांगू लागला, ''बाईपेक्षा आपल्याला बापय जास्त आवडतू. जास्त सुख देतू. त्यासाठी म्हंबईत पैसं दिल्यावर कुणीबी पोऱ्या, बापय तयार हुतू. फलक्यानं न्हवं तर बापयांनीबी तसं करून घेण्यात मजा असती. ती नुसती गंमत असती. त्यात दुसरं-तिसरं कमी वाटण्यासारखं काय नसतं. आपूण देणं, घेणं दोन्ही करतू.'' जीभ सैल सोडून अडखळत बोलत होता. गुणा ऐकत होता. त्याच्या लक्षात आलं की रात्रीच्या गोष्टीबद्दलची ही सारवासारव आहे. आपल्या पुरुषत्वाबद्दल ह्याच्या मनात शंका आहे. बनाव करून आपल्याला वश करू बघतोय.

''मला वाटलं, तू त्यातलाच असशील.'' दादू.

''तुला लाज वाटली पाहिजे असं कराय.''

''लाज कसली? गंमत असती त्यार याऽर. आपूण दारू पितू, चिवडा खातू, मस्ती करतू, तसंच तेबी एक.''

''ते आणखी कुणाजवळ तरी सांग. माझ्याजवळ फिरून असं काय झालं तर मी देठातनं कच्चा आंबा तोडल्यागत घड पिळून तोडीन, ध्येनात ठीव.''

''दोस्ता, घुस्सा करू नगं. आज ना उद्या तुला त्यातली गंमत कळंल.''

गुणाबद्दलची त्याची कल्पना दृढच होती.

गुणाच्या मनाच्या चिंध्या झाल्या. दिवसभर जिवाचे तुकडे होऊन पडत होते...सैताना, काय म्हणून तरी माझ्याकडं अशा नजरंनं बघतू. मला तरणीबांड बायकू हाय. तिच्या पोटाला आतापतूर मी साऽ पोरं घाटल्यात. तुला हे का कळू ने? का खरं वाटू ने?...

🌑

७

मृगाचे दोन पाऊस पडून गेले होते. गुणा दोन-चार दिवसांनी येणार असल्याचं पत्र आलं होतं. राजाची शाळा नुकतीच सुरू झाली होती. तो सहावीतून सातवीत गेल्याचा आनंद सगळ्या घराला झालेला. त्यामुळं तो विशेष खुशीत होता. सगळं घरच गुणाची वाट पाहत होतं. वर्षभर तो अधेमधे आलाच नाही, म्हणून सर्वांना जास्त उत्सुकता लागलेली.

रविवारचा दिवस. पोरांच्या शाळेला सुटी. सकाळपासनं ती घरात नवी पुस्तकं बघत, एखादं वाचत बसली होती.

जेवणं झाली नि दारकी गैबीच्या हौदाला पाण्याची खेप आणायला चालली. दोन्ही तांब्याच्या घागरी. एक काखेत नि एक डोईवर. सगळ्यांच्या गाडग्यामडक्यांतल्या संसारात त्या उठून दिसणाऱ्या. घरात बसून तिच्या अंगावर कांती आलेली. त्यात खळणं आणि धडसं चोळीलुगडं. चार जणींत ती वेगळी दिसू लागली होती.

जेवणं करून येसा आपल्या शेजारणीच्या डुईतल्या उवा मारत बसली होती. दारकी पाण्याला चाललेली बघून तिनं तिच्या नाकात दुऱ्या घातल्या. पुढ्यात झिंज्या सोडून बसलेल्या सावित्रीला ती दारकीला ऐकू जाईल अशा सुरात म्हणाली, ''चालली बघ रांड सगळ्या गावातनं मिरवत. छप्पन्न जणांस्नी सांगून आता येईल, 'बारना येणार हाय; आता येऊ नका' म्हणून.''

आज सकाळीच ती दारकीकडं शेळीचं दूध उसनं मागायला आली होती. पण तिला 'न्हाई गं शिल्लक.' म्हणून परत लावलं होतं. मांगवाड्यातल्या अनेक मांगणी तिच्याकडं उसन्यापासन्याला येत. चटणीमिठापासनं पैशाअडक्यापर्यंत दारकी वेळप्रसंग बघून उसनंपासनं देई. सगळ्या जणींनाच ते वेळेवर परत करायला जमत नसे. कुणी ते बुडवी. मग भांडणं होत. कुणी परत केलं म्हणून खोटं बोली. ''तुला काय कमी हाय आता? गोरगरीब मागून खातंय तर खाऊ दे की.'' म्हणून कुणी वरवर विनोदानं द्यायचं नाकारी. उद्यापरवा करी नि तोंड चुकवे... मांगवाड्याच्या देखत हे घर गरिबाचं श्रीमंत झालेलं. चार जणांपेक्षा सुखासमाधानात जगणारं.

येसाचं बोलणं ऐकून तिच्या कानात शिसं ओतल्यागत झालं. पण काही

बोलता येईना. नाव घेऊन ती बोलत नव्हती. तोंड करत करत ती गेली. ''रांडांस्नी माझ्या घरचं फुकटात खायला मिळत न्हाई, प्यायला मिळत न्हाई; म्हणून माझ्या नावानं खडं फोडत, फुटाणं उडवत बसत्यात. बसा रांडांनू सगळ्या मांगोड्यातनं अशाच गांडी घासत.''

आई पाण्याला गेलेली बघून राजा खेळायला बाहेर पडला. पेन्सिलींनी, गोट्यांनी, कन्हेऱ्यांनी, क्वचित पैशांनी खेळण्याचा त्याला नाद लागलेला. आलं की दप्तर टाकून खेळायचं, याशिवाय त्याला दुसरं सुचत नसे. वाट्टेल तेव्हा घरात यावं, पोटभर खावं, वाटलं तर शाळेला जावं, नाहीतर रस्त्यात कुठं तरी खेळ चालला असेल तर तिथं मन हरवून बसावं असं त्याचं चाललेलं.

दारकी पाण्याची खेप घेऊन घरी आली. तिकटीवर राजाचा डाव रंगलेला. ''घराकडं चल रं.''

''आलू चल.''

ती तशीच पुढं निघून आली. पोरींना घरात खेळायला सांगून घटकाभर आडवी झाली.

बराच वेळ पोरांचा डाव रंगला होता. खेळता खेळता कालवा वाढला. राजानं काल कसती मारली होती, पण पर्ल्यानं ते नाकारलं. पर्ल्यानं ते नाकारलं तरी राजानं सगळा डाव गोळा करून खिशात घातला. पोरं हमरीतुमरीवर आली. राजानं दोन कमकं पर्ल्याच्या पाठीत घातले नि आपलं कुडतं झोंबाझोंबी करून सोडवून घेतलं.

''आयेऽ, हे राजा बऽघ.''

''कुठला राजा रं?'' त्याची आई आपल्या छपरातनंच ओरडली.

''हे फलक्या गुणाचं राजा.'' त्यानं नेहमीची ओळख सांगितली नि राजाचा संताप झाला. त्यानं त्याची डाव्या हातानं गचांडी धरून आवळली नि नरडं गच्च केलं. आईवरून शिव्या देत ''तसं म्हणशील काय?'' म्हणून दोन थोबाडात दिल्या. सोडताना सरळ मागं ढकलून दिलं. पर्ल्या गुवात पडलं.

शिव्या देत ते बोंबलायला लागलं. त्याची आई राजाच्या आईचा उद्धार करत आली. पर्ल्याच्या गचांडीजवळ फाटलेलं कुडतं बघून नि आपलं पोरगं गुवात पडलेलं बघून तिचं पित्त खवळलं. ऐकू नयेत असल्या शिव्या तिनं तोंडातनं तिच्यासाठी उपसल्या. पन्नास जणांचा कडूपणा राजात आल्याचं मांगवाड्याला जाहीर केलं. ''गावासंगं जायाची रांडला चटक हाय. म्हणून फलका दाल्ला कळवातणीनं करून घेटला. त्यो भाड्या फलका असूनबी पोरं कशी हुत्यात; हे *त्येला* कसं कळंत नसंल? रांडला गाववेसवा करून सोडलीया त्या बुरशानं. कशाला भसासा एकाला चार काढून ठेवल्यात मांगोड्याला वणवा द्यायला?...'' तिच्या तोंडाची रणघाई सुरू झाली. खळण्या लुगड्यावरनं, रोज केस विंचरण्यावरनं,

नेटक्या घरावरनं गावातल्या भल्याभल्यांना तिनं तिच्यासाठी अंगठा वर करून "या, या" म्हणून पाचारण केलं.

दारकी भडकली. तिची मर्यादा संपली. बाहेर येऊन तिनं तिच्या झिंज्या धरल्या. एकमेकींचा उद्धार सुरू झाला. राजानं शिव्या देणाऱ्या पर्ल्याला पुन्हा अचानक जाऊन लाथललं. त्याच्या आईबरोबर तो आणि दारकी झोंबी खेळू लागली. ती संधी साधून पर्ल्यानं राजाचं दगडानं टक्कूरं फोडलं. पुन्हा बोंब उडाली नि गलका वाढला. पुरुषही जमले. बागेत जाऊन झाडाखाली निवांत पडलेल्या पर्ल्याच्या बाऽनं ते ऐकलं नि तो आला. दारकीचा पुन्हा त्यानं उद्धार केला.

दारकी आतल्या आत पेटून निघाली; पण तिला काही म्हणता काही करता येईना. पर्ल्याची आई तिच्या हातातून सुटली होती. आता तिच्या तोंडाला उधान आलं होतं. तिच्या नवऱ्यानंही दारकीला थंडपणानं शिव्या द्यायला सुरुवात केली होती. तिचा दाल्ला फलका नाच्या कसा आहे, हे सगळ्या जगाला कसं म्हाजूर आहे, मग त्याच्यापासनं तिला मुलं होणं कसं खरं नाही, हे तो अगदी थंडपणानं सगळ्या मांगवाड्याच्या देखत तिला पटवून देत होता. मांगणी फिशीफिशी हासत गंमत बघत होत्या. दारकीला शिव्या देण्याशिवाय दुसरं काहीच करता येत नव्हतं.

शेवटी रागारागानं तिनं राजाला पुरे होईपर्यंत लाथा घातल्या. त्याची होलपट बघून, फुटलेलं डोसकं बघून कुणीतरी त्याला तिच्या पायातनं काढून घेतलं.

अंगाच्या नि मनाच्या रक्ताळलेल्या चिंध्या घेऊन आपल्याला कुणीच आधार नसलेल्या घरात ती शिरली. आतल्या आत धगधगत बसून राहिली. कोपऱ्यात गुणाचा नाच्याच्या पोशाखातला हासरा फोटो होता... मिश्या नसलेला. पुरुषत्वाची अंगावर खूण नसलेला सत्त्वहीन फोटो. तिनं त्याच्याकडं बघून डोक्यावर भणाभणा बुक्क्या मारून घेतल्या नि भगभगत्या उजेडात तोंड लपवून टिपं गाळू लागली.

८

शेवटचा खेळ करून फड पावसाळ्यानिमित्त परत फिरणार होता. ज्याचे त्याचे हिशेब झालेले. रकमा जायच्या दिवशी मिळणार होत्या. ज्याचा खर्च जास्त झाला त्याला कमी रक्कम मिळणार होती. दोन दिवसांत घराकडं जायचं म्हणून जो तो खुशीत होता. दुसऱ्याला मिळणारी रक्कम विचारून घेत होता. डोक्यात येईल ते मागचापुढचा विचार न करता बोलावं असं ज्याला त्याला वाटतेलं. मनं वर वर आलेली. जीव हलके हलके झालेले.

दुपारच्या झोपा काढून सगळ्यांनी चहा घेतला. चहा घेता घेता गुळावरच्या माश्यांसारखा सगळ्यांचा घोळका झाला. वाट्टेल त्या विषयावर घोंगावणं सुरू झालं.

इष्णू गंभीर झाला. खूप टिंगल्याटवाळ्या झाल्या तरी घुमाच राहिलेला. गेल्या सुगीत वसंताचं लग्न झाल्यापासनं त्याच्या डोक्यात आपल्या लग्नाविषयी विचार चालले होते. त्याच्या आईनं दोन-तीन ठिकाणंही हेरून ठेवली होती. त्याची चर्चा तो नाना, शंकर, किसना, म्हारुती, वसंता, दादू यांच्याबरोबर आलटून पालटून करीत असे. पण मधेच काहीतरी झालं नि तो या विषयावर महिनाभर काहीच बोलला नव्हता.

सकाळपासनं त्याच्या तोंडाला कोणताच शब्द फुटेना. रात्री गुणा, पांडबा नि नयना यांना एका जागी गाठून त्यानं फडाच्या खात्यातून दीडएक हजार रुपये लग्नासाठी मागितले होते. अलीकडं दादूशी त्याची संगत वाढलेली. त्याच्या वतीनं त्यानं नयनाजवळ पैशाविषयी बोलून ठेवलं होतं, म्हणून तिनं होकार भरला होता. पण गुणानं पैसे देण्याचं नाकारलं होतं. त्याला फडासाठी यंदाचा पावसाळा झाल्यावर बरीच खरेदी करायची होती. त्यासाठी ते लागणार होते. इष्णूबा तसा खर्चीक. गावाकडं नुसती आई नि दोन बारक्या बहिणी होत्या. तरी याची शिल्लक काही पडली नव्हती. वरचा खर्चही जास्त होत होता. दारू पिणं वाढलेलं. त्यामुळंही या वेळी त्याच्या हातात कमी रक्कम पडणार होती.

त्याचा उदास अबोला बघितल्यावर त्याला गमतीला आणावा म्हणून म्हारुती

म्हणाला, “इष्णूबा, आता लग्नाचं ह्या वर्सी तेवढं बघ की, कितींदी त्या हुणाऱ्या बायकूनं वाट बघत बसायचं?”

“बायकूला न्हवरा नि न्हवऱ्याला बायकू असून नुसतं भागतंय व्हय, म्हारुती?”

“दोघांचं लगीन झालं नि मग आणि काय लागतंय? हळूहळू हुयाचं ते हुतंय की.”

“येल-इस्तार वाढायचा त्यो वाढतूयच आपूआप. त्येची तू काळजी करू नगं.” वसबाचं स्पष्टीकरण.

“येल नि त्येचा इस्तार मागनं वाढतू रे. आदूगर येलावरचा भोपळा वाढतू. उलटी तऱ्हा असती वसबा संसाराच्या येलाची. आता कळाय पाहिजे तुला. वरीस झालं की तुझं लगीन होऊन.”

किसनाचं बोलणं ऐकून वसबा खुशीत आला नि खुदकन हसला. तरीही इष्णू गप्पच. तो खुलूनच येईना.”

“इष्णूबाचा येकचा एक डोळा गड्ड्यावरच हाय, किसना. म्हणून त्यो असा म्हैनंन म्हैनं घुमाय लागलाय. न्हाईतर लगीन करून कवाच मोकळा झाला असता.” नानानं त्याला धाडसानं डिवचलं.

“व्हय रे इष्ण्या?”

“एऽ, उगंच काय तरी बोलू नका रे. कारण नसतानाची बोंब उडायची.” त्याला तोंड फुटलं. “आईच्यान सांगतू, आपल्या मनात तसलं कायबी न्हाई. उगंच कावळ्यानं बळवंकीच्या नादाला लागू ने.”

“आरं, मग झालं तरी काय? कावळीण कुठं मिळतीया का न्हाई तुला? तसं असलं तर आम्हांस्नी सांग. आम्ही मांगोडं धुंडाळतावं.”

“तसं काय न्हाई बघ. बायका रग्गड भरल्यात. पर ह्यो बुरशाप्पा आड येतूय न्हवं?”

“कोण रे?”

“आणि कोण? तुमचा-आमचा म्होरक्या.”

“गुण्या?”

“तर आणि काय?”

“का बरं?”

“मला सांग, आता साताठ वर्सं झाली. फडाच्या नावावर चिक्कार पैसा बँकंत हाय. एकदीड हजार माझ्या अंगावर दिलं असतं तर मी काय बुडीवणार हाय का फड सोडून जाणार हाय? बरं बँकंत पैसा फडाच्याच नावाचा हाय न्हवं? समद्यांच्याच मालकीचा हाय त्यो. मग लगनाला म्हणून मला थोडं दिलं तर मी काय लगीन झाल्यावर बायलीला घेऊन पळून जाणार हाय?”

इतका वेळ गुमान नाकात बोटं घालत बसलेला दादू हळूच बोलला, ''गुण्याला अलीकडं पापिलारिटी बाधत चाललीया. लईच माणूसघाण्या हुईत चाललाय.''

''कसली पापिलारिटी? नाच्याच्या पापिलारिटीला काय इरं हाय व्हय त्या?'' इष्णूचा तिरस्कार.

''पर त्येला ते कळलं पाहिजे.''

''खरं म्हंजे इष्ण्याला न्याय मिळत न्हाई. नाच्याइतकीच सोंगाड्याला किंमत हाय. नाच्याच्या बरोबरीनं सोंगाड्याला पैसं दिला पाहिजे. म्हंबईकडं तर बाईबरूबर सोंगाड्याला पैसा असतू. तुला तर इष्ण्या, त्येनं दीड न्हवं तीन हजार रुपय बोनस म्हणून दिलं पाहिजेत. तुझा हक्क हाय त्यो.'' दादूनं बिडी तोंडात घातली नि पेटवली.

''मायला! पैसा नि मान मिळाय लागला की माणूस माजतू नि घरातच हागतू त्यो असा बघ. आमच्या हुन्नरीला काय किंमतच न्हाई. कितींदा सोसायचं हे?आपूण न्हाई फुडच्या वर्साला येणार. गेला तम्माशा उडत.''

किसनालाही तसंच काहीतरी वाटू लागलं. ''आपूणबी त्योच इचार कराय लागलूय. राजाचा पार्ट तरी काय कमी अवघड असतूय? पैलं ह्यो गुणा सोताच राजाचा पार्ट करणार हुता. तसं झालं असतं तर त्येनं आताच्या एवढाच पैसा घेटला असता, एक पैबी कमी केली नसती. मला मातूर समद्यांच्या बरूबरच वाटा. का म्हणून गा आपूण कामं करायची? आम्हीबी कलाकारच हाय.''

''तुम्ही नंदीबैलागत गप बसतासा भडव्या हो; म्हणून त्येचं चालतंय. समद्यांनी एकी केली पाहिजे. जातंय कुठं ते बुळं?'' दादूनं कडवट धुराचा खोल झुरका घेतला.

''रांडच्या हो, त्येनं वग लिवलं, जलमाचं वाटूळं करून नाच्याचं काम पत्करलं, म्हणून तर तुमच्या आमच्या उड्या चालत्यात. मरमर मरून वाचतंय नि वग लिवतंय. सोन्याची अंडी घालून तुम्हांस्नी देतंय; त्येला कापून खाता व्हय काडीव बेन्याच्यानू. ह्या दाद्याला काय ह्यातलं सत्तार कळणार हाय? कल आलं न्हाई तवर टामटूम कराय लागलंय.'' नाना तावला.

''ते खरं नानबा; पर एवढी घमेंड कशापायी?'' दादूचा सूर किंचित खाली आला.

''वग लिवतूय, नाच्या हाय, म्हणून काय असं घमेंडीनं वागायचं?'' किसना.

''हे मातूर खरं हं नाना. पैलंगत ह्यो असतूय आमच्यात? अगदी मॅनेजर सायबागत सोऽतंत्र.'' वसबा हसत हसत बोलला.

इष्ण्याला चेव आला. ''कायम इटाळशी बाईगत बाजूला. आम्ही कस्पाटं व्हय? आणि ह्यो उसाचा गड्डा.''

“नड पडली तर एखाद्या वक्ती फडातल्या माणसाला मदत कराय नगं? इष्ण्या म्हणतंय ते काय खोटं न्हाई. उगंच माणसानं घमेंडीत वागायचं म्हंजे...” म्हारुतीनं हळूच खालचा सूर धरला.

वसबालाही त्यात पुन्हा आपला सूर मिळवावा असं वाटलं. “हेबी थोडं खरं हाय हां. माझंच सांगतू. आता माझा काय मेन पार्ट नसतू. दुसरं कुणीबी माझं काम करंल. तरीबी मला चार दीस सवड दे म्हटलं तरी गडी रेड्यागत तुंबतूय नि बोलाय लागतूय.”

मगापासनं गप ऐकत बसलेल्या शंकरला वसबाची खोड माहीत होती. “हे बघ वसू, लगीन झाल्यापासनं तुझं तीन-चारदा गावाकडं जाणं झालं. तू गावाकडं जायला चटावलाईस हे काय त्येला कळत न्हाई? म्हणून तर तुझा बाऽ गुण्याला काय बोलत न्हाई.”

“आणि ह्या बुरशाची बायकू बाळत झाली तर कसा चाऽर दीस फड बंद करून जाऊन आला?”

“म्होरक्या हाय गा त्यो. त्येचं फायदंबी त्येला मिळत्यात. जबाबदारीबी तेवढीच असती.” नाना.

“आलेलं दीस त्येच्याच कर्तुकीनं आल्यात हे ध्येनात ठेवून वागावं माणसानं.”

“हंऽ! ह्यो शंकर बघा. कुतरं हाईस व्हय शंकरू त्येच्या दारातलं? तुला का फुकट वाटा देतूय व्हय त्यो?” इष्णू शंकरवर चिडला.

“खरं सांगायचं तर तुमचा म्होरक्या इष्ण्याच पाहिजे हुता. फडात सोंगाड्या ह्यो मधला खांब असतू.” दादूनं पुन्हा काडी घातली.

त्याच्या ह्या काडी लावण्यानं नाना आतल्या आत धुमसला. “एऽ माझ्या मधल्या खांबा, तरीबी तुझी नैनाबाई मग गुण्यावरच का मरती? इष्ण्याचा डोळा सोडला तर काय वंगाळ हाय व्हय त्यो? चांगला बिनलगनाचा हाय, सोंगाड्या हाय. मधला खांब हाय. गुण्या तर तुटलेला.”

“हे बघ नानबा, मला त्या भानगडीत वडू नगं. तिलाबी नाच्याच गॉड लागत असंल तर आपूण तरी काय करणार?”

“हॅं.”

“शंकरूला सगळं खोटंच वाटतंय.”

सगळीच फिशीफिशी हासू लागली.

इतर कुणी ऐकत नसल्याची खात्री करून घेतली नि दादू पुढं सरकला. गुणाच्या नि नयनाच्या अनेक काल्पनिक भानगडी सांगू लागला. सगळी नाकातोंडात पाणी जाईपर्यंत त्यात बुडू लागली. पांढऱ्याचं काळं करू लागली. चिखलात सरपटणाऱ्या गांडुळासारख्या जिभा वळवळू लागल्या.

पलीकडच्या पालात स्वस्थ होऊन गुणा वाचत पडलेला. 'शिवपुराणा'च्या वेगळ्या विश्वात निघून गेलेला. उशागतीचा नटराज धीर देणारा वरदहस्त तसाच त्याच्या डोक्यावर ठेवून वत्सल स्थिर नेत्रांनी पाहणारा... शेजारी सुटून तशीच पडलेली चंची नि तिच्या दोऱ्यात अडकलेला एकलकोंडा घुंगरू.

केसांना एका जागी गच्च धरून ठेवेल असा ठेवणीतला कोल्हापुरी पटका त्यानं काढला. धोतर नेसलं. पैलवानी सदरा अंगावर घातला नि चापूनचोपून वर पटका बांधला. बाहेर डोकावणारे केस आत ढकलले. तोंडात तीन पानांचा विडा कोंबला नि आपली तयारी केली. सगळ्यांच्या बरोबरच कोल्हापूरला परतणाऱ्या लॉरीत जाऊन बसला...नटराजाची मखमली पिशवी हळुवारपणे मांडीवर घेतली.

कोल्हापुराहून सकाळी पहिल्याच गाडीनं आला. कागलची बाकीची मंडळी एक दिवस कोल्हापुरात राहून जिवाची चैन करणार होती; पण तो पोरांच्या ओढीनं एकटाच पुढं आला.

मांगवाड्याकडं जाताना त्याच्याकडं माणसं बघत होती. सकाळी सकाळी डेअरीकडं आपली म्हैस पिळायला घेऊन जाणाऱ्या सुबरावाची नि त्याची गाठ पडली.

"काय गुण्या, कवा आलास?"

"हे न्हवं का आताच येतूय."

"त्याच तम्माशात हाईस न्हवं?"

"तर आणि कुठं जातूय?"

"बरं हाय?"

"झेकास हाय."

सुबराव हसला. "असणारच. तुझ्या मनाजोगं तुला काम मिळालंय."

"तसं म्हणा."

तो खाली मान घालून पुढं निघाला. सुबराव म्हशीला घेऊन चालला. त्याला वाटलं सुबरावाचं बोलणं दुहेरी आहे.

मांगवाड्याच्या कोपऱ्यावरनं पुढं चालला. परगावी नोकरीवर असलेल्या नि महिनाभर रजेवर आलेल्या शिंद्याच्या शंकरनं मोहित्याच्या तुकारामबरोबर बोलणं काढलं. "नाच्याचं काम करणारा फलक्या गुण्या नव्हं काय रं ह्यो?"

"तर आणि कोण? त्योच की. गावाकडं आलाय वाटतं?"

"वळखंना की रं ह्यो."

"कसा वळखंल? धोतर, पटका, कुडतं नेसून आलाय."

"आयला! पावण्याट हाय नि मग हे कशाला नेसतंय?"

दोघेजण त्याच्या पाठमोऱ्या मूर्तीकडं, चालीकडं बघत हसले. गुणाच्या डोक्यात इंगळ्यांचं पेव फुटलं. पण ऐकू आलंच नाही, असं दाखवून तो पुढं गेला. पाठीमागं वळून काही करता येणार नव्हतं... गावाच्या तोंडाला हात लावणार कोण? तशात हे वतनदार. आणि खरं सांगून तरी काय उपयोग? गंमत कराय त्यांस्नी काय तरी पाहिजेच असतंय. तोंडानं हगत्यात हगू द्यात तिकडं.

मांगवाड्याच्या रस्त्यानं घरच्या बोळाकडं तो वळला नि माया त्याला बघून धावत आली. ''बाऽबा.'' तिनं त्याच्या पायाला मिठी मारली. ''चल, चल.'' त्यानं तिच्या डोईवरनं हात फिरवला. हळूच ओठावर मिश्यांचा झुपका फुटल्याचा त्याला आनंद झाला. तिच्याबरोबर चालू लागला. घर जवळ आल्यावर माया पुढं पळाली.

''आई, बाबा आला, बाबा आला.'' तिनं आईला जाहीर करून सांगितलं.

चूल पेटवून दारकी चहा करण्याच्या तयारीत होती. तिच्याकडं त्यानं डोळे भरून पाहिलं. तिचा चेहरा ओढलेला जाणवला. ''पाणी ठिवू आंघुळीला का च्याला ठिवू आदूगर?''

''थोडा च्या कर आदूगर.'' त्यानं पटका काढून खुंटीला अडकवला. इकडंतिकडं बघत पाट्याला टेकून बसला.

''हितला माझा फोटू गं?'' भिंतीकडं बघता बघता त्यानं विचारलं.

''काढून ठीवलाय ऐतवारी.''

''का?''

''त्येचा वरचा बंद तुटलाय.'' तिनं काहीतरी कारण सांगितलं.

आणलेल्या दोन्ही मोठ्या पिसवाटांबरोबर झोंबून माया त्यांच्यात डोकावून बघत होती. मखमली पिशवी त्यानं हळूच बाजूला ठेवली.

''बाबा, मला काय आणलं?'' तिनं विचारलं.

तिला जवळ घेऊन तिच्या कानात त्यानं काहीतरी सांगितलं. दया सकाळची भांडी दारात घासत होती. मायाला नि दयाला न्याहाळता न्याहाळता, झोपलेल्या रंजाकडं बघता बघता त्याचा जीव थंड झाला.

राजा परसाकडंला बाहेर गेला होता तो आला. बाबाला बघून तो हरखला. जवळ जाऊन बसला. डोक्याला फडक्याची धांदोटी बांधली होती.

''काय लागलं रं कपाळाला?''

''त्या बेन्या पर्ल्यानं मारलं.''

''कुठला पर्ल्या?''

''ते रानूचं कडू. त्येच्या आईनं आईलाबी मारलं.''

''व्हय गं?''

''हंऽ!'' ती नुसती घुमली.

“भांडलीस?”

“मी कशाला भांडू? मला कुठं खाज हाय भांडायची? ती रांडच डुकरिणीगत धावून आली.”

“पर कशापायी हे? झालं काय?” तो मूळ विचारू लागला.

राजा तावातावानं सांगू लागला, “तुला पर्ल्या *फलकं* म्हणालं; म्हणून मी ठोकलं.”

“गटारीत घालून तुडवू ने हुतास का त्येला? मेलं असतं तर उद्या बघिटलं असतं.” गुणाची तळपायाची आग मस्तकात शिरली. तो सगळ्या मांगवाड्याचाच उद्धार करू लागला. त्याला ठाऊक होतं की आपल्यामागं मांगवाडा काय बोलतोय.

चार दिवस गेले नि राजाच्या जखमेत पू झाला. सकाळी सकाळी उठून गुणा त्याला घेऊन दवाखान्यात गेला. जखमेचा निचरा करून घेऊन परत आला.

पर्ल्या दारात पोरांबरोबर खेळंत होतं. त्याला बघून त्याची जळफळ झाली.

“व्हय रे ऽ ए ऽ काडीव बेन्याच्या, का मारलास ह्येला दगूड? कसं काढलं हुतं तुला?

पर्ल्या पळालं नि दारात उभं राहून त्याला तोंड देऊ लागलं. गुणाला संताप आवरेना. तो धावून गेला. पर्ल्याची आई पुन्हा बाहेर आली नि पुन्हा तोंडाला तोंड लागलं. पुन्हा त्याच्या फलकेपणाचा उद्धार झाला. त्याची पोरंच कशी कडूची आहेत आणि म्हणून ती मांगोडाभर सगळ्या पोरांशी कशी भांडतात, हे दाखवून दिलं. दारकीकडं सगळं गाव कसं येतं याची खरीखोटी यादी वाचली. सगळा मांगवाडा तिनं पुन्हा जमवला नि तोंड करू लागली.

“ए गुणबा, कशाला उगंच बायकांच्या तोंडाला लागतूस? गऽप जा की घराकडं. आलाईस तसा सुखानं चार दीस भाकरी खा जा.” म्हणून कुणीतरी त्याला घराकडं चालवलं. दारकीही कमरेवर हात ठेवून आली होती. तिलाही परत फिरवलं.

आपणाला सगळे फलकाच समजतात याचा त्याच्या मनावर खूप ताण आला. चारआठ दिवस तो घराच्या बाहेरच पडला नाही. दाढी खूप वाढलेली. ओठावरचे केस मोठ्या काळ्या सुरवंटासारखे वाढलेले. आरशात बघता बघता त्याला वाटलं, आता पावसाळा दोनतीन महिने हटत नाही; आपण मिश्या ठेवाव्यात. डोईवरचे केस कमी करून पुरुषासारखी अल्पीन करावी... त्याला गंमत वाटली.

न्हाव्याच्या दुकानात गेला. केस कमी करून, दातरी मिश्या ठेवून आला. रस्त्यानं येताना त्याला आपल्या जुन्या फिरण्याची, जुन्या रूपाची आठवण होऊ लागली. आठवण होता होता तो आपल्या जुन्या रूपाशी एकरूप होऊन गेला. दूर गेलेल्या त्या पुरुषी रूपात चालू लागला.

घरात आला. घरात एक जुनं दर्पण होतं. त्या दर्पणात पाहिलं नि त्याला आपलंच साताठ वर्षांपूर्वीचं जुनं रूप दिसू लागलं. मळ्यात राबणारं, रापलेल्या चेहऱ्याचं. ओठावर मिश्या असलेलं. फोटो काढून ठेवल्यागत दिसणारं रूप. तो जरा घोगरा, मोठा आवाज काढून बोलू लागला. सैल पुरुषी, पैलवानी चालू लागला. गप्पा मारू लागला.

तो आल्यापासनं दारकीच्या मनात एक गोष्ट सारखी वळवळत होती. सांगावी का नको याचा ती खूप विचार करत होती. त्या सगळ्या गोष्टींना गुणाच जबाबदार आहे म्हणून त्याला मनोमन दोष देत होती, तरी त्याला सांगण्याचे तिला धाडस होईना. संकोच, कुवत, लज्जा आड येत होती. सांगण्यातले नि न सांगण्यातले धोकेही दिसत होते. द्विधा अवस्थेत असतानाच गुणा तिला म्हणाला, "जरा मालकाच्या मळ्याकडं जाऊन येतू गं. शिर्पतरावबी गाठं पडंल नि थोडं माळवं-दुळवंबी मिळंल."

"नगा जाऊ त्या मळ्याकडं."

"का? भांडणं केलीस काय?"

"न्हाई."

"मग?"

"तुमच्या त्या शिर्पतरावाची नजर न्हाई चांगली."

"काय म्हणतीस? मला काय ठावं न्हाई काय त्यो?"

"तुम्हांस्नी काय ठावं हाय ह्या दुनियेतलं अजून? कनातीच्या आत तुमचं जग. दुनिया सैरभैर पसरलीया धाई दिशांनी." ती भळभळत चालली.

गुणानं समजूतदारपणानं आवर घातला.

"तुझ्या अंगावर हात टाकला का त्येनं?"

"हात काय टाकतूय त्यो? खुरप्यानं फाडला असता त्येचा घड."

"मग केलं तरी काय त्येनं?"

"काय न्हाई. त्येची नजर चांगली न्हाई."

"आगं, उगंचच कसं म्हणतीस तू? काय झालं नीट सांग तरी मला."

"रोज रातचं येऊन हितं बसत हुता. धा धा वाजूपतोर उठत न्हवता."

"आपूण सावध व्हायाचं. एखाद्या वक्ती दोस्ताचं घर म्हणून बसत नसंल कशावरनं? मीच त्येला घराकडं ध्यान ठेवाय सांगिटलं हुतं. आपलं घर म्हणून येत असंल."

"ते तुम्हांस्नी वाटतं तसं. बायकांस्नी बापयाची नजर बरुब्बर कळती. तुम्ही जाऊ नका म्हंजे झालं त्येच्याकडं. त्यो आता आपल्याकडं येतबी न्हाई नि बोलतबी न्हाई. मग उगंच बसलेल्या गोमाशा उठवायच्या कशाला?"

त्यानं आणखी काही झालं का म्हणून पुन्हा खोदून खोदून विचारलं तरी तिनं स्पष्ट काही सांगितलं नाही. जरूर तेवढं सांगून डोहासारखी गप्प बसली. तिला ठाऊक होतं की तो गावचा मगदूम आहे. त्याच्यासमोर आपला नवरा पालापातेऱ्यासारखा. सांगिटलं तर नुसत्या दु:खाचा वाटेकरी होईल. हातनं काही होणार नाही.

दुपारची झोप झाली की तो विराटपर्व घेऊन पुन्हा पुन्हा बसत होता. पानं चाळता चाळता वाचून पुन्हा थांबत होता. विचार करत होता. स्त्रीवेषधारी अर्जुनाशी एकरूप होऊन जात होता. उत्तरेची नृत्यशाळा आणि स्त्रीवेषधारी अर्जुन, उत्तराचा रणांगणावरचा प्रसंग आणि स्त्रीवेषधारी अर्जुन त्याच्या वीरत्वाला, पुरुषत्वाला आवाहन करतो तो प्रसंग, यात तो रमत होता. त्यांचे संवाद कानांनी ऐकत होता. असं नाही बोललं पाहिजे म्हणून पात्रांना सांगत होता. तेवढंच लिहून काढत होता... सगळं युद्ध संपल्यावर अर्जुनाचा खरा पुरुषी अवतार बाहेर पडणार, विराटनगरीत येण्यापूर्वी पुरुषरूपधारी अर्जुन स्त्रीरूप घेणार. या प्रसंगी साजेल असा पुरुषी अभिनय, अर्जुनासारख्या पराक्रमी पुरुषाचा डौल, राजपुरुषाचा रुबाब, वीरश्रीचा अभिनय आपण उत्तम करणार. स्त्रीच्या अभिनयाइतकाच पुरुषाचा अभिनयही आपण उत्तम करू शकतो, हे दाखवण्याला हेच प्रसंग आहेत...मनोमन तो प्रसंग हेरत होता. त्यांनी आनंदत होता.

धुंदीत पावसाळा चाललेला. या पावसाळ्याला वग पूर्ण करून टाकणं जरूर होतं. अडीच-तीन वर्षांत त्याच्या हातून नवा वग लिहून झाला नव्हता.

दिवस संपत आले नि दारकी अस्वस्थ होत चालली. एकटेपणाचा, लोकांच्या अफवांचा भुंगा तिच्या मनाला पुन्हा पोखरू लागला.

जायचे आठ दिवस राहिल्यावर पुन्हा विषयाला तोंड फुटले. जेवणं झाली नि बसल्या बसल्या ती बोलू लागली.

"कायबी झालं तरी आता ह्यो धंदा बंद करावा असं मला वाटतंय. तरच माझ्या मागचा वाळला रख जाईल बघा."

"असं का करतीस?आगं, धंदा बंद करून आता खायाचं काय?"

"भीक मागून खाऊ. पर असं गावानं बोललेलं मला न्हाई आता सोसायचं."

"गाव हाय छप्पन टिकल्यांचं. शंभर तोंडांनी बोलतंय."

"ह्यो धंदा सोडला म्हंजे कशाला बोलंल?"

"खुळी हाईस तू. मांगोड्याच्या डोळ्यांत आपलं सुख, आपलं घर खुपतंय, म्हणून ते बोलत्यात. एक तरी खरं हाय का त्यातलं?"

"खरं असू न्हाई तर खोटं असू; सगळ्या गावभर अब्रूचं खोबरं झालंय. तोंड वर करून जायाला हुईना झालंय."

"तुझ्या मनाचं खेळ हाईत हे. मांगोडा किती बाराबिंदांचा हाय ह्यो? असंच बोलणार, गमज्या कराय मिळत्यात म्हणून गावबी असंच बोलणार."

"कशाला एवढं रोज रातचं माझ्या जिवाला इंगळ्या डसायला? तुम्ही जातासा गावं हिंडत; माझ्या जिवाचा पापूड हुतूय हितं रक्शावरचा."

"उगंच वैतागू नगं. असं वैतागून इचार केला तर वाटूळं हुयाला तासबी लागणार न्हाई."

"झालं तर झालं; काय मराण येत न्हाई काय न्हाई. मांगाचा तर जलम हाय."

"तुझं तू करशील; पोराबाळांचं काय? का तीबी उकिरड्यावरचं कोळसं गोळा करत, शेंबूड वडत हिंडू देत?"

"काय असंल त्येंच्या नशिबात ते हुईल. मांगोड्यातली बाकीची पोरं काय मरत्यात? जगत्यातच न्हवं?

"ह्या हितंच ऱ्हा जलमभर, ह्यातनं बाहीर पडायचं काय बघू नगं. समदं गाव आपला उद्धार करून घ्याय लागलंय, सरकारी फायदं उचलाय लागलंय. तू ऱ्हा हितंच."

"अब्रू येशीवर टांगून मला काय करायचं हाईत बाकीचं फायदं? बाईमाणसाच्या एकट्या जिवाला मागं काय वाटत असंल ह्येचा जरा इचार करा. पोरं गळ्यात घेऊन एकटीला रात काढतानं चारी बाजूनं लांडगं आल्यागत हुतंय मला."

"जरा जिवाचा धडा करायचा. राजा हाय, शेजारीपाजारी वस्ती हाय. हाक मारली तर कुणीबी येईल मदतीला...तुला अखिरचं सांगतु; न्हवरा मेलाय असं समजायचं नि निधड्या छातीच्या बाईगत वागायचं."

त्याच्या या बोलण्यानं ती चिडली. "बरं झालं असतं मेला असतासा तर. जिवाचं कडासनं तरी गेलं असतं. कुठंतरी बाऽकडं तरी जाऊन ऱ्हायली असती न्हवरा मेला म्हणून. आता असून खुळंबा नि नसून घात..." अनावर होऊन तिनं तोंड सोडलं. वाट्टेल ते बोलू लागली. त्याच्या नाचेपणावर घसरली.

गुणाचं रक्त चढलं. "तुला तसंच समजायचं असंल तर खुश्शाल मेला म्हणून समज नि जा गळ्यातलं डोरलं तोडून बाऽकडं... इच्या भणं! समजून सांगलं तसं लईच साँग करतंय. गुमान कुत्र्यागत पडून सुखाची आयती भाकरी खायची असंल तर खा; न्हाईतर जा. उगंच जायच्या वक्ताला माझ्या जिवाला रखरख लावत जाऊ नगं."

पटका बांधून तो तनतनत बाहेर पडला. ती कपाळाला हात लावून रिकाम्या दाराकडं बघत बसली.

गावाबाहेर अर्ध्याएक मैलावर आंबराईत महादेवाचं पडकं देऊळ होतं. तिथं

जाऊन तो समोरच्या बेलाच्या झाडाबुडी वाचत पडला. आत दारकीचे शब्द घोंगावत होते. वाचनात मन गुंतेना. उदासवाणं वाटू लागलं. मुका ग्रंथ नकळत मिटला.

पलीकडच्या चिंचेच्या झाडावर पांढऱ्याफेक बळवंक्या समजूतदारपणानं कुणाची तर वाट बघत होत्या. झाडाच्या काळजात कुकूकोंबडा धुकधुक घालत होता...आसपास कुणीच नाही. महादेवाचं एकटं ओसाड गूढ देऊळ आणि पसरलेली हिरवी भुई.

तो उठून महादेवाकडं गेला. दारातनं आत बघितलं. काळ्या पाषाणाचा थंडगार अंधार. अंधाराचीच झालेली काळीभोर पिंड. त्या काळ्यागार पिंडीवर कपाळ ठेवून शंभोऽ म्हणून तो घुमला...फक्त दगडांना ऐकू जाणारा एकाकी आवाज.

बाहेर येता येता त्याचं नंदीकडं लक्ष गेलं. त्या पिंडीतनं आता आपला धनी उगवेल म्हणून टक लावून भक्तीनं तो वाट बघत बसलेला. त्याला वाटलं ह्या नंदीनं आपली हाक ऐकली; म्हणूनच यानं मान वर केलीय. त्यानं त्याच्या अंगावरनं हात फिरवला...'भाग्याचा हाईस बाबा. घरदार, संसार सोडून देवांचा देव पाठीवरनं व्हाऊन न्हेतूस.'

मन हलल्यागत झालं नि कसलं तरी बळ आलं. त्यानं मूठभर हिरवीगार बेलाची पानं खुडली नि ती नंदीच्या डोक्यावर वाहिली. परत जाऊन झाडाला पाठ लावून तो ताठ बसला नि ग्रंथ उघडून पुन्हा मन लावून वाचू लागला.

✸

९

ೞೢ

फडाला स्वत:ची गाडी नव्हती. भाड्याच्या लॉरीनं दौरा करावा लागत होता. पंचवीसभर माणसं बसतील अशी जुनी गाडी या वर्षी स्वस्तात मिळाली. एक जुनाट तंबूही मिळाला. ठिगळं लावून तो दुरुस्त करून घेतला. कोल्हापूरच्या उद्यमनगरातनं गाडीला नवं रूप देऊन आणलं. तिच्यावर फडाचं नाव लिहून घेतलं. डफ-ढोलकीला नवी चामडी बसवली. आतापर्यंत एकच पायपेटी होती तिच्या जोडीला दुसरी नवी घेतली. साताठ वर्षं फडाच्या नावे पडलेली शिल्लक जवळजवळ संपली. ठरवूनच संपवली. फडाला नवी कळा आली. सगळ्यांचा उत्साह दुणावला. नव्या गाडीचं जेवण घातलं. डफ-ढोलकीची नि गाडीची पूजा करून फड दौऱ्यासाठी बाहेर पडला.

पाऊसपाणी चांगलं होऊन पिकं सोळा आणे आली होती. दिवाळी झाली नि कार्यक्रमांना जोर आला. जत्रा सुरू झाल्या. अनेक गावांची बोलावणी येऊ लागली. जत्रेच्या सुपाऱ्या देऊन, तमाशा ठरवून मंडळी जाऊ लागली. एक-एका दिवशीच्या दोन-दोन, तीन-तीन सुपाऱ्या येऊ लागल्या. तारखा जमवणं अशक्य होऊ लागलं. गोडीगुलाबीनं बोलून तारखेला तारीख जोडून पांडबा कार्यक्रम देऊ लागला. दोन जत्रांच्या मध्ये फुरसदीचा दिवसही शिल्लक ठेवता येईनासा झाला. चार पैसे मिळवायचे तेच दिवस. दोन जत्रांच्या गावी अंतर जास्त असेल तर सगळ्यांची तारांबळ उडू लागली. फडकरी मंडळींना तमाशा झाल्याबरोबर कनाती, स्टेज, पालं, बाकीचं सामान लगेच बांधून लॉरीत घालावं लागू लागलं. थकवा जास्त येऊ लागला. जागरणामुळं झोप येऊ लागली तरी ती मिळेनाशी झाली. झोप आली तरी प्रवासात लॉरीत पडून राहण्यानं ती नीटशी मिळत नव्हती. डोळे तांबारू लागले. वैताग आल्यागत होऊ लागलं. मिळेल तिथं गावठी दारू पिण्याचं प्रमाण वाढू लागलं. त्यामुळं फडातल्या फडात सारखी बाचाबाची होऊ लागली.

धामुड्या पाव्हण्याची दादूबद्दल तक्रार होती ती वाढली. गाण्यालावण्याच्या वेळी मोक्याच्या जागांना दादू ढोलकी वाजवतो, धामुड्याला बंद करायला सांगतो; धामुड्यानं बंद केली नाही तर आपली ढोलकी दिमाखात वाजवीत पुढं सरकतो,

नयना मग धामुड्याला ढोलकी बंद करायला सांगते; दादू शिस्तीनं वागत नाही;- अशी धामुड्याची तक्रार. या भांडणात एकदा स्टेजमागंच दादूच्या डोसक्यात ढोलकी घातलेली. दादूनं धामुड्याच्या डोक्यात पडलेला धोंडा मारलेला. मेकपवाला सत्तू आपणाला राजाचा मेकप चांगला करत नाही म्हणून किसना चिडलेला. मग तो स्वत:च स्वत:चा मेकप करू लागलेला.

या सर्वांत गुणाची कुचंबणा होत होती. वग चांगला कसा होईल; खेळाच्या वेळी गाणी, लावणी-नाचणं, वाजवणं उत्तम कसं होईल, याकडं त्याचं लक्ष होतं आणि त्याकडं मनापासनं इतर कुणाचं लक्ष नव्हतं. सरावानं जो तो कामं करून मोकळा होत होता. या गडबडीत नव्या वगाच्या तालमींकडं कुणाचंच ध्यान नव्हतं. जो तो आपआपल्या रागालोभात, पैशात, मानअपमानात मशगूल झालेला. पावसाळ्यात बृहन्नडेचा वग पूर्ण झाला होता. तो बसवायचं चाललेलं. दौरा सुरू झाल्यापासनं त्याच्या तालमी सुरू होत्याच. या सुगीतच तो बाहेर काढायची जिद्द गुणानं बांधलेली.

शिंदेवाडीच्या जत्रेत कार्यक्रम होता. आजचा दुसरा दिवस. काल रात्रीचा खेळ चिक्कार गर्दीत झालेला. लोक खूश होऊन आज दुप्पट गर्दी करणार अशी चिन्हं दिसत होती.

रात्री आठच्या सुमाराला कुडचीचे माने दोनचार माणसांबरोबर तंबूत घुसले. तंबूत एका बाजूला आरशासमोर केस सोडून पोरी नुकत्याच बसलेल्या. रात्रीच्या खेळाची तयारी करण्याच्या बेतात होत्या. त्यांना तिकीटविक्रीच्या टेबलाजवळ जाऊन थोडा वेळ बसावंही लागणार होतं.

बाजल्यावर नुकतंच पान खाऊन यमुनाबाई टेकलेली. ती एकदम सावरून बसली.

"रामराम बाई." मानेसाहेबांनी यमुनाबाईला नमस्कार केला.

"रामराम. बसा असं." ती बाजल्यावरनं उठली.

"बापयमाणसं कुणी दिसत न्हाईत?"

"ह्यो बाईमाणसांचा तंबू हाय. पलीकडच्या पालात बापयमाणसं हाईत."

"असं व्हय? म्हंजे आमचं चुकलं." क्षणभर ते थांबले नि तसेच उभे राहून नयना-शोभनांकडं बघू लागले. दोघींच्याही ते लक्षात आलं. एकमेकींकडं बघून त्या हसल्या. पण दृष्टी बहिरी-ससाण्यागत रोखूनच राहिली. मग मात्र त्या अस्वस्थ झाल्या. किंचित पाठमोऱ्या होऊन आरशात बघू लागल्या.

"नाचणाऱ्या पोरी काय ह्या?"

"हांऽ जी."

"बरं बरं. काय नावं ह्यांची?"

"ही नैना नि ही सोभना. ही दुर्पा नि ही सुंदरा."

पोरींनी तिकडं पाहिलंच नाही. मानेसाहेब जरा हिरमुसले. बोलले, "आम्ही सोता कार्येक्रम ठरवायला आलो हुतो. रातचा तुमचा खेळ आम्हांला फसकल्लास वाटला." मोकळ्या बाजेवर बसत ते बोलले. बाकीच्या तिन्ही मंडळींपैकी एकजण त्याच बाजेवर बसला नि दोघे भालदारासारखे बाजूला उभे राहिले.

"मॅनेजर ते समदं पलीकडच्या पालात हाईत." यमुनाबाई.

"मग बलवा की त्यांस्नी हिकडंच. बलीव रे पातरे."

पातरे नावाचा काळा कुळकुळीत, आडवा-उभा सुटलेला तरुण झुलतझुलत बाहेर गेला.

पांडबा, गुणा नि दादू आले. सगळ्यांनी मानेसाहेबांना नमस्कार केला.

"हे कुडचीचे कार्यकर्ते जयसिंगराव माने." शेजारी बसलेल्या व्यक्तीनं मानेसाहेबांची ओळख सर्वांना करून दिली. सर्वांच्या चेहऱ्यांवर पुढाऱ्यासमोर करायचं हास्य सवयीनं उमटलं.

"ह्यांतलं मॅनेजर कोण?"

"जी मी." पांडबानं दोन्ही हात जोडले. "मॅनेजर कसला? कुणी तरी आपलं काम बघायचं म्हणून बघतूय झालं. तसं समद्यांच्या इचारानंच चाललेलं असतंय."

"सहकाराचं जग हाये. असंच चाललं पाहिजे."

मानेसाहेबांनी काहीतरी विनोद केला असं समजून बरोबरीच्या तिघा जणांनी तोंडं भरून हसं उधळलं. त्यामुळं इतरांनाही हसावं लागलं. मानेसाहेबांचा एक डोळा नयना-शोभनांवर सतत स्थिर होता. त्या कपाळांवर आठ्या घालून वेण्या घालत होत्या.

मानेसाहेबांनी शेजारी बसलेल्या सपकाळांना खूण केली नि सपकाळ बोलू लागले. "मंडळी, बाळासाहेब म्हंजे मानेसाहेबांचे नंबर दोनचे चिरंजीव, त्यांचं लगीन सात तारखेला हाये. कुडचीला समद्या जिल्ह्यातली कार्यकर्ती मंडळी येणार हायेत. तेव्हा दुसऱ्या दिवशी तुमचा तम्माशा तिथं व्हावा अशी इच्छा हाये. म्हणून सुपारी द्यायला आम्ही आलोय."

"सात तारखेला लगनं?"

"हां म्हंजे फुडच्या शुक्करवारी. शनवारी तुमचा कार्येक्रम."

"कसं जमणार हो? त्या दिशी दुसरीकडं कार्येक्रम ठरलाय." कालच कोपरवाडीची सुपारी स्वीकारली होती.

"साहेबांच्या मुलग्याचं लगन हाये. तेव्हा तो कॅन्सल करा. मोठीमोठी मंडळी आपले कार्येक्रम कॅन्सल करून येणार हाईत." सपकाळांनी सहजपणे सुचवलं.

"ते खरं; पर कार्येक्रम जत्रंतला हाय. आदूगरच आठधा दीस झालं ठरलाय."

पांडबानं ठोकून दिलं.

"जत्रेतलाच हाये न्हवं! मग तुमचा न्हाई दुसऱ्या कुणाचा असेलच की."

"तसं न्हाई. गावकरी मंडळी येऊन सुपारी देऊन गेल्यात. दोनतीन दिसांची जत्रा. तिच्यात आमचाच तेवढा तम्माशा. गावकरी मंडळी काय म्हणतील आम्हांस्नी?"

"कोणच्या गावची जत्रा ही?" डोळ्याची भिवई वर करत मानेसाहेब बोलले.

"कोपरवाडीची. तिथलं मोरेसाहेब सोता येऊन सस्कार, सुपारी देऊन गेल्यात."

"मोरे? मानेसाहेबांची दुसरीही भिवई उचलली. सपकाळही त्यांच्याकडं बघू लागले.

"हां! तेबी तिथलं कार्यकर्ते हाईत."

"माहिती हायेत आम्हांला. तुम्ही असं करा; एक माणूस आजच्या आज धाडून त्यांची सुपारी परत पाठवून द्या. त्यांना सांगा, कुडचीच्या लोकांनी मानेसाहेबांच्या घरातल्या लग्नासाठी तम्माशा ठरवलाय. ते न्हाई म्हणायचं न्हाईत. - काय यमुनाबाई? चालंल का न्हाई?"

"आता मी काय सांगणार?" त्या संकोचल्या.

क्षणभर कुणीच काही बोललं नाही.

"तुमच्या पोरींस्नी इचारा."

तरी स्तब्धता.

कुणीच काही बोलत नाही असं बघून त्यांनी मुलींना विचारलं, "तुम्ही येशीला न्हवं? तुम्हांला फक्कडपैकी एक-एक आहेर करणार हाये."

पोरी काहीच बोलल्या नाहीत. त्यांच्या कपाळांवर जास्त आठ्या पडल्या. गुणाच्या ते ध्यानात आलं. तो गुदमरल्यागत गप्प बसला.

"काय मॅनेजर पांडबा, काय म्हणणं हाये तुमचं?"

"आता काऽऽय..." तो कुचंबू लागला.

रंग बघून गुणाला तोंड फुटलं. तोंडातलं पान बाहेर जाऊन थुंकून येऊन तो बोलू लागला. "त्येचं काय हाय मालक, तुम्ही म्हणतासा तसंबी करता आलं असतं. पर आम्ही धंदेवाली माणसं. आम्हांस्नी धंद्याला चोख ऱ्हावं लागतं. एकदा घेटलेली सुपारी परत करणं न्ह्यातीत बसत न्हाई आमच्या. आमच्यावर फुडं इस्वास कोण ठेवणार मग?"

"मानेसाहेबांच्यासाठी ही गोष्ट करायची." सपकाळांची सूचना.

"करायला आम्हांस्नी बरं वाटलं असतं. पर आमचं हातपाय बांधलेलं हाईत. म्हणून अडचण हाय." गुणा.

"हे बघा, हातपाय आमच्यासाठी ढिलं करा. वाटलंच तर कोपरवाडीच्या जत्रंचं पैसं आम्ही देतो आणि आमच्या कार्येक्रमाचं न्यारं देतो; पर शनवारी फड गावात

पडला पाहिजे.'' मानेसाहेब जरा करड्या, जरा समजुतीच्या, जरा दमाच्या, जरा हुकमाच्या भाषेत बोलले.

चार स्पेशल चहा बाहेरून बोलावला होता. तो मंडळींना देण्यात आला.

दादू हिशेब करून सहज बोलल्यागत बोलला, ''पैसं दुप्पट मिळत असतील तर कोपरवाडीवाल्यांस्नी काय तरी सांगावं. वाटलंच तर गाडी मधीच बंद पडली म्हणून बोलावं. म्हंजे कटकट न्हाई.''

नयना डोळे वटारून दादूकडं बघू लागली. तिच्या मनात कुडचीवाल्यांची सुपारी घ्यायचं दिसत नव्हतं.

''दादू, तू कशाला मधी तोंड घालतूस? गुणा नि मॅनेजर काय ते बघून घेऊ देत.''

''तसं कसं? सगळ्याच्या मतावर फड चालत असेल तर ह्या माणसाच्या म्हणण्याचाबी इचार केला पाहिजे. नि ह्याचा हिशेब काय चुकीचा न्हाई. एका कार्येक्रमात दोन कार्येक्रमांचे पैसे मिळत्यात.'' सपकाळ.

''असं कसं करता येईल आम्हांस्नी साहेब? गाडी बंद पडली म्हणून जरी सांगिटलं तरी कुडचीत तम्माशा झाल्यावर कळलंच की.'' नयना वेण्यांवर फुलं घालून झाल्यावर मागं वळून बोलली.

सगळ्यांचं म्हणणं काय आहे हे मानेसाहेबांच्या लक्षात आलं. ''आमचा ह्यो अपमान हाये.''

तमासगीर मंडळी गडबडून गेली. प्रसंग ओळखून दादू नयनाजवळ गेला नि तिला खालच्या आवाजात बोलू लागला. ''माणूस मोठा दिसतूय. उगंच कशाला मोडता घालतासा? दुप्पट पैसा मिळतूय.''

''तू मधी पडू नगं.'' ती डोळे वटारून बोलली.

''चला, सपकाळ. आता पाय धरलं तरी आम्हांला कार्येक्रम नको. छप्पन तम्माशे भरले हायेत. रशिकतेनं आम्ही ह्यांस्नी इचारायला आलो. दीड दमडीचा ह्येंचा तम्माशा; पर आमची किंमत कळली न्हाई. इनंती केली की ह्यांस्नी माज चढतो. आता माझ्या रशिकतेची ओळख ह्यांस्नी लवकरच पटेल. चला.'' चौघेही बाहेर पडले.

''धनी. आमच्याकडनं काय चुकलं असलं तर माफी असावी.'' पांडबा अजिजीच्या सुरात त्यांच्याबरोबर जात हात जोडून बोलला, ''तुमचा अपमान करायची आमची हिंमत न्हाई. अपमान कसला मानता?''

''अपमान न्हवं तर अपमानाचा बाप काय ह्यो? कोपरवाडीचा तीन पैशाचा मोरे; त्याला मानता? त्याचं कार्ये काय, माझं कार्ये काय, ठाऊक हाये तुम्हांला? - चला सपकाळ.''

जीप घर्रर्र करून सुरू झाली नि पांडबा कोटाच्या खिशांत हात घालून परत आला.

तसंच दडपून ठेवलेलं चहाचं आधण पुन्हा उसळलं नि मंडळी चहा घेता घेता बोलू लागली. सगळ्यांत नयनाबाईनं दादूवर तोंड सोडलं. गुणा, पांडबा मुकाट बसले होते. मानेसाहेब रागवून गेले हे काही बरं झालं नाही असं प्रत्येकाला वाटत होतं; पण नयना बेफिकीर होती. त्याच्या गावात तमाशाबरोबर आणखी काय काय करावं लागलं असतं याची काळी चित्रं तिच्या मनात उगवत, मावळत होती. "झालं ते ठीक झालं; त्या माणसाच्या गावात कवा खेळच करायला मिळणार न्हाई, एवढंच हुईल. काय कळतंय ह्यांस्नी तम्माशातलं; ह्येंची मस्ती नुस्ती पैशाच्या जोरावर चाललेली असती." असं म्हणून तिनं सगळ्यांना चहा पिऊन कामाला लागायला सांगितलं. तिचं वागणं गुणाला मनोमन बरोबर वाटलं. चहा पिऊन तो मुकाटपणे परत फिरला. तो तसा गेलेला बघून नयना काळवंडली. आताशा तो जाता-येता तिच्याकडं पूर्वीसारख्या उत्कट डोळ्यांनी पाहतसुद्धा नसे. तिचं सुख त्यामुळं कमी झालेलं. कामापुरताच दोन शब्द थोडक्यात बोलून निघून जाई. तो तसाच बाहेर पडलेला बघून ती उसासली नि आरशातल्या आपल्या प्रतिबिंबाकडं चिंतेनं बघू लागली.

✺

१०

दारकीला कळून चुकलं की गुणा काही तमाशा सोडत नाही नि आपल्या नशिबाचं एकटं जगणं संपत नाही. तिचं मन दूर जाऊ लागलं. उदासून ती मुलांना सांभाळत नि येणाऱ्या दिवस-रात्रीला तोंड देत जगू लागली.

हळूहळू दूध कमी देऊ लागलेली शेळी एक एक दिवस मुळीच देईनाशी झाली. घरातच बांधून घातल्यामुळं देत नसेल असं वाटून दुपारची उन्हं कलल्यावर गावंदरीजवळच्या गोड्या मळ्याच्या ओढ्याला नेऊन तासभर चारून आणू लागली. तिच्या मनाला तेवढाच विरंगुळा मिळू लागला. उसाकडेनं भरपूर चारा. सावलीला तासभर बसली की शेळी तदम होऊन जायची. मग ती दोन वेळचा चहा रंगायपुरतं दूध द्यायची. हातपाय मोकळे झाल्यासारखे होत. सांजकरून पोरं शाळेतून यायच्या वेळी दोघी परत येत.

त्या दिवशी उसाकडेला खाली बघून शेळी चारत बसलेली. सहज मळ्याकडं फेरी मारायला आलेल्या उदाजी घाटग्यानं लांबूनच जाता जाता तिला बघितलं.

"कोण रं ही?"

"नाच्या गुणाची बायकू." गडी.

"ही व्हय ती? नटारंगी दिसती."

"आता नाच्याची बायकू... मी काय बोलणार? पोरंबाळं तिला हुयाला पाहिजेत." गडी हसता हसता लोचटपणे बोलला.

"पोरंबाळं हाईत तिला?"

"हाईत तर." बोलत बोलत ते दोघे मधल्या वाटेनं खोपीकडं गेले. तिचं त्यांच्याकडं ध्यानच नाही. ती झाडाबुडी नखातली माती काढत बसलेली.

घटकाभर गेला.

गडी ओढ्याला आला नि त्यानं तिची शेळी धरली.

"तुझ्या आयला तुझ्या, कायम शेळा चारतीस हितं. तुझ्या का बाऽचं रान हाय हे?"

"अजी, कायम हो कवा चारली? उगंच दात घासतंय वड्याला म्हणून

घटकाभर आणली हुती. सोडा.'' असं म्हणून ती आडवी झाली.

''बाजूला हो, न्हाई तर पेकटात लाथ बसंल. मालकाला जाऊन काय सांगायचं ते सांग.''

''आता कवा आणणार न्हाई; ह्या डाव सोडा. पाया पडती मी तुमच्या.'' रडकुंडीला येऊन तिनं शेळीची मान धरली.

''दूऽर. मालकांच्या पाया पड जा तिकडं. त्यांस्नी इचारून ये; मग घेऊन जा शेळी. सर बाजूला.''

तिला हिसका देऊन बाजूला ढकलली नि तो शेळी घेऊन खोपीकडं गेला. ती सैरभैर होऊन त्याच्याकडं बघत उभी राहिली.

थोड्या वेळानं खोपीकडं जाऊन पुन्हा त्याच्या मिणत्या केल्या. पाया पडली; पण त्यानं शेळी सोडली नाही. वाड्यावर जाऊन विचारून ये म्हणून सांगितलं.

वाड्यावर जाणं तिच्या जिवावर आलं. वतनदार उदाजी घाटग्याची किनया सगळ्या गावाला ठाऊक होती. पण त्याच्या परवानगीशिवाय शेळीही सुटणार नव्हती. जीव मुठीत धरून ती तशीच वाड्यावर चालली...'घ्या-दिवळीचं आपल्याला असलं भ्या? किती केली तर मी मांगीण. वतनदारांच्या वड्यावघळीनं शेरडी-पारडी चारूनच आमची पोटं भरायची. पर्संग पडला तर तसंबी मी सांगीन. हातापाया पडीन नि शेरडी सोडवून आणीन. काय करणार हाय त्यो मला दिवसाढवळ्या? त्येला तरी का अब्रूचं भ्या नसंल? उगंच का दिसली बाई की घाटला हात असं करंल त्यो?... हे गावबी कुसळाचं मुसाळ करून सांगत असतंय. असं कुठं झालंय का? असा असता तर कोण तरी बाईमाणूस भांड्याकुंड्याला, दळणाकांडणाला, लोटाय-झाडायला जाईल का त्येच्या वाड्यावर? आणि असला तरी उठल्या-बसल्या असं कशाला करंल? उगंचच आपल्या मनात पाल चुकचुकती. धाडस करून गेलं पाह्जिे. शेळी तरी सोडवून आणली पाहिजे.'

ती वाड्यासमोर आली. जुना काळा दगडी वाडा. वावावावभर रुंद असलेल्या तटासारख्या भिंती. आतून माशीसुद्धा बाहेर पडू न शकणारी.

वाड्याच्या दरवाजासमोर बाहुलीसारखी ती उभी राहिली. गुडघ्याएवढा दगडी उंबरा. धीर करून लांब ढेंग टाकून तिनं ओलांडला नि दिंडीतून आत गेली.

''कोण गं ही?'' देवडीवरचा म्हातारा बहिरा आवाज.

''जी! मी दारकी मांगीण.''

''का आलीस?''

''दादासाब हाईत?''

''हांऽ''

''त्येंची गाठ घ्यायला आलीया. माझी शेळी मळंकऱ्यांनी बांधून ठेवलीया

गोड्या मळ्यात."

"आँ?" त्याचे खेस.

तिनं पुन्हा ओरडून सांगितलं.

"बरं. जा असी वर. हाईत बघ माडीवर."

तिनं जिन्याकडं पाहिलं...

भिंतीतून काढलेल्या चोरवाटेसारखा अंधारा जिना. मनाचा धडा करून वर चालली. चालताना उगीचच पायातलं बळ गेल्यासारखं वाटलं.

घटकाभर उलटला तरी खाली कुठलाच आवाज आला नाही. बराच वेळ गपगार वाडा. माडीवर ती आहे की नाही असं झालं... कानोसा घेतला असता तर वरची एक असहाय धडपड, एक दबकी किंकाळी ऐकू आली असती...

तुटलेल्या नाडीची गाठ बांधत, पातळ सावरत, पायात बळ आणत, आवंढे गिळत ती सुसाट घराकडं निघून गेली.

...दीस बुडताना शेळी आपोआप दारात आली. दूध पिळून घेऊन गड्यानं तिच्या थानांच्या पिशव्या केल्या होत्या. मनातल्या मनात आक्रोशून तिनं उरावर दगड ठेवला. कशाचा काहीही उपयोग नव्हता. जिभेला टाका लावून गपगार बसली.

११

कोपरवाडीच्या आसपासच्या गावांत जत्रेसाठी उत्साह होता. चांगली गर्दी झाली होती. नदीवरच्या नावाड्यांना चांगला पैसा मिळत होता. कांड्या नाथाच्या देवळापुढं लांबच लांब रांग दर्शनासाठी लागली होती. पीकपाणी चांगलं होतं, त्याचा परिणाम जत्रेवर झालेला दिसत होता.

कनात भरली होती. दारातोंडाला चेंगराचेंगरी करकरून माणसं आत येत होती. जिकडं-तिकडं गोमगाला उडालेला. कनातीच्या बाजूबाजूनं माणसं उभी राहिलेली. गण सुरू झाला तरी गडबड शांत होत नव्हती. तिकिटांसाठी दोन टेबलं मांडली होती. तरीही गर्दी आवरेनाशी झाली होती. बरीच फुकटही घुसू पाहत होती.

बृहन्नडेच्या वगाचा आजचा पहिला दिवस. गुणाचं एक स्वप्न साकार होऊ घातलेलं. तो उत्तेजित झालेला. नटराजाला नमस्कार करून नऊ वाजताच तो मेकपला बसला. फेटा उतरून ठेवला. सत्तूनं त्याच्या तोंडाला रंग फासायला सुरुवात केली. दाढीमिश्यांच्या उरलेल्या खुणा बुजवून टाकल्या. गालांच्या हाडांजवळ लाली आणली. ओठांना रंग भरला. डोळ्यांत काजळ भरून ते हळूच घासलं नि पापण्या काळ्याभोर केल्या. दोन्ही भिवयांना धनुष्यागत आकार देऊन कोरल्या. दिसेल अशी कुंकवाची टिकली बरोब्बर नाकाच्या आणि भिवयांच्याही थोडी वर लावली. पुरुषी भांग मोडून बाईचा कलता भांग पाडला. केसांना चाप लावून फुगे पाडले नि त्याचा पुरुषी चेहरा नाहीसा झाला. गळ्यात मण्यांच्या माळा आल्या. कुडत्याच्या ठिकाणी नखरेल चोळीची बाही चमकू लागली.

बरोब्बर साडेनऊ वाजता डफ-ढोलकीवर पहिली थाप कडाडत पडली. वळीव-गारांचा पाऊस पडल्यागत एकदम दोन्ही वाजत होती. झिलकरी बारीक सुरांच्या तारा लांबलांब ताणवून 'रामा रं दाऽजी तू जी जी रं जीऽ' करत होते.

गुणाचं अंग झिणझिणून निघत होतं. नऊवारी पातळ नेसून तो आतल्या बाजूला गवळणीची वाट बघत होता.

बृहन्नडेच्या वगासाठी नवी गवळण रचलेली. ती सुरू झाली. कृष्णाच्या प्रधानानं गवळणींना अडवलं. सगळ्यांची चौकशी केली पण मावशी नव्हती.

पेंद्या झालेल्या धामुड्या पाव्हण्यानं गवळणींना प्रश्न विचारला.

: काय गं, तुम्ही सगळ्याजणी कुठं चाललासा?

: हे इच्चारणारं तुम्ही कोण?

: मी कोण? इच्या आयला, ह्यो का परस्न झाला

: हां हां.

: आगं, मी क्रिस्नाचा पर्धान. पेंद्या म्हणत्यात मला.

: असं?

: हां. पर काय गं? तुमची मावशी कुठं हाय?

: का? आम्ही का वंगाळ हाय? का मावशीबिगर चैन पडत न्हाई तुम्हांस्नी?

: मला पडती. पर पब्लिकला पडत न्हाई. (*पब्लिककडं तोंड*) काय पब्लिक?

: (*हास्याच्या फवाऱ्यात पब्लिक*) खरं हाय, खरं हाय.

: (*गवळणीचा खोटा राग*) काय खरं हाय? बापयाच्या पोशाखातला बापय नि बाईच्या पोशाखातली बाई खरी वाटत न्हाई व्हय तुम्हांस्नी?

: (*खूश झालेलं पब्लिक*) न्हाई न्हाई.

: आगंऽऽऽ बाई, काय ह्येंची टेस्ट ही! - एऽ शोभना, हाक मार बाई तुझ्या मावशीला.

शोभनानं मावशीला हाक मारली नि पायांत घुंगरू बांधलेला नऊवारीतला गुणा ठुमकत, ढोलकीचा ताल धरून पाय टाकत, डोईवरचा काल्पनिक घडा दोन्ही हातांनी सावरत लयबद्ध चालीनं असा आला की पब्लिकच्या टाळ्यांचा पाऊस त्याच्यावर प्रवेशताच झाला.

: काय ग एऽ मावशे, नाव काय गं तुझं?

: *(बारीक लाडिक आवाजात)* गंगी.

: आणि तुझ्या दाल्ल्याचं नाव?

: *(घोगऱ्या पुरुषी आवाजात)* शंकरराव.

: (*हवालदार चकित होतो*) आयला!

: काय म्हणालीस?

: *(पुन्हा त्याच आवाजात)* शंकरराव.

: *(प्रधान येडबडल्यागत होऊन हवालदारास एका बाजूला म्हणतो)* हवालदार, हिच्या आवाजानं एकदम पलटी खाल्ली. ही बाई हाय का बापय?

: बघा खाल-वर हात लावून. का मी बघू?

: बघ बघ. (*हवालदार पुढे जातो.*)

: अंगाला हात लावायचं कारण न्हाई. काय असंल ते नीट इच्चारा.

: असं? मग कायबी इच्चारलं तर उत्तर देशील?

: अलबत. एका पायावर.

: नगं नगं. पाय नगं वर करू. भलतंच काय तरी दिसायचं. अगदी दोन्ही पायांवर उत्तर दे.

: म्हाराज, नटाराज कधी डोळं उघडून पाहिलाय काय?

: मला इच्चारायचं न्हाई. मी तुला इच्चारायचं. तू नुसती उत्तरं नि *ते* द्यायचं.

: जशी आज्ञा. इच्चारा.

: (*प्रश्न विचारायला उत्सुक असलेल्या हवालदारास प्रधान मागं हटवतो.*) हवालदार, तुम्ही व्हा मागं.

: मी मागं हुतो, तुम्ही फुडनं व्हा.

: बाई मावशे, तू बाई हाईस का बापय?

: तुम्हांस्नी काय वाटतं?

: *(हवालदार)* आम्हांस्नी पावण्याट वाटतीस. धड ना बाई ना बापय *(पब्लिकला)* काय मंडळी?

: *(पब्लिक)* खरं हाय, खरं हाय.

: *(प्रधान)* मी तर बुचकळ्यात पडलोय. आवाज तर बापयाचा दिसतो.

: *(हवालदार)* छातीबी खोटी वाटती, चेंडू अर्धं अर्धं कापून घाटल्यागत वाटत्यात. आणि हातावरबी बापयागत क्यास हाईत.

: पर्धानजी, मोहिनीचं रूप घेऊन नाचलेल्या विष्णूला काय म्हणणार तुम्ही?

: बाई गं, विष्णू ही देवता हाय. तिनं बाईचं रूप जरी घेटलं तरी ते भक्तासाठी. भक्तावर संकटं येत्यात म्हणून देवाला अशी रूपं घ्यावी लागत्यात. मुळात त्यो पुरुषच हाय.

: माझंबी तसंच हाय म्हाराज. मुळात मी पुरुषच. पब्लिक माझ्या कलेवर जिवापाड भक्ती करतं, प्रेम करतं. संसाराच्या संकटात कायम सापडलेल्या ह्या माझ्या भक्तांस्नी घटकाभर तरी त्यातनं मुक्त करावं म्हणून मी हे गंगीचं रूप घेटलंय. ही गंगी नंदीवर बसून येणाऱ्या शंकरू गवळ्याची बायकू. त्येची अर्धांगिनी. त्येच्याच रूपाची दुसरी बाजू.

: वाहवा ! वाहवा!

: (*हवालदार मध्येच येतो.*) पर्धानजी तोंड मिटा; न्हाई तर गवळणींच्या

लोण्यावरच्या माश्या आत जातील. तुमची वाहवा पब्लिकला मान्य न्हाई.

: (*पब्लिकला*) काय मंडळी, खरं खरं सांगा; तुम्हांस्नी हे पटतंय?

: न्हाई, न्हाई! (एकच हशा)

: (*पब्लिकमधूनच कुठून तरी लांबून एक आवाज येतो.*) पावण्याटच हाय, हवालदार.

पुन्हा पब्लिकमध्ये जोराचा हशा उडाला. त्या हशाच्या लाटेतच प्रधानजींनं मावशीला आणि गवळणींना मोहिनीनृत्य करायला सांगितलं. गवळणी नाचू लागल्या. मागं मावशीही नाचू लागली. सराईतपणानं स्त्रियांच्या हालचाली करू लागली.

गवळण संपली नि बतावणीला सुरुवात झाली. गुणा रंगत गेला नि पब्लिक त्याच्यावर नजर खिळवून बसलं. रात चढत चालली तशी माणसं तल्लीन होऊन चित्रासारखी बसून राहिली.

बतावणी होऊन जलसा संपत आला. गुणाच्या कामावर नि बुद्धिमान विनोदावर पब्लिक खूश झालं. टिपऱ्या वाजल्यागत टाळ्यांचा पाऊस पडत होता. जलशाची दोन गाणी राहिली नि गुणा थोडा वेळ रेंगाळून हळूच पडद्यामागं सरकला...जलशानंतर वगाची सुरुवात.

त्यानं नाच्याचं चोळी-लुगडं नि घुंगरं उतरली. वनवासी अर्जुनाचा चोळणा, झगा वरती चढवला. आरशात बघून झग्याचे बंद बांधू लागला. छाती फुगल्यागत झाली. झगा सैल वाटत असला तरी बंद आवळून बांधून त्यानं तडजोड केली. बाईचा मेकप पुसून आपल्याला अर्जुनाचा मेकप करायला सांगितलं. सत्तू हसला. पण मुकाट्यानं मेकप करू लागला.

कधी नव्हे तो सत्तू त्याच्या ओठावर मिश्या कोरू लागला. गुणाच्या अंगात अर्जुन सळसळू लागला. त्याचं राजबिंडं रूप त्याच्या समोरून ऐटीत चालू लागलं. आता गाणं संपल्यावर वग सुरू होणार होता. त्याच्या मनातला नरश्रेष्ठ अर्जुन प्रत्यक्षात उतरणार होता. परिस्थितीला शरण जाऊन श्रेष्ठ पुरुषालाही स्त्रीचं रूप कसं धारण करावं लागतं, याची अंतर्यामीची कथा जनलोकांना तो सांगणार होता. बाहेरचा डफ आणि ढोलकी त्याच्या डोक्यात सणसणत होती.

वग सुरू झाला. अर्जुनाचं काम अतिशय तल्लख आणि कडक होऊ लागलं. जमादार-हवालदार यांचे विनोद झडू लागले. विराट राजा शिकारीला जाऊन आला. नंतर राजाचा दरबार भरला नि नृत्याला सुरुवात झाली. पण नाच्या नाही. वगाला सुरुवात होऊन तास झाला तरी नाच्या नाही की छक्क्या नाही.

नृत्याच्या वेळी पब्लिकच्या मधल्या भागाला कुणीतरी चुळबूळ करू लागलं.

"नाच्याला बलवा." कुणी तरी हाक दिली.

"छक्क्या कुठं गेला? त्येला नाचवा."

कुणीतरी शिट्टी मारली... कुणाला तरी संधी चालून आली.

"नाच्यालाऽ, नाच्याला बलवाऽ" ओरडा सुरू झाला नि लोक धूळ उडवू लागले. कुणी पटके वर हवेत फेकायला सुरुवात केली. पटकन एक दगड स्टेजवर येऊन पडला नि अर्जुनाचं वनवासी रूप घेऊन उभ्या असलेल्या गुणाला काहीतरी बोलावं लागलं.

"मंडळी, काम सुरात चाललं हाये. शांतपणानं ऐकून घ्या. शांत बसलात तर कामं चांगली हुतील नि तुमचं मनरंजन उत्तम करता येईल. कृपा करून मायबाप हो, शांत बसून घ्या..."

"आरं, नाच्या कुठं गेला? तुला बघाय आम्ही आलो न्हाई."

"आरं ह्योच नाच्या. ह्येलाच वडा खाली." कुणीतरी गुपित फोडलं.

"आरं ह्या हेमल्याला अर्जुन कुणी केला? - नाच्या होऊन ये, नाच्या होऊन ये."

"अर्जुन नगं; नाच्या पाहिजे."

"अर्जुन नगं; छक्क्या पाहिजे."

लोकांचा कल्लोळ सुरू झाला नि अर्ध अधिक पब्लिक उठून उभं राहिलं. स्टेजकडं धावू लागलं. फुकटे लोक दाराबाहेर उगंच रेंगाळत होते ते भासकन आत आले.

संधी साधून कुणीतरी स्टेजच्या बत्तीवर दगड मारला नि ती थाडदिशी फोडली. दुसऱ्या दगडात दुसरी. अशा बत्त्या फोडता येतात असं कुणाला तरी कळलं नि चारीही बत्त्या खाडकन फुटल्या. स्टेजवर दगडांचा वर्षाव कोठून होऊ लागला हे कळेनासं झालं. सगळी फडकरी मंडळी हात जोडून, केविलवाणे चेहरे करून विनवणी करत उभी होती. बाईमाणसं आत पळाली होती. तमासगिरांचे फेटे उडवले जात होते. कुणी तरी डफ पायाखाली घेऊन लाथ मारली नि निकागी केला. गुणा विनंती करून परोपरीनं सांगत होता, "अर्जुन बाईचं रूप घेणार हाये, मी नाच्याचं काम करणार हाये; शांत बसा. पाय धरून विनंती करत हाये..."

कोठून तरी एक धोंडा आला नि त्याच्या थोबाडावर दाण्णकरून बसला. तोंडातून रक्त येऊ लागलं. त्याला चक्कर आल्यागत झालं. डोसकं झटकून तो तसाच उभा राहिला.

"...साप, साप, साप." म्हणून कुणीतरी ओरडलं. माणसं सैरावैरा पळू लागली. शिट्यांचे कान किर्रर्र करणारे आवाज सुरू झाले. माणसं कनाती फाडून चारी दिशांनी धावू लागली. तंबूपालांच्या दिशेनं पन्नासशंभराचा घोळका घुसला नि तिथल्या बत्त्या फुटल्या. काळोख पडला नि बायकांच्या किंकाळ्या ऐकू येऊ

लागल्या. आता काय होणार याचा अंदाज गुणाच्या मनाला येईना. धडधडत्या काळजानं तो पुन:पुन्हा हात जोडून विनंती करू लागला. बाका प्रसंग गुदरला होता. पण त्याच्या मनानं वरून धीर धरलेला. कुणीतरी त्या अंधारात स्टेजवर घुसले नि त्याला अंतराळी उचलून पळवलं. अंधारात कोण कुठं आहे ते काहीच कळेना. इतक्यात स्टेजपाठीमागच्या पालांना कागद पेटावा तशी आग लागली. स्टेजकडं नि कनातीकडं ती फरफरत आली नि सगळ्या कापडांनी बघता बघता आग धरली. कुणीतरी ठो ठो ठो बोंब मारली. आक्रोश ऐकू येऊ लागले. 'तिकिटाचे पैसे परत द्या, पैसे परत द्या' म्हणत माणसं पांडबाला शोधू लागली. कुणीतरी गाडीच्या टाकीवर कशाचा तरी दणका दिला नि तेल गाडीवर पाण्यासारखं कशाबशानं शिंपडलं जाऊ लागलं. भाडदिशी प्रचंड जाळ झाला. जाळात शेजारी पडलेल्या नि जवळजवळ संपूर्ण मोडलेल्या टेबलखुर्च्या फेकल्या जाऊ लागल्या. त्या उजेडात पांडबाला कुणीतरी पकडलं. त्याचं कोट-कुडतं फाडलं. गल्ल्याच्या पिशव्या मागितल्या नि चिरमुरं उधळल्यागत नोटा, पैसे लोकांवर उधळले.

"घ्या तिकिटाचे पैसे. घ्या."

"फुकट पैसे आले काय भडव्या हो."

"माजली त्येच्या आयला खाऊन खाऊन."

"आम्हांस्नी बनीवता काय !"

ताड ताड ताड आवाज होत होता नि स्टेज, लॉरी आणि तिच्यातलं लाकूडसामान कडकडून पेट घेत होतं.

पहाटेचं तांबडं फुटावं तशी लांबून आग दिसत होती. सगळी जत्रा तमाशाच्या फडाजवळ गोळा झाली होती. फड नि सामान जळून खाक होत होतं. हळूहळू घागली, बादल्या येत होत्या, पण फार उशीर झाला होता... मोरेसाहेब काय समजायचं ते समजले होते; पण त्या क्षणी त्यांना काहीच करता आलं नव्हतं.

दीड-दोन मैलभर माळ पसरलेला. त्या माळावर गुणा चौघांच्यामध्ये चालत होता. हात मागं बांधलेले. अंगावर चादर टाकलेली. सगळे मुकाट. तोंड बांधलेलं. खाली मान घालून त्याची जड पावलं पुढं पडत होती. हातापाया पडून त्यानं पाहिलं होतं. पण विनंतीसरशी ढुंगणावर लाथा बसत होत्या. मुकाट्यानं चालायला सांगितलं जात होतं.

माळ उतरल्यावर एकाएकी उसाचं रान लागलं. डोसकीएवढा उंच ऊस लागलेला. आभाळात चांदण्या गपगार चमचम करत बसलेल्या लांब कुठंतरी दोन कोल्ही रडत असल्यागत वाटत होती.

त्याचे दोन्ही बकोटे धरून त्याला दोघांनी उसात चालवलं. दोघे मागोमाग. तो

आतल्या आत घुसमटल्या आवाजात गयावया करू लागला.

"गुमान चल. तुला ठार मारत न्हाई कुणी." एक घोगरा आवाज.

"तुझी चंगळ हाय. चल तू." दुसरा धाबडी आवाज.

पण तो अडून राहिला. त्याच्या पाठीत बुक्की बसली. हूक भरल्यागत झालं. बकोट्याच्या पकडी गच्च झाल्या. कुस्तीतल्या हातांच्या त्या वाटत होत्या. कुणीतरी मानगुटीवर हाताची बेचकी लावली नि त्याला खोकडासारखा पुढं ढकलला.

बरेच आत गेल्यावर चौघे थांबले.

"तोंडाचं सोड रे त्येच्या."

तोंड सोडलं.

"वरडलाबिरडलास तर नरड्यावर पाय ठेवीन."

तो गप बसला. त्याला हुंदका आवरेना.

"हात सोडा रे."

हात सोडलं. दोघांनी त्याच्या अंगावरची चादर काढून सफय जाग्यावर पाटात अंथरली.

"हां! उशीर नगं. इजार फेड आता." एक आवाज.

गुणाच्या ध्यानात सगळा प्रकार आला. त्यानं पटकन बोलणाऱ्याचे पाय धरले.

"पाय धरतू मी तुमचं. असं काय करू नका मला."

दोघे जण हसले.

"का रं? वंगाळ वाटतंय व्हय आमचं तुला?... आतापतोर कवा न्हाई एवढं गॉड वाटंल तुला."

"देवाशप्पत, आईशप्पत खरं सांगतू तुम्हांस्नी; मी ह्यातला न्हवं."

"सुक्काळीच्या, गावाला गांड देत हिंडतोस, ठावं न्हाई व्हय आम्हांस्नी? तुझं बोलणं-चालणं का कळत न्हाई?"

"न्हाई देवा! कशाची आण घेऊन सांगू तुम्हांस्नी? एक कला म्हणूनच मी हे काम करतूय. खंडूबाची आण घेऊन सांगतू तुम्हांस्नी. वयाच्या विशीपतोर कुस्त्या केल्यात मी."

"आरं तुझ्या आयला! म्हंजे पैलवानांकडनं कुस्त्यांच्या फडातबी मारून घेत हुतास तर."

"न्हाई न्हाई न्हाई कसं सांगू तुम्हांस्नी? गावाकडं बायकूपोरं हाईत मला. चार पोरं हाईत पोटाला. बापयासारखा बापय हाय मी. धनी, नाच्याचं काम लई अवघड. बापय असून बाईगत हुबेहूब वागणं कुणाला जमंना; म्हणून मी हे अंगावर घेटलंय. खरं सांगतू तुम्हांस्नी." भडाभडा तो बोलत होता.

वेळ निघून चालला होता.

"आता इजार फेडतोस का फाडून काढू?"

"सरळपणानं इजार फेड; न्हाई तर... न्हाई तर दोन दिवस हितंच ठेवून भदं करून ठेवू तुझं."

"पाय धरतू मी तुमचं. वाटलंच तर गू खातू. तुम्ही फुडारी मंडळी दिसता; मी गरीब गावकरी माणूस. आम्हा कलावंताची अब्रू तुम्हीच सांभाळायची असती मालक. तुम्ही असं केल्यावर जगाला मी काय सांगू धनी?..." तो पायावर पडला.

"सांग तुझ्या त्या कलेची राजकारणानं गांड मारली म्हणून." सगळे खदखदून हसले.

"नगं, नगं देवा!"

"एऽ गांड्या, हे तम्माशातलं बोलणं बंद कर नि नाडी सोड आता."

"पाय धरतू मी तुमचं, पाय धरतू... पाय धरतू तो चौघांच्याही पाया पडू लागला. रडू लागला.

कुणीतरी त्याच्या पोटात बुक्की मारली. टांग मारून खाली उताणा पाडला. दोघांनी वरच्या बाजूला हात धरले. मागचा चक्क त्याच्या पायांवर पायताणांचे पाय देऊन उभा राहिला. चौथ्यानं त्याची सुरवारी विजार फेडली नि खास्सकरून खाली ओढली. त्यानं दबक्या आवाजात हंबरडा फोडला.

"आईऽ...देवा...मला असं नका करूऽऽ! तुमच्या पोराबाळांची आण हाय तुम्हांस्नी. तुमच्या आईबाऽची, देवाधर्माची शप्पत हाय तुम्हांस्नीऽ."

थाड थाड थाड त्याच्या थोबाडात बसल्या नि पाच डाव 'सुटली, सुटली' म्हणायला लावलं. त्याच्या हातापायातलं बळ गेलं. घळगा झाल्यागत सगळं शरीर झालं. असहाय होऊन त्यानं तोंडात मातीचा तोबरा घेतला. डोळ्यांतलं पाणी मातीत मिसळू लागलं...खांद्याखाली अजगरागत दोन हात सरकत आले नि एका पैलवानी जाडशीळ शरीराखाली पालीसारखा तो चिरडत-चेपटत गेला.

काळोखात अश्रूगत चमकणाऱ्या चांदण्या त्या उंच उसाकडं बघत मुकाट लुकलुकू लागल्या.

१२

देहाच्या चिंध्या घेऊन तो पाय ओढत जत्रेकडं उजाडताना आला. वाट काढत फडाच्या जागी गेला. खाली माना घालून मंडळी जवळच्याच हॉटेलासमोर बसलेली दिसली. त्यानं फडाकडं नजर टाकली. लॉरीचा लोखंडी सांगाडा आणि खालच्या जळक्या टायर्स शिल्लक राहिलेल्या दिसत होत्या. खुर्च्या-टेबलांचे कोळसे मूळ आकारातच आत पडले होते. पलीकडच्या तंबूच्या नि पालांच्या जागी राखेचे ढीग पडलेले. तमाशाच्या मंडपाचे वासे तसेच काळेभोर होऊन एकमेकांवर टेकलेले. ते कुणीतरी विझवले असावेत.

डोळ्यांचे कोळसे करून तो आपल्या जळून गेलेल्या तंबूकडं बघू लागला. एखादं प्रेत जळल्यासारखा राखेचा ढीग पडलेला. आपणाला ह्यातच घालून जाळलं असतं तर बरं झालं असतं असं त्याला वाटलं. अर्धवट जळालेल्या जिवासारखा तिथल्या तिथं मान हलवत तळमळला. कपाळावर हात मारून घेत आलेलं रडू ओठ काढून आवरू लागला... त्याच्या मनात काहीतरी आलं नि तो जळणाऱ्या खाईत मूल अडकलेल्या बाईसारखा तिकडं धावला भसाभसा राख उधळू लागला. कुणालाच काही कळेना.

होरपळलेली भेसूर काळी नटराजाची मूर्ती त्याच्या हाताला लागली. त्याला आपला जीव गावल्यागत वाटलं. हंबरडा फोडून त्यानं तिच्यावर स्वत:ला घालून घेतलं. तिला उराशी धरून प्राण चाललेल्या वासरागत हातपाय झाडू लागला...'राजाऽऽ, काय केलंस हे माझ्या जल्माचंऽ! कशाला जगू मी आताऽ?' - राखेतच तो लोळू लागला.

पांडबा, म्हारुती पुढं आले नि त्याला राखेतून उठवलं. हाताला धरून आधार देत हॉटेलाकडं नेलं. उराशी धरलेली मूर्ती हातातून सुटत नव्हती. जळून ठार कोळसा झालेल्या प्रेताच्या हातात असल्यागत ती दिसत होती.

शोक आवरल्यावर पुन्हा त्यानं राखेत हात घातले. चंची भस्मसात झालेली...अनेक काळे गरम खडे हाताशी आले तरी घुंगरू सापडलंच नाही.

"बायका कुठं हाईत?" इकडंतिकडं पाहत त्यानं विचारलं.

“मोरेसाहेबांनी आपल्या सौरक्षणाखाली साळंत न्हेऊन ठेवल्यात.”

“पाचीबी?”

“नैना-सोभनाचा पत्त्या न्हाई.”

“कवाधरनं?”

“रातच्यानं.”

त्याच्या पोटात खोल खड्डा पडला. पुन्हा हातपाय ढळल्यागत झालं.

तासभर दीस वर आल्यावर फाटलेली चोळी-पातळं कशीबशी सावरत नयना-शोभना आल्या. त्यांच्या तोंडावर, गालांवर दातांचे खोल व्रण उठले होते. शोभनाचं नाक सुजलं होतं. खालचा ओठ रक्ताळल्यासारखा दिसत होता. आल्या आल्या पांडबानं त्या दोघींना शाळेत नेलं. मोरेसाहेबांच्या माणसांच्या स्वाधीन केलं. खुद्द मोरेसाहेब जिल्ह्याला गेले होते. घटकाभर शाळेत यमुनाबाई, नयना, शोभना यांचा कल्लोळ उठला. गळ्यात गळा घालून तिघीही मायलेकी रडल्या.

दहा वाजता जिल्ह्यासनं पोलीसव्हॅन नि दहापंधरा पोलीस आले. बरोबर दोघेतिघे इतरही होते. पंचनामा झाला. आसपासच्या भागात पोलीसव्हॅन धावली. नयना, शोभना नि गुणा यांनी दाखवलेल्या निरनिराळ्या जागांचा पंचनामा झाला.

गुणा हताश झालेला. पंचनामा करण्यानं काही फायदा नाही. आमचा भोग; म्हणून गप्प बसू बघत होता. पण त्याला तसं करता आलं नाही. सर्व हकीकत सांगावी लागली. बलात्काराची जागा दाखवावी लागली. तपशील विचारताना तो फक्त एवढंच बोलला, “एखाद्या बाईवर बळजबरी करावी तशी केली; आणखी काय सांगू?”

ऐकणारे पुरुष गोरेमोरे झाले. त्यांच्याकडं बघून तो शरमिंदा झाला. पुन्हा पुन्हा खाली मान घालू लागला. कुणाजवळच मन मोकळं करता येत नाही म्हणून कुचंबत राहिला.

दुसऱ्या दिवशी पुण्या-मुंबईच्या वर्तमानपत्रांतनं मोठी बातमी फोटोसह झळकली. ‘नाच्या गुणा कागलकर नि नयना कोल्हापूरकरीण यांच्या तमाशाचा फड जळून खाक. तमासगीर स्त्रियांवर आणि नाच्यावर बलात्कार.’

कोल्हापूर-सांगलीच्या वर्तमानपत्रांत अर्धंअधिक पान यांनीच भरलं होतं. गुणावर झालेल्या बलात्काराचं तपशीलवार काल्पनिक वर्णन विशेष होतं. बलात्कार करणाऱ्या इसमांचे आकडे फुगले होते. खुद्द कोपरवाडीत दोनशे जादा अंक पाठविले होते ते हातोहात खपले.

शाळेसमोर गर्दी उडाली. पोलीस-संरक्षण वाढलं. दोन दिवसांच्या मुक्कामात जाब-जबाब नि इतर चौकशी झाल्यावर मंडळींना गावी जायला सांगितलं. मोरेसाहेबांनी

पाचशे रुपये वाटखर्चाला आणि धोतर, कापडचोपडा दिला. बायकांना चोळी-लुगडी दिली. मंडळी आपआपल्या गावी जायला निघाली. नयना-शोभनांच्या सांत्वनासाठी आणि तिला बरं वाटावं म्हणून बहुतेकांनी कोल्हापुरात दोनएक दिवस मुक्काम टाकला. पण गुणा मागच्या ओढीनं तडक गावाकडं आला.

कागलच्या स्टँडवर उतरला नि माणसं कुजबुजू लागली. नव्या प्राण्याकडं बघावं तशी बघू लागली. जागोजाग उभी राहू लागली. तो सरळ खाली मान घालून मांगवाड्याकडं चालला. खालच्या मानेनंही कळून येई की जाणारी-येणारी माणसं त्याला न्याहाळत आहेत...पेपरवाल्यांनी सगळीकडं केलं. एक खरं नि धा खोटं मिसळून छापलं. तेवढाच त्येंचा धंदा झाला नि आमची अब्रू गावगावच्या येशीवर टांगून ठेवली... काय माणसं!

दारात आला नि दाराला कुलूप दिसलं. तो गडबडल्यागत झाला. मांगवाड्यातनं त्याची सगळी बातमी चार दिवस गाजत होती. फड जाळल्याचं फारसं कुणी लक्षात ठेवलं नव्हतं. जबरी झाल्याचं मात्र सगळ्यांच्या मनात ताजं ताजं होतं. टगळ टगळ पोरं त्याला बघताच भोवतीनं जमा झाली. त्यानं चौकशी केली.

''हौसाक्का, कुलपाचा हत्त्या ठेवलाय तुझ्याकडं?'' ''न्हाई. कुलपाचा हत्त्या कशाला ठेवंल? आणि ठेवला असता तरी मी नसता बाबा घेटला.''

''का?''

''घरातलं काय तरी गेलं म्हंजे नाव कुणावर यायचं?''

''कुठं गेलीया ती?''

''पोरं घेऊन म्हायारला गेली तोंड घेऊन.''

''कवा?''

''दोन दीस झालं. तुझं हे असं झाल्याचं कुणीतरी सांगितलं. राजानं छापून आलेलं वाचून दावलं. चौकशीपायी घराकडं माणसांची मुकरंड. तिला घरातनं तोंड बाहीर काढाय येईना.''

तो वरमला.

''पेपरातनं छापून आलंय न्हवं समदं?''

''आलंय. पर ते समदंच खरं न्हाई.''

''आता छापून आलेलं कसं खोटं असंल? कुणी कुणी म्हणत हुतं, पेपरात थोडंच येतंय; घडलेलं असतंय ते दुप्पटतिप्पट.'' बोलघेवडी हौसाक्का वकिलागत बोलत होती.

शेजारचं एक चोंबडं पोरगं म्हणालं, ''राजालाबी मांगोड्यातल्या पोरांनी लई तरास दिला.''

''का?''

"त्येला काय वाट्टेल ते इचारायची. राजा चिडायचं, रडायचं नि दगडं मारायचं. पोरांस्नी वाटायचं तेबी तुझ्यागत हाय. नाऱ्यानं तर त्येची चड्डीसुदीक फेडली हुती."

गुण सणकला, "जाता का न्हाई कडू बेन्याच्यानू."

आसपासच्या माणसांनी पोरं हुसकली.

काय करावं हे न सुचून दारात तो तसाच उभा राहिला. तो आल्याचं मांगवाड्यातनं घटकाभरात कळलं नि बघता बघता भोवतीनं बाया-बापयांची दाटी झाली.

"पेपरातनं काय आलंय ते खरं व्हय, गुणाबा?"

"काय थोडं खरं, काय थोडं खोटं हाय."

"उसात न्हेऊन तुझ्यावर जबरी केली म्हणं."

"ते काय तेवढं खरं न्हाई."

क्षणभर सगळे शांत झाले.

मागं गर्दीत कुणीतरी हळूच बोललं, "न्हाई कसं; चेऽरा सांगतूय नि त्येचा."

माणसं फिशीफिशी हासली.

"काऽय करायचं? आयला! माणसं हाईत का जनावरं हाईत त्या गावात?"

कुणी तरी खोटी सहानुभूती दाखवली.

"कोणचं गाव ते?"

"कोपरवाडी."

इच्छा नसताना त्याला उत्तरं द्यावी लागत होती. कुठं तरी तोंड घेऊन जावं असं वाटत होतं. गर्दीतनं पब्या येताना दिसला.

"पब्र्या, चल तुझ्या घराकडं घटकाभर."

तो वाट काढत चालला. माणसं भोवतीनं गर्दी करत चालली. मागून वैरावरची अचकविचक बोलू लागली. तो थांबला नि मागं वळून त्यानं हात जोडले. "आता घराकडं जावा. पाया पडतू तुमच्या. जल्माची कमाई जळून खाक झालीया माझी; घटकाभर माझ्या जिवाला इस्वाटा द्या."

क्याचम्याच करत माणसं मागंमागं राहू लागली. पब्याच्या घरात गेल्यावर साताठ जणं आत आली नि बाकीची पब्यानं हाकलून दिली.

कोरड्या सहानुभूतीचे शब्द बोलून माणसं चघळपणं काय घडलं ते काढण्याचा प्रयत्न करू लागली. गुणाला जाणवू लागलं की आपण एकटे एकटे आहोत. आपल्याला कुणी समजून घेत नाही. कुणाला आपली खरी माया न्हाई. आपलं वंगाळ झालं ह्येचं खरं वाईट कुणाला वाटत न्हाई...

तो नेहमीसारखा मुकाट झाला.

१३

सासुरवाडीत तो हजर झाला. दारकी पोरीचं डोकं विंचरत सोप्यात बसली होती. ती आत निघून गेली. तरीही दया, माया, रंजा त्याला बघून धावत गेली. त्याच्याजवळ येऊन बसली. माया त्याची पिशवी चाचपू लागली. पण तिच्या लक्षात आलं की पिशवी नवी असली तरी मोकळी आहे. तिच्यात फक्त एकदोन कापडं आहेत. दुसऱ्या पिशवीत नटराजाची जड मूर्ती. गुणा रंजाला पुढ्यात घेऊन बसला.

"राजा कुठं हाय गं?" त्याला त्याची काळजी लागून राहिलेली.

"खेळाय गेलाय." तिनं आतूनच तुटक उत्तर दिलं.

"नि आजा?" त्यानं मायाला विचारलं.

"काय की. आईला इचारती." ती आईला विचारायला आत गेली.

"आजा चिंच्चबुडी निजलाय. बलवून आणती." आईकडून आली नि त्याला सांगून ती चिंचेकडं पळाली.

दारकी बाहेर आलीच नाही. काय बोलावं हे त्याला कळेना. हाकही मारवेना. वाटलं होतं, आपण गेल्याबरोबर आपणाला ती भेटेल, आपल्या अब्रूबरोबर तिच्याबी अब्रूचं खोबरं मांगोड्यानं केलंय; म्हणून ताँड घेऊन ही हिकडं आलीय. पण तिचा *आपल्यावरच* राग आहे याचा त्याला अंदाज आला.

कुडतं खांद्यावर टाकून दारकीचा बा तसाच उघडा आला. तोंडातली थुंक वळचणीला थुंकली नि तोंड मोकळं करून आत शिरला.

"च्या कर गं वाईच." आल्या आल्या त्यानं आत सांगितलं नि सोप्यातल्या वाखाच्या बिंड्याला टेकून बसला. पोटात काही तरी गच्च भरल्यागत दिसत होतं.

"कवा आलासा?"

"हे आता हेच."

पुढचं बोलणं कुणीच कुणाला विचारलं नाही. दोघेही मुकाट बसले. एकमेकांकडं बघायचंही टाळू लागले.

चहा आला. चूळ भरून दोघांनीही घेतला. धोतरानं मिश्या पुसत सासरा गप्पच बसला.

“दारकी न सांगताच हिकडं आलीया.” गुणाला शब्द फुटला.

“कुणाला सांगून येणार? कोण हाय तिथं?”

“तेबी खरंच.”

पुन्हा शांतता.

“निदान हत्त्या तरी ठेवून यायचं न्हाई कुलपाचा?” तो आत ऐकू जाईल अशा बेतानं बोलला.

“कुणाकडं ठेवायचा? आणि तुम्ही येणार हाय का न्हाई, का तिकडंच तम्माशा करत हिंडणार हाईसा, हे कळणार कसं?”

“आता हे एवढं झाल्यावर तम्माशा कुठं करणार नि कसा करणार?” त्यानं सासऱ्याचं बोलणं सरळ घेतलं.

“आता ते आम्हांस्नी काय ठावं?”

“समदा सत्यानाश झाला. एवढं झाल्यावर मग तम्माशा करणार कसा?”

“... ...”

“उद्या जावं म्हणतूय सकाळच्याला गावाकडं.”

“जावा की. उद्या जावा, कवाबी जावा.”

त्याला बोलण्यातला पीळ जाणवला.

“बायकूला लावून देता न्हवं?”

“तुम्हांस्नी आता बायकू नि काय करायची?”

“म्हंजे?”

“म्हंजे नि काय? पोरीला आता तिकडं लावून देणार न्हाई. तुमचा-तिचा संबंध सुटला.”

“असं तुमचं म्हणणं का तिचं?”

“माझं काय नि तिचं काय न्यारं न्हाई. आधीच आम्ही चुकून श्याण खाल्लं. आता पोरीच्या जल्माचं खोबरं झाल्यावर दुरुस्ती करायचं आम्हांस्नी सुचलं.”

“आणि माझ्या जल्माचं काय सोनं झालंय?”

“तुम्ही तुमच्या जल्माचं सोनं केलंसा का सोनखत केलंसा ते तुमचं तुम्ही बघा. त्येची चौकशी आम्ही करणार न्हाई.”

“का?”

“आमचं कुणी ऐकलं असतं तर केली असती. हगणदारीतल्या जनावराचा मुका घेऊन आम्ही परत आणणार न्हाई. आता गेलं ते गेलं. ज्येचं त्येनं बघावं. पुन्ना गोठ्यात येऊ ने.”

“उगंच उकिरडा उपसत बसू नका, मामा.” तो दुखावला.

“हितं येऊन कुणी तोंडाचं डबडं वाजवायचं कारण न्हाई. तुमची तुम्ही वाट

धराय मोकळं हाईसा. नाच्याच्या घरात माझी पोरगी नांदणार न्हाई.''

"हे तिच्या तोंडानं एकदा येऊ द्या; मी चालालू."

"तिचं तौंड नि माझं तौंड काय दोन हाय? तिच्या तौंडातनं निराळा शबूद आला तर तौंड फोडून टाकीन तिचं.''

शब्दाला शब्द वाढत गेला नि आसपासची माणसं जमा होऊ लागली. राणूचा नाच्या जावाई पाव्हणा आल्याचं कळल्यावर सगळा मांगवाडा फुटला.

"राणूचा नाच्या जावाई आलाय म्हणं." गर्दीतनं कुणाचे तरी शब्द राणूच्या कानावर पडले. त्याला शरमल्यासारखं झालं. सर्वांचे डोळे त्याच्या जावयावर खिळलेले दिसले. सर्वांना बघायला मिळालं. सासरा-जावई यांची भांडणंही ऐकायला मिळाली. माणसं जमतील तसा सासऱ्याला चेव आला. त्याला वाटलं, आता आपण हयगय केली तर आपलीही अब्रू जाईल. तो तावातावानं बोलू लागला.

त्यांची भांडणं चढत चालली. ऐकता ऐकता लोकही त्यात भाग घेऊ लागले.

"जावई नाच्या असल्यावर कोण हो त्येच्याकडं पोरीला लावून देणार? पोरीचा संसार व्हायला नगं?''

"ह्येला तरी कुठं बायकूसंगं संसार करायची हुश्शी असंल गा?''

"तरीबी बायकू लावू द्या म्हणून भांडाय लागलाय न्हवं?''

"चार लोकांत अब्रू ऱ्हावी म्हणून भांडाय आला असंल.''

"आत्ता नि कुठं अब्रू ऱ्हायलीया ह्येची? समद्या पेपरांतनं झ्याईर झालीया की.''

काम टाकून भांडणं ऐकत राहिलेल्या दत्तूनं त्याला शेवटी सांगितलं, "जा बाबा, जा आता आलाईस तसा मुकाट्यानं. ह्यो काय कागलचा मांगोडा न्हवं वाट्टंल ते खपवून घ्याय." बोलून तो आपल्या कामाकडं चालला.

अधनंमधनं माणसं बोलत होती नि त्याच्या अंगावर कुऱ्हाडीचं घाव पडल्यागत होत होतं. लालभडक होत चालला होता. पण त्याला काही बोलायची इच्छा नव्हती. बोलून काही उपयोग नाही हे कळत होतं, तरी तो एक हेका घेऊन बसला होता. - "तिच्या तोंडातनं शेवटचं बोलणं येऊ दे. त्याबिगार मी हलणार न्हाई."

"एऽ रानबा, त्येचं एवढंच म्हणणं असंल तर तूबी कशाला उगंच लांबड लावत बसलाईस? आण की पोरीला बाहीर. सांगू दे आपल्या तोंडानं ह्येला नि जाऊ दे तिकडं.''

त्याच्या काळजाला इंगळ्या डसल्या. आत बघून तो ओरडला.

"दारके, मुक्याट्यानं गावाला येणार का न्हाई?''

"जीव गेला तरी मी आता येणार न्हाई तिकडं. काय ऱ्हायलंय त्या गावात माझं?''

"हे शेवटचं का?''

"अगदी शेवटाचं. माझ्या बाऽच्या घरात पोरं संभाळत मी काय तरी कष्ट करीन नि पोरं वाढवीन. तिकडं आता तोंड दावाय काय ऱ्हायलंय माझं?"

"तुझा माझा मग समंध सपला?"

"भ्या घालतूस व्हय मला?" ती जास्तच चिडली, "समंध ठेवायजोगं काय ऱ्हायलंय आता तुझ्यात? तम्माशा करत भयाभया जोगत्यागत हिंडतूस तू. जा की तिकडं त्या नटारंग्या वरटांग्या वांझूट्या रांडांस्नी हेपलत हिंड जा. तुला काय करायची बायकू? बडीवलेला बैल तू. ना तुला पोराबाळाची आशा का सौंसाराची चव-ढव. ना मागची-फुडची लाज का भीड. कुत्रं तरी कवडी किंमत देतंय का तुला त्या मांगूड्यात? कशाला बायकूची नि सौंसाराची लाळ सोडत बसतंस आता हितं? बायलीच्या अब्रूला हात घालणाऱ्याचं मनगाट धरायचं न्याट हाय का हेमल्या तुझ्यात? तुकड्याला भुलून येणारी कुतरी न्हवं मी. जा तिकडं गावाला गांड दावत हिजड्यागत नाचून पोट भर जा..."

तो अर्धमेला झाला. जमलेल्या गावादेखत बायको असं बोलताना जिवाची आतल्याआत लाही होत होती. पण त्यानं तोंडाला दाभणानं टाके घातले. फुटणारं रक्त आवरत तो नुसतंच बोलला, "जाऊ मग मी?"

"जा. - हे घे रं राजा हात्त्या. देऊन टाक तिकडं."

राजा बाहेरून येऊन सगळं ऐकत होता. काळ्या चरीत बांधलेली किल्ली घेऊन तो त्याच्याजवळ आला.

पोरगं जवळ आल्यावर त्याचं मन विरघळत गेलं. कडकडून मिठी मारावंसं वाटलं. पण त्या गर्दीत त्यानं मनाला आवर घातला. नटराजाच्या पिशवीवरचा हात आवळत तो म्हणाला, "पोरा, तू तरी चल माझ्यासंगं. शाळा शीक चल नि शाणा हू चल."

"मी न्हाई शिकणार आता शाळा."

"मग काय करणार हितं?"

"हितंबी ऱ्हाणार न्हाई. मिलटरीत जाणार."

"त्येच्यापक्षा माझ्याकडं चल."

"न्हाई. गावानं गांड मारलेल्या बाऽजवळ मी ऱ्हाणार न्हाई." कुणी तरी शिकवल्यागत पोरगं बोललं. "पोराऽऽऽ" जीव जाईस्तवर तो हंबरत ओरडला नि राजाच्या थोबाडात काडकन मारली.

कोलमडून पडलेलं पोरगं उठलं नि त्याच्या अंगावर थुंकू लागलं. घाणेरडं बोलू लागलं. शिव्या देऊ लागलं. हेमल्या, बुळ्या, फलक्या... काय वाट्टेल ते.

किल्ली घेऊन तो गर्दी फोडत बाहेर पडला. तरातरा मागं न बघता चालू लागला. लांब गेल्यावर ताठर पोरं गुणाला शिट्ट्या घालून हाका मारू लागली...एऽ

छक्क्याऽ, एऽ फलक्याऽ,... आरं एऽ हेमल्याऽ, अऽऽ पावली घसरलेल्या पावण्याऽऽऽ दारकीच्या काळजात लोट उसळला. डोळे रसरसून भरून आले. "बाबा गेलाऽ बाबाऽ" असे म्हणून रडणाऱ्या, ओरडणाऱ्या माया नि रंजा यांना एकाजागी धरून ती आत जाऊन भिंतीला टेकून बसली. नदीसारखे डोळे वाहू लागले. आवंढा गिळत होती तरी तो उसळून बाहेर येऊ लागला. दया परकर डोळ्यांना लावून ओक्साबोक्शी रडू लागली. तिला कुणीच आवरत नव्हतं. वाहत्या डोळ्यांनी ती बाबा दारात विसरून गेलेल्या पायतणाकडं एकटक बघत होती.

कानांत खुंट्या मारल्यासारख्या होऊन त्यानं मांगवाडा ओलांडला.

तरातरा पावलं उचलू लागला. पाठीमागं नि पुढंही माळ पसरला होता. वरनं ऊन उकळणारा चुना ओतल्यागत सांडत होतं. पाय होरपळत होते. भडभडून येत होतं...'पोरा, तुझ्याकडं बघून सगळं सोसत हुतू. दांडगा हुशील, शाळा शिकशील नि नाव काढशील असं वाटत हुतं. मी तम्माशात गेलू. मनाचं खूळ म्हणून गेलू लेका, तरी मिळणारा पैसा पोराबाळांस्नी येईल, ती अन्नाला लागतील, अंगावर दोन धडूती धडशी मिळतील, पोरं शाणी हुतील, सुखानं चार घास खातील म्हणून पैसा कमावला नि तुमच्या खर्चाला घाटला. कित्ती जीव हुता तुझ्यावर! आतडी काढून तुझ्या पोटात घातली. दिव्यागत संभाळला तुला. माझ्या जल्मावर आखिरीला वर टांगडी करून मुतलास पोराऽऽ!

तो एकटाच माळावर हूंऽऽ म्हणून मुक्या आभाळाकडं बघत रडू लागला.

१४

दुपारीच कोल्हापुराहून शंकर, वसंता, इष्ण्या, म्हारुती, किसना, धामुड्या पाव्हणा, नाना, पांडबा आले होते. यमुनाबाई, नयना, शोभना यांनी हाय खाल्ली होती. आता पुन्हा या भानगडीत पडायचं नाही, एखाद्या वक्ती आपल्यालाही कनातीत घालून जाळतील, अशी त्यांना भीती. पांडबा, "जाऊ दे मैनाभर; मग बघू." म्हणून ज्याला त्याला धीर देतेला. आतून त्याला कसली तरी एक खोल रुखरुख लागून राहिलेली.

कुणाला उत्साह नव्हता. त्येच्यापक्षा कामधंदा करावा. चऱ्हटं सोडावीत नि मिळंल ती मीठभाकरी खावी; न्हाई मिळाली तर देवाघरचं फुकटचं पाणी पिऊन दीस काढावा; पर असला धंदा नगं.- जो तो हातपाय गाळून बसला होता. मांगवाड्यात आल्यावर सगळ्यांना गुणाच्या घरची बातमी कळली. आता तो महिनाभर इकडं येईल असं वाटत नव्हतं.

गुणा उपाशीच चाल चाल चालला. उनातून एकटा येताना बरं वाटत होतं. तसेच पाय होरपळू देत; डोकं तापवत चालत राहावं... 'जलमभर एकटं चालावं. कुणी आपल्यासंगं बोलू ने, चालू ने. माळ सपू ने. रडू येऊ ने का हासू येऊ ने. माणसं दिसू नेत का जनावरं भेटू नेत... आठंगं वन यावं; तिथं नटराजाची गाठ पडावी. त्येनं माझं मन वळवावं नि मला संगट न्ह्यावं. कुठं तरी आपल्या देवळाचा दगूड करून मला जमिनीत गाडावं. तिथं पडून ऱ्हाईन. पर ही माणसं नगंत. ही भुई नगं.'

हातातली पिशवी जड झालेली.

दोन-तीन तास रातीला तो आपल्या घरापुढं आला. सगळा मांगवाडा अंधारात गपगार झालेला. कुलूप काढलं नि घरात गेला. समोरचं काहीच दिसत नव्हतं. बाहेरच्यापेक्षा आत गडद अंधार. त्यानं अंदाजानं चुलीमागचं निवणं चाचपलं. काड्याची पेटी सापडली. काडी ओढून दिवा लावला. त्या अस्थिर उजेडात घरातली भांडीकुंडी, कापडंधडोती, डोळे लावून त्याच्याकडं बघू लागली.

कडकडून भूक लागली होती. मनाचं वाहणं आवरलं होतं. पाय दुखायला लागले होते नि पोटात कोळकोळत होतं. उतरंडीजवळचा काळा डबा त्यानं उघडून बघितला. ओंजळभर तांदूळ होते. त्यांतले दोन मुठी घेतली नि निवडले. चुलीतली

राख दोन्ही हातांनी भरून चूल पेटवली नि धुतलेल्या तांदळाचं डेचकं चुलीवर ठेवलं.

'भोवतीनं शांत. पोरं नाहीत का बायको नाही...असं एकटं जगणं ह्या घरात कवा आलं नव्हतं. तू घरात असशील म्हणून पायांची फेसाटी करत आलू. वाटलं हुतं, शेवटाला तरी तू मला समजून घेशील. पोराबाळांत येऊन कवा पडीन असं झालं हुतं. तानं बाळ होऊन तुझ्याजवळ रडावं, ह्या वक्ताला तूच माझी आई असं वाटलं हुतं. पर तूच गेलीस.'

'...जाताना ह्या घराला आग लावून जायाची न्हाईस? निदान कवा तरी अचानक ये. वाटलंच तर ऱ्हा; न्हाई तर बाहीरनं कडी घाल नि राकेल वतून आग लाव. मी सुखानं जळीन. संपल तरी सगळं.'

चुलीत धडधडा जाळ ढणढणत होता. भात एकटाच आतल्या आत शिजत होता...

न्याहारीची वेळ झाली तरी शेजारच्या हौसाला गुणाच्या घरात चाहूल येईना. पहाटे उठली होती तेव्हा तिच्या ध्यानात आलं होतं की दाराला बाहेरून कडी-कुलूप नाही. आतनं कडी आहे. आता दार उघडंल, मग उघडंल म्हणून ती वाट बघत होती. पण घराचं दार पोटात अंधार घेऊन गप पडलेलं. तिला न्याहारीच्या वक्ताला भलताच संशय येऊ लागला. ती काल दुपारी आलेल्या पांडबाकडं गेली. पांडबा शंकरला नि वसंताला घेऊन नानाकडं गेला...म्हातारा होत गेलेला काळा रेडा बापूनं नुकताच दारात आणून बांधला होता. सुरकुत्या पडलेल्या एखाद्या आंधळ्या कातळासारखा तो दारासमोर बसलेला. त्याला ओलांडून चौघेही चटाचटा गुणाच्या घराकडं आले.

त्यांनी दाराला जोर दिला; तर आतून कडी घातलेली. गुणाला पांडबानं हाक मारली. एक नाही, दोन नाही. तिसऱ्या हाकेला आतून हुंकार भरला. सगळ्यांचे चेहरे उजळले.

शिणलेलं अंग तंगून तंगून कधी झोपेच्या स्वाधीन झालं होतं त्याचा पत्ता नव्हता. विचार करता करता पडला होता नि विचार करत करतच झोपला होता. झोपेतही विचारच घोंगावत होते. पांडबाची हाक स्वप्नातली का स्वप्नाबाहेरची हे कळलंच नाही. काळझोपेतनं उठल्यागत उठला.

"कडी काढ बघू. मी पांडबा आलूय."

त्यानं गुमान उठून कडी काढली. डोळे तांबारलेले. केस विस्कटून चारी दिशांनी खाली पडलेले. कडी काढून पुन्हा तो अंथरुणावर जाऊन बसला.

कुणी तरी दिलेल्या नव्या रंगीत कापडाची घडी करून त्यानं तिच्यावर नटराजाची मूर्ती घासून स्वच्छ करून ठेवलेली. जाळातून जळून निघाल्यानं ती अधिकच सतेज, स्वाभिमानी दिसत होती. जळेल तशी उजळण्याची तिची किमया...

"अजून निजलाईस?" सगळी आत येऊन बसली.

"हां. उशीरनं डोळा लागला हुता."

डोळे आत आत ओढलेले. विलक्षण भेसूर चेहरा.

"कवा आलास?"

"राती." स्वत:शीच बोलत असल्यागत त्याचा सूर. समोरच्यांची फिकीर नाही.

"बरी हाईत सगळी?"

"हाईत... सुखानं ऱ्हातील आता. आता त्येंची काळजी न्हाई. माझ्यासंगं तिनं लगीन केलं नि आपल्या जल्माचं वाटूळं करून बसली. एका नाच्याची बायकू म्हणून जगावं लागलं. गावानं तिला वडली. पर बिचारीनं न्ह्याती राखली. कुणाला जवळ थरकू दिलं न्हाई. माझ्यामुळं तिची भरपूर नाचक्की झाली. आता बाऽजवळ सुखानं राबंल. मिळंल ती भाजी-भाकरी खाईल नि जीवसंतोस ऱ्हाईल."

त्याचे डोळे पाट्या-वरवंट्यावर खिळले. जवळच रिकामी परात, लाटणं, पोळपाट पडलेलं दिसत होतं. रातचं भाताचं धुरकट भांडं तसंच राखेवर पडलेलं. ते बघता बघता अचानक गप्प झाला.

"पोराबाळांचं काय मग?" नानानं विचारलं.

"वाढतील पोरंबाळं. माझ्यापासनं लांब लांब गेली ते बरंच झालं. आता त्यांस्नी बघायचं न्हाई का भेटायचं न्हाई. मरताना मातूर शेवटाला बघावीशी वाटली तर बलवून घेईन...आली तर माझं नशीब."

"काय बोलतूस हे, गुणबा? त्यो इचार सोड बगू आता. घरगुती भांडणं हाईत ती. आज ना उद्या मिटतील." शंकरचा धीर.

तो फक्त हसला. चमत्कारिक दिसत होता.

त्याची अवस्था बघून पांडबाच्या मनाचा आवर घातलेला बांध फुटला. पुढं सरकून तो त्याचं गुडघं धरून भळभळ बोलू लागला. "गुणाबा, तुझी ही सगळी दशा मीच वाद्यानं केली. मी तुला नाच्या व्हायला सांगिटलं नसतं तर तुझ्या नशिबाला हे कशाला आलं असतं? चुकलं माझं. मी पाय धरतू तुझं; मला माफी कर."

"न्हाई पांडूम्मा, तुझी चूक न्हाई. निर्मळ मनानं सांगिटलंस मला ठावं हाय. माझ्या नाच्याला तू निमित्त झालास. नाचेपणा हे माझं नशीब हुतं; ते चुकणार न्हवतं... सटवी सांगून जाती, पर पत्त्या लागत न्हाई. तुला तरी ते कसं कळणार?"

सगळं आठवू लागलं. जिभेला घुंगुरकळ्यांसारखे शब्द फुटू लागले. "...त्या वक्ताला तम्माशाचं खूळ घेटलेला एक साधा पोरगा हुतू मी. ना बाऽला, ना बायकूला, ना कुणाला माझं खूळ कळलं. सटवीनं हे खूळ हेरलं नि त्येला तुम्ही आईबाऽ होऊन खतपाणी घाटलं. मी नाच्या झालू. कुणाला काढता येऊ ने असलं अवघड बाईचं रूप अंगातनं काढू लागलू. देवाकिन्नरांची ही कला. कुणाला कळली न्हाई...माझी गंगू रक्तामासात खिळून ऱ्हायलेली. माझी आदिमाया. जगाची मूळ

मावली ती. बायांची मूळ बाई. माझ्यातनं नटली. बाई असून ती दारकीला कळली न्हाई का नैनाला कळली न्हाई. दारकीला नुसता संसारच कळला. नैनाला इतक्या वर्सांत नाचबी कळला न्हाई. नुसताच ताल नि ठेका नाचली. रक्तात पाय न्हेऊन बुडीवलंच न्हाईत तिनं. ते कोरडंच. बिन रंगता नाचलं. कसा जीव जडणार मग त्येंच्यावर?

जिवाला जीव फुटतूय असं वाटायचं म्हणून वग लिवलं, लावण्या केल्या. त्यांतनं राजेपर्धान हुबं केलं. देखण्या राण्या, रूपसुंदर नारी हुब्या केल्या. पब्लिकम्होरं नाचिवल्या... पांडूम्मा, असं किती किती राजं नि राण्या माझ्या मनात हुत्या गा. ह्या जित्या भावल्या मी पोटातनं वर काढल्या असत्या. नटनारायणाचं मूळ पिंड शिवत त्या आल्या असत्या. माणसातल्या निवळसंख रक्ताच्या त्या ताठ भावल्या सगळ्यांनी आपल्याच म्हणून जिवात घालून घराकडं न्हेल्या असत्या. कुणाला कळणार त्या? ...ह्या खडखडणाऱ्या दारकीच्या भांड्याकुंड्यांस्नी कवाच कळल्या नसत्या. झळीनं, धुरानं माखलेली मूळ रूप मुकलेली ती भांडी. माझ्या भावल्या देवाऱ्यावरच्या देवागत चकचकीत नि निर्मळ.''

तापातल्यागत तो बडबडत होता. नाना, शंकर, वसंता एकमेकांकडं येडबडून बघत होते. पांडबा वारं आलेल्या देवीपुढं बसल्यागत झालेला. त्यांना काही कळत नव्हतं. पण थांबवायचं कसं?

''शंकरनं धीर केला नि त्याच्या बोलण्याला घुणा लावला. दिशा बदलायची धडपड केली. ''ते समदं खरं हाय. डोक्यातलं काढून टाक आता हे सारं. फुडं काय करायचं ते सांग.''

''फुडं...फुडं काय करणार? ... असंच चालत ऱ्हायाचं...गावं मागं पडत चालल्यात. माणसं मागं पडत चालल्यात...फड जळतूय. त्योबी मागं पडत चाललाय. आता माणसांनी फेकलेली दगडंबी, त्येंची थूकबी माझ्यापतोर पोचत न्हाई. लांबलांबच्या टाळ्याबी आता कानांवर येत न्हाईत. मी भयाण ठणठणीत एकटा. ना साथ, ना संगत...फुडं सगळी वाट वनातली. आठंगं वन लांऽबपतोर पसरलेलं. मी नाच्या. बापय असून माझ्या पायांत घुंगरं आली. गुणगुणत तशीच रक्तात गेली. आता ती ताल देत्यात. तेवढीच माझ्यासंगं. मी नटराजा. माझ्या अंगात एक पार्बती. त्या अठंग्या वनात माझ्यातनं बाहीर पडतेली. मला सोबत करतेली. बाकीचं समदं खोटं...दारकी, नैना, तुम्ही...माझा राजाबी खोटा...''

त्याचे पांढरेशुभ्र ऐऱ्यागत डोळे कशावर तरी स्थिर झाले. अंग ताठरल्यागत दिसताना ढळलेल्या पांडबानं त्याच्या दंडाला धरलं. लकालका हलवलं.

''गुणा, ऊठ बघू. घराकडं चल. च्या पिऊ या. उगंच काय तरी बडबडू नगं.''

''...कुणाला कळणार न्हाई हे बडबडणं...माझं मला तरी नीट कुठं कळलंय? मघाशी सपान पडत हुतं तेच बडबडलू...'' डोळे जास्तच ताठर.

पांडबा अधिकच गडबडला. त्यानं त्याच्या बखोट्याला धरून उठवलं.

"चल ऊठ. च्या प्यायला जाऊ."

तो उठला. डोळे तसेच स्थिर.

"जरा माझ्याकडं बघ बघू."

तो हाडांच्या सापळ्यासारखा हसला नि पांडबाकडं बघू लागला. पांडबाला थोडा धीर आला. डोळे हलत होते. त्यानं त्याला चालता केलं. वसंतानं त्याच्या दाराला कडी घातली.

"चल आता घराकडं."

"चला...तिकडं...त्याऽऽऽ तिकडं..."

पायात चाळ असल्यागत त्याची पावलं पडू लागली.

नानानं त्याला थांबवलं.

"गुणा, हे काय? ह्यो काय तम्माशा हाय? सरळ चल बघू."

"...मी नाच्या हाय नाना. माझी कला माझा जीव नि मी तिचा शिव. आता बारा नि बारा चोवीस तास ती माझ्या नि मी तिच्यात. तीच खरी. बाकीची समदी माया...नटराजाची आज्ञा हाय मला."

"कसली?"

"...फुडं जायाची. त्या भुईवर असूनबी भुईवर नसलेल्या हिरव्या वनात आपूण नि आपलं घुंगरू, जिवात वाजणारं एक डमरू...आपल्यातनं निघणारी आपली पार्वती नि मी. गवळणी आणि मी आता रासक्रीडा करणार..." एक घुंगरू होऊन तो बोलतेला.

गवळण होऊन ठेक्यात चालू लागला...कुणाला न दिसणारा निळा कृष्ण त्याला दिसू लागला. गोकुळ दिसू लागलं. भुईवरची सोन्याची द्वारका दिसू लागली. तो गाऊ लागला.

"आम्ही गोकुळच्या नारीऽऽ
रे मुरारी..."

...नाना रूपांनी नटणाऱ्या कृष्णाची हावभावांनी पूजा बांधू लागला.

पांडबानं डोळे पुसले. त्याला बोलता येईना. वसंता, शंकर, नाना त्याच्या मागोमाग मंतरलेल्या भावल्यासारखे चालू लागले. यमुनेच्या काठी रासक्रिडेला गवळण जावी तशी त्याची चाल.

एखादं प्रेत उठून पुन्हा चैतन्यानं रसरसावं तसा नसलेल्या घुंगरांच्या ठेक्यात तो पावलं उचलू लागला. वरच्या आभाळानं गाभाऱ्यासारखा त्याच्यावर निळा चांदवा पसरलेला.

वेड लागल्यागत वर सूर्य तळपत होता नि भगभगीत प्रखर प्रकाश सगळ्या मांगवाड्यावर उसळत होता.

www.ingramcontent.com/pod-product-compliance
Lightning Source LLC
Chambersburg PA
CBHW051137020726
47501CB00005B/1549